అల్లూరి సీతారామరాజు

పడాల రామారావు

నవచేతన పబ్లిషింగ్ హౌస్

ALLURI SEETHARAMARAJU

- Padala Ramarao

ప్రచురణ నెం. : 198/73

ప్రతులు : 1000

తొలి ముద్రణ : 1987

ఎన్.పి.హెచ్. ప్రథమ ముద్రణ : సెప్టెంబర్, 2017

ప్రతులకు:

నవచేతన పబ్లిషింగ్ హౌస్

గిరిప్రసాద్ భవన్, బండ్లగూడ(నాగోల్) జి.ఎస్.ఐ. పోస్ట్

హైదరాబాద్-068. తెలంగాణ. ఫోన్స్: 24224453/54.

E-mail: navachethanaph@gmail.com

నవచేతన బుక్ హౌస్

అబిడ్స్, సుల్తాన్‌బజార్, యూసఫ్‌గూడ, కూకట్‌పల్లి, బండ్లగూడ(నాగోల్), వనస్థలీపురం-హైదరాబాద్. హన్మకొండ, కరీంనగర్, ఖమ్మం.

ముద్రణ : నవచేతన ప్రింటింగ్ ప్రెస్, హైదరాబాద్.

తొలి పలుకు

భారత స్వాతంత్ర్యోద్యమాన్ని అణిచివేయడానికి బ్రిటిషు సామ్రాజ్య వాదులు 1919 మార్చి 18న రౌలట్ చట్టం ప్రవేశపెట్టారు. దీన్ని వ్యతిరేకించమని గాంధీజీ యిచ్చిన పిలుపును బట్టి ఏప్రిల్ 13న జలియన్ వాలా బాగ్‌లో సభ జరుగుతుండగా తెల్లదొరలు నిరాయుధులైన ప్రజలపై తుపాకులు పేల్చి 379 మందిని చంపివేశారు. 1200 మంది గాయపడ్డారు. కార్మిక వర్గం రంగంలోకి దూకి మరణకాండను రౌలట్ చట్టాన్ని వ్యతిరేకిస్తూ ఒక్క 1920లోనే 200 సమ్మెలు చేసింది. 1920 సెప్టెంబరు కలకత్తా కాంగ్రెసు సహాయ నిరాకరణోద్యమానికే పిలుపిచ్చింది. ఆ పిలుపు నందుకొని 30 వేల మంది దేశభక్తులు చెరసాలల కెళ్ళారు. బ్రిటిషు సామ్రాజ్యవాదులు అనేక కిరాతక చర్యలకు పాల్పడ్డారు. ఆ చర్యలకు ప్రతీకారంగా ఉత్తర్ ప్రదేశ్‌లోని "చౌరీచౌరీ" ప్రజలు పోలీసు స్టేషన్నే నేలమట్టం చేసి 21 మంది పోలీసుల్ని యమపురి పంపించారు. అందుకు కినిసి గాంధీజీ ఉద్యమాన్ని ఆపుచేశాడు. దీన్ని సాకుగా తీసికొని తెల్లదొరలు విచ్చలవిడి హింసాకాండకు పూనుకున్నారు. గాంధీజీకి ఆరేండ్లు శిక్ష విధించి జైలులో బంధించారు.

భారత రాజకీయాకాశంలో అంధకారం వ్యాపించింది. పెను మేఘాలు దట్టంగా కప్పివేశాయి. ఆ మేఘాలను తరిమికొట్టడానికి తెలుగు పుడమి పైన ఒక అసహాయ శూరుడు అవతరించాడు. ఆయనే అల్లూరి సీతారామరాజు. మన్యం కొండల్లో వరుసగా మూడేండ్లు బ్రిటిషు ముష్కరులతో పోరాడిన యోధుడితడు. జాతీయ నాయకులే ఆయన వీరత్వాన్ని శ్లాఘించారు.

గాంధీజీ అన్నారు :

"శ్రీ రామరాజు యొక్క దౌర్జన్య పద్ధతులతో నే నేకీభవించజాలక పోయిననూ ఆయన అకుంఠిత సాహసమూ, త్యాగదీక్ష, ఏకాగ్రత, ఉత్తమ శీలమూ, నిరాడంబరమగు కష్టజీవనమూ మనమందరమూ నేర్వదగినవి."

జవహర్‌లాల్ నెహ్రూ ఇలా వక్కాణించారు :

"నా దురదృష్టవశాత్తూ శ్రీ రామరాజు గూర్చి నాకు విశేషంగా తెలియదు గాని, తెలుసుకున్న ంత వరకు అతడు వేళ్ళపై లెఖ్ఖింపదగిన

స్వల్ప సంఖ్యాకులగు అనుచరుల సహాయముతో బ్రిటిషు ప్రభుత్వమునే గడగడలాడించిన ధైర్య సాహసోపేతుడగు వీరుడని స్పష్టపడినది. అట్టి ధైర్య సాహసములు ప్రకటించి ప్రశంసా పాత్రులగు వీరులరుదు."

సుభాసు చంద్రబోసు ప్రకటన :

"జాతీయోద్యమమునకు శ్రీ రామరాజొనర్చిన సేవను ప్రసంశించు భాగ్యము కలిగినందుకు నేను సంతసించుచున్నాను. ఈ మహానుభావుడు స్వాతంత్ర్యమనుభవించుచున్న నేదేశమునందైననూ జన్మించినచో అతని సాహస కార్యములకెక్కువ అవకాశముండి యింతకన్నా ఎక్కువగా తన దేశ ప్రజల ప్రశంసకు పాత్రుడయ్యేవాడు. అతని ధైర్యసాహసములు, దేశభక్తి, పట్టుదల, పౌరుషము అతని ఖ్యాతిని నల్దిశల వ్యాపింప చేసినవి. అతని విధానాలు అంగీకరింపజాలని వారు కూడా ఆయన విశాల భావాలను ప్రశంసింపక తప్పదు. భారతీయ యువకులు భారతీయ వీరులను ఆరాధించుట మరువకూడదు".

వీరపుత్రుడైన అల్లూరి తన లక్ష్యాలక్షణాలను 17-4-23న ఆంధ్ర పత్రిక విలేఖరికి ఇలా చెప్పాడు :

"ప్రజలకు స్వాతంత్ర్యము సిద్ధించవలెనన్న దౌర్జన్యమే మార్గము. యుద్ధం చేస్తేనే గాని స్వరాజ్యం రాదు. అది సాధించగల అంగబలం నాకుంది. ఆయుధబలం కావాలి. అందుకే నేనిప్పు డుపక్రమిస్తున్నాను."

ఆ ఆయుధాల కోసమే 22-8-22 న చింతపల్లి పోలీసు స్టేషనుపై దాడి చేశాడు. పిమ్మట వరుసగా వివిధ స్టేషన్లన్నీ కొట్టాడు. పేరుమోసిన మిలు అయిన బ్రిటిషు సేనానులు కవర్ట్, హైటరులను కూల్చివేశాడు. అస్సాం, గూర్ఖా పటాలాలపై ముప్పేట దాడులు సాగించాడు. వరుసగా మూడేండ్లు బ్రిటిషు సామ్రాజ్యాకాశంలో పట్టపగలే చుక్కలు మొలిపించాడు. కడకు 1924 మే, 7న బ్రిటిషు కర్కశులచే న్యాయ శాసనాలకు విరుద్ధముగా, నిరాయుధుడ్ని చెరపట్టబడిన వానిని కాల్చి చంపివేశారు. ఆయన 1897 జూలై 4 న విశాఖ జిల్లా పాండ్రంకిలో పుట్టారు. చంపబడిన నాటికి ఆయన వయస్సు 26 సంవత్సరములు మాత్రమే.

ఆయన స్వాతంత్ర్య పోరాటం సాగించుటకు ప్రధాన కారణం తెల్ల దొరల దోపిడి. భారతదేశానికి స్వాతంత్ర్యం సిద్ధించి తెల్లదొరలు పోయినా

దోపిడీ మాత్రం సాగుతూనే వుంది. ఆ దోపిడీని అంతం చేయుటకు పోరాడుటే సీతారామరాజు స్మృతికి నిజమైన నివాళిగా భావిస్తున్నాను.

ఒక గ్రంథకర్త వంద గ్రంథాలు రచించినా వాటిలో ఏదో ఒక గ్రంథానికే ప్రసిద్ధి దక్కుతుంది. నేనిప్పటికి 88 గ్రంథాలు రచించాను. వాటిలో ప్రసిద్ధి కొచ్చినది - నా "అల్లూరి సీతారామరాజు" గ్రంథమే.

నేను 1950లో రచించి 1953లో ముద్రించిన "అల్లూరి సీతా రామరాజు" నాటకమే ఇప్పటికి 17 ముద్రణలను కళ్ళజూచింది. ఆంధ్ర, కర్నాటక, పశ్చిమ బెంగాలు, బీహారు, ఒరిస్సా, మహారాష్ట్రలలోని పలు నాటక సమాజాలు, పలు రాష్ట్రాల్లో 5000కు పైగా ప్రదర్శనలిచ్చారు.

నా "ఆంధ్రశ్రీ" నవలారచనను 1946లో మొదలుపెట్టి 1949 కి జైలులో పూర్తిచేసి 1957 లో ముద్రణకు విడుదల చేశాను. తొలి ముద్రణే 3000 ప్రతులు వారం రోజుల్లో చెల్లిపోయాయి. 1983 నాటికి 8 ముద్రణలు ప్రచురించాను. ఇప్పుడు ఈ ముద్రణను "అల్లూరి సీతా రామరాజు" పేరుతో విశాలాంధ్ర పబ్లిషింగ్ హౌస్ వారు మీకందిస్తున్నారు.

సీతారామరాజు చరిత్ర పరిశోధనలో నేను ఏజెన్సీలోని ఇటు గోదావరి నుండి అటు సీలేరు వరకు అనేక గ్రామాలు తిరిగి నాటి మన్య వీరులనుండే అమూల్యమైన సమాచారాన్ని సేకరించారు. ప్రభుత్వ రికార్డులు, నివేదికలు, డాక్యుమెంట్లు పరిశీలించాను.

1946 నుండి నేటివరకూ సీతారామరాజు చరిత్ర వ్యాప్తికై ఆంధ్ర దేశంలోనే గాక ఇతర రాష్ట్రాల్లో సైతం పర్యటించి అనేక ఉపన్యాసాలు యిచ్చాను. కొన్ని సభలలో సీతారామరాజు సోదరులు శ్రీ సత్యనారాయణ రాజు కూడా పాల్గొన్నారు.

ఈ విప్లవంతో అవినాభావ సంబంధంగల మల్లుదొర, శరభన్న పడాల్, చిటికెల భాస్కరరావు ప్రభృతులతో కలిసి ఏజన్సీలో తొలిసారిగా స్మారకోత్సవాలు నిర్వహించాను.

ఈ చరిత్ర వ్యాప్తికి పత్రికలిచ్చిన ప్రాధాన్యతను శ్లాఘించకుండా ఉండలేను.

సీతారామరాజు మాతృమూర్తిని పెద్దాపురం తాలూకా తామరాడలో

నాటక ప్రదర్శన సందర్భంలో సన్మానించి, ప్రదర్శనకొచ్చిన సొమ్మును స్వయంగా సమర్పించడమే కాక కేంద్ర ప్రభుత్వంతో ఉత్తర ప్రత్యుత్తరాలు జరిపి సీతారామరాజు సహచరులలో అనేక మందికి సహాయమందేలా చూశాను.

నా వొత్తిడికి తలొగ్గి ఆంధ్రప్రదేశ్ ప్రభుత్వమే ది. 24-8-1969న ఎం. నెం. 2750-182/65-12 లో అల్లూరి సీతారామరాజు మన్య విప్లవంలో పాల్గొన్న వారందరినీ రాజకీయ బాధితులుగా గుర్తించి శ్రీ పడాల రామారావు నివేదించిన వారికి అన్ని విధాలా సహాయపడమని విశాఖ, తూర్పు గోదావరి జిల్లా కలెక్టర్లకు ఉత్తర్వులిచ్చింది.

ఇలా లెఖ్ఖకు మిక్కుటమైన జ్ఞాపకాలున్నాయి. వీటన్నింటినీ ఇచట ఏకరువు పెట్టదలచ లేదు.

సీతారామరాజు విప్లవానికి లొంగి బ్రిటిషు ప్రభుత్వం ఏజన్సీ వారసులకు తమ భూములపై జిరాయితీ హక్కుల్ని తొలగిస్తూ అమలు జరిపిన 1916 చట్టాన్ని 1926లో ఉపసంహరించుకొనక తప్పలేదు.

కానీ నేడవి బినామీ పేర్లతో కాజేయ బడుతున్నాయి. ఏజన్సీ ఫల సాయాన్ని తక్కువ ధరలకు కార్పొరేషను కొల్లగొట్టడం, అన్-రిజర్వుడు అడవులను ఫారెస్టు అధికారులు రిజర్వు చేయడం మొదలైన దుశ్చర్యలు సాగుతూనే ఉన్నాయి. పెట్టుబడిదారులు నేటికీ ఏజన్సీని దోచుకుంటున్నారు. వీటిని.అరికట్టడానికి సీతారామరాజు చూపిన మార్గమే శరణ్యం.

అనితరసాధ్యమైన స్వాతంత్ర్య పోరాటాన్ని సాగించి తెలుగు జాతీయశస్కాంతులను ఖండఖండాంతరాలకు ప్రాకించిన ఆంధ్రసింహుడు అల్లూరి సీతారామరాజు పేరును పాపికొండలవద్ద నిర్మించ తలపెట్టిన పోలవరం ప్రాజెక్టుకు పెట్టాలని నా వినతి.

వెనుకబడిన మన్యంలో మలయప్పన్ నివేదికలో ప్రతిపాదించిన మైనరు ఇరిగేషన్ పథకాలను అమలు జరుపుటకు, ఇనుపరాయి, మాంగనీసు, అభ్రకం, గ్రాఫైట్ గనులను అభివృద్ధి పరచి గిరిజనులకు పనులు కల్పించుటకు సత్వర కృషి జరగాలి.

7 మే, 1987 భవదీయుడు

రాజమండ్రి. పడాల రామారావు

అల్లూరి సీతారామరాజు

"నీదే దేశం" అని మీరడిగితే మహాభారతం అని సగర్వంగా చెబుతా.

ఎందుకంటారా?

నా దేశానికి స్వరూపంలో హద్దులున్నాయ్ గాని స్వభావంలో లేవు. నా మహాభారత హృదయం నిరంతర రాగరంజిత మైనది—కుంటు తున్న మేకపిల్లను చూచి జాలిపడి తన భుజస్కంధాలపై మోసుకొని వెళ్ళగలిగిన శాక్యముని హృదయాన్ని సంతరించుకున్నట్టిది. ఇట్టే కరిగి పోయే స్వభావం కలది.

దాని బుద్ధిబల మంటారా! తాత్వికుల కతీతమైనది. సర్వకాల సర్వా వస్థలను తూచి పడికట్టగల గౌతముని న్యాయదర్శనాన్ని ఆకళింపు చేసు కున్న ధర్మకాటా అది.

శీలమా! త్యాగపూరితమైనది, క్రియాత్మకమైనది. మనిషికోసమే గాక ఆపదలోనున్న పక్షినైనా రక్షించగానికి శరీరాన్నే ముక్క ముక్క లుగా కోసి పణమొడ్డిన శిబిచక్రవర్తి త్యాగసంపద దానిసొత్తు.

విశ్వమానవకోటి సుఖశాంతులు - దాని ప్రాణం! అందుచేతనే అది మృత్యువునుకూడా జయించగలట్టి శక్తివంతమైనది.

దానినైజం! రేయింబవళ్ళు ఎనభైకోట్ల హస్తాలతో యంత్రంలా కష్టించి తన నలభైకోట్ల పొట్టలను మాత్రమే నింపుకొని, శేషసంపదను ఫలాపేక్షారహితంగా దానం చేయగల శ్రామికజాతి ధర్మబుద్ధిని మేళవించు కున్నట్టిది.

దాని నాడి నొక్కారా? "బుద్ధం శరణం గచ్ఛామి!" "ధర్మం శరణం గచ్ఛామి" "సంఘం శరణం గచ్ఛామి" అని కొట్టుకుంటుంది.

ఎవడైనా దురాగతానికి తలపడ్డాడా? "పరిత్రాణాయ సాధునాం వినాశా యచ దుష్కృతాం, ధర్మసంస్థాపనార్థాయ సంభవామి యుగేయుగే!" అంటూ నిలువు కాళ్ళపై లేచి, ఉచ్ఛ్వాస నిశ్వాసాలతో పాంచజన్యం పూరి స్తుంది. ఇదీ దాని వేదాంత చింతన!

దాని నైసర్గిక స్వరూపం - భయంకరం. మిన్నంటిన మహోత్తుంగ హిమగిరి పంక్తులు కంచు బురుజుల్లా నిత్యం దాని ఉత్తర సరిహద్దులను కాపాడుతుంటాయ్. అవి శత్రు దుర్భేద్యమైనవి. తూర్పు, దక్షిణ, పశ్చిమ హద్దుల్ని గంభీరమైన మూడు సముద్రాలు కావలి కాస్తుంటాయి. ఎటువంటి బలవత్తర దుష్ట శక్తినైనా అవి పొంగి, పోటెత్తి ముంచివేయగల శక్తి సమన్వితాలు!

పైన పర్వతపంక్తులూ చుట్టూ కెరలిత సముద్రాలూ నిద్రాహారా లకు నోచుకోక రేయింబవళ్ళు అలా దేనికోసం పహరా ఇస్తున్నాయని మీ సందేహమా!

మీరు బయటికెడితే ఇంటికి తాళం వేస్తారు కారణం? ఇంటిలో సొత్తు ఉందిగనక! నా దేశానికి తాళాల్లేవు. దాని కవాటాలు బాహాటంగా నిత్యం తెరిచే ఉంటాయ్ కాని లోన పెన్నిధులున్నాయ్. అందుకే ఆ పహరా!

సస్యశ్యామలమైన భూములున్నాయ్. ఆభూముల చేతులకు నరాలు లేవు. రత్నాలను వెలార్చి రెండు చేతులతో అవి నిత్యం దానం చేస్తుం టాయ్. ఎనభైకోట్ల నోళ్ళకు అవి అన్నాన్నందిస్తుంటాయ్. అవి ఎంతో వినమ్రమైనవి. పండి తలలువొంచి; మా కృషీవలుల హస్తాలలో చంటి బిడ్డల్లా వాలిపోతాయి.

ఆ భూముల్లో పసిడిపాతర లున్నాయ్. కాస్మిక్ కిరణాలను సైతం భక్షించగల వృక్షసంతతి తను తినగా మిగిలిన కిరణసముదాయాన్ని తన వ్రేళ్ళగుండా భూమిలోనికి పంపి బంగారాన్నే సృజిస్తుంటాయ్. అందుకే అదెంతటి పెద్ద భవనమైనా ఒక వృక్షానికి అడ్డువచ్చిందా? వృక్షం తలగాక అహంతో నిలిచిన భవంతి తలే ఎగిరిపోతుంది. అంతటి ప్రకృతి సౌందర్యో పాసన మాభారతీయుల సొత్తు! ఎటు చూచిన మీకు నవ్వుతున్న ముఖాలూ వికసిస్తున్న పుష్పాలే కనబడతాయ్.

నా దేశం పుణికిపుచ్చుకున్న అమూల్య మానవతా సంపద. అనంత సౌందర్య సంచయం, దాని అజంతా, ఎల్లోరా, సాంచీ, నాగార్జున లుంబినీ సానువుల్లోనే ఉంది. అచట కళానిక్షేపాలు నా జాతి సంస్కృతీ చిహ్నాలు, నా జాతి జీవనాడులకు నెత్తురక్కడనుండే అందుతుంది. ఆ నెత్తుటితోటే నా దేశంలో మహావీరులు పుట్టారు. అందుకే దాని చరిత్ర వింటే రోమాంచితమై శరీరం జలదరిస్తుంది. మేను పులకరిస్తుంది.

"బానిసగాచచ్చి వీరునిగా పుట్ట" మని వీర సందేశమిచ్చి సాధించగలిగిన ఉత్తరాన పురుషోత్తముని మొదలు దక్షిణాన కట్టబొమ్మ నాయకుని వరకు "స్వతంత్రము మా జన్మహక్కని" తిరగబడగలిగిన ఝాన్సీరాణి మొదలు సీతారామరాజు వరకూ దాని ముద్దుబిడ్డలే!

అలా అని శాంతి, సహజీవనాలకోసం సర్వస్వమూ ఒడ్డ గలగిన క్షాత్రతేజస్వులు లేరనుకోకండి! ప్రపంచాని కంతకూ కంచుదివ్వె చూపి తొలిసారిగా "శాంతి"అని గర్జించ గలిగిన మహాచక్రవర్తి అశోకుని మొదలు బ్రహ్మనాయని వరకూ నా జాతివారే; ప్రాక్పశ్చిమాలు రెండూ యీనాడు "శాంతి" అని ఉద్ఘోషించడానికి ఊపిరి నిచ్చింది నా జాతివారు కావడం నా కెంతో గర్వం సుమండీ!

ఇన్ని స్వర్ణ చరిత్రలూ, జీవసంస్కృతులూ, సర్వసంపదలూ నిక్షేపమైన దేశం నాది.

కాని ప్రయోజనమేమి? నడుమంతరంలో దానికి దారిద్ర్యం దాపురించింది. నడుమంతరంలో ఏదొచ్చినా నిలువ దంటారు కదండీ మీబోటి పెద్దలు! కానున్నదాన్ని కాలమే తీర్చుతుంది.

ఇవీ స్థూలంగా నా మహాభారత స్వరూప స్వభావాలు. అటువంటి మహాభారతానికి మణిపూస ఆంధ్రదేశం. ఇది తెలుగుబిడ్డల ప్రియతమమైన మాతృగడ్డ!

బ్రిటిషు కీచకులు పెట్టిన కృత్రిమ హద్దుల్ని భేదించుకుపోతేనే గాని మీరా తెలుగుగడ్డను త్రొక్కలేరు. చూడండి! నా మహాభారతానికి దక్షిణంగా వుంది చెన్నరాష్ట్రం-నిజానికి చెన్నరాష్ట్రమనే జాతివా రెవరూ యెక్కడలేనప్పటికీ - జాతితో నిమిత్తంలేని ధృతరాష్ట్రులు దీనిని

సృష్టించారు. ఇందులోనే ఆంధ్ర, తమిళ, కేరళ జాతులు బంధించ బడ్డాయి.

ఈ చెన్నరాష్ట్రంలో పాదం పెట్టగానే మీకు ముందు తగులు తుంది - ఆంధ్రదేశం - సర్వసంపదలూ దానిసొత్తు. ఇంచుమించు యింగ్లండు దేశమంతటి జనాభాను ఇంగ్లీషు దొరలు యిక్కడే వుక్కు గొలుసులతో బంధించారు.

కాని ధైర్యసాహస పరాక్ర విక్రమాలకు పుట్టినిల్లయిన ఆంధ్ర దేశం ఆ వుక్కు గొలుసులను త్రెంచుకోడానికి వుప్పెనలా పొంగిం దొకరోజున, మహాభారత చరిత్రలోనే ఒక జాతి యింతటి ఘన చరిత్రను సాధించి వుండలేదు. భారతదేశం అనేక మహోద్యమాలు నడిపింది. బెంగాలు విభజనోద్యమం విదేశ వస్తు బహిష్కరణోద్యమం, శాసనో ల్లంఘనోద్యమం, కడకు విప్లవోద్యమాలు కూడా ఆంధ్రమహోద్యమానికి సాటిరావు.

ఆనాడు ఒక్కొక్క ఆంధ్రుడు ఒక్కొక్క పోటెత్తిన సముద్ర మైపోయాడు. సీతాకోక చిలుకల్లాటి శృంగార యువతులుకూడా, పూల శయ్యలపైన హంసనడకలకే కందిపోయే పాదాలతో కదంత్రొక్కి ఆంధ్రో ద్యమ అగ్రశ్రేణిలో నిల్చి సన్నని గొంతుల్ని, విప్లవావేశంతో పెకల్చి, చెవులు చిల్లులుపడేలా రొదెత్తి ఎలుగెత్తి ముందుకుసాగారు.

పిండితే పాలుగారే, పసికందులు కూడ, పోలీసు లారీలను ఎక్కడి కక్కడే ఆపుచేసి, జై ఆంధ్ర, అనిపించి మరీ పోనిచ్చారు. భారత చరిత్ర లోనే తొలిసారిగా, పోలీసుల ఉక్కు టోపీలను తీయించి, శిరస్సు మోడ్పిం చిన ఘనత తెలుగు బాలురదే అయింది.

ఆనాడు రాజ్యాంగ యంత్రమే స్తంభించి పోయింది. త్రుప్పుపట్టిన బ్రిటిషు దొరలనాటి పాతసంకెళ్ళు పటపటా పగిలిపోయాయి. మహాంధ్రో దయమైంది. చెన్న రాష్ట్రం పేరు భారతదేశ పటంలో చిరస్థాయిగా చెరిపే కారు-ఆంధ్రులు, ఇప్పుడు ఆంధ్రజాతి ముక్కోటి బిడ్డల పసిడిగడ్డ.

రండి? మీరు చూడాల్సింది, వినాల్సింది యీ పసిడి గడ్డలోనే వుంది. అగో అటు ఒరిస్సా, మధ్యప్రదేశ్‌లకు మధ్య, ఇటు విశాఖ, ఖమ్మం, ఉభయగోదావరుల కానుకొని గుండెకాయలా వుంది- చూశారా!

2

ఇదిగో! ఇదే మన్యం. తెలుగుదేశానికిదో నందన వనమే. ఇదెంత మనోహర సుందర ప్రదేశమో చూడండి.

స్వేచ్ఛా వసంత మారుతం ప్రత్యూషపు టంచులను తాకుతుంది. నదీ నద పుష్ప ఫలవృక్ష సముదాయమైన ఆ మన్యపు నందన వన వర్చస్సు సర్వతోముఖ శోభతో తొణికిసలాడుతోంది. నవప్రపుల్ల పూరిత మైన ఆ నందనవన మేనిపై అప్పుడప్పుడే వసంతభానుని నులువెచ్చని వేడి కిరణాలు పడి చక్కిలిగింతలు పెడుతున్నాయి. ఆ సువర్ణకాంతులకు చెట్ల నూగిసలాడుతున్న పండ్లగుత్తులు ధగ ధగ మెరుస్తున్నాయి. ఆ వసంత పవనాలకు పసందుగా, పసిడిఛాయలు గుప్పిస్తున్న పనస తొనలు మధురిమల నెగజిమ్ముతూ నోరూరింప చేస్తున్నాయి. ఆ మంచి గంధపు తరువు సుగంధం .... ఆహా ! ఇవన్నీ మీకో ప్రమోదమైన మధురానుభూతిని స్మృతిపథంలోకి తేవడం లేదూ ?

ఆనాడు ఆ వనదేవత సర్వాభరణాలంకృతయై చిలకాకు పచ్చని చీర ధరించి, నవయవ్వనంతో మురిసిపోతున్నట్టుందికదూ? స్వభావాన్ని పరిశీలించడానికి ఇంద్రనీలాల కాంతిపుంజాలను వెదజల్లుతున్న ఆ నేరేడు పండ్లే చాలు. ఆ పండ్లపైపూత ఆ వనదేవత ముఖ విషాద చిహ్నాలను చూసే నలుపు పూత కాదు. శాంతిని సూచించే పై నీలకాంతీ, క్రాంతిని సూచించే లోఅరుణచ్ఛాయలూ ఆ వనదేవత శాంతి, క్రాంతి స్వభావాల్నే వుద్దీపింప చేస్తున్నాయి.

రెమ్మ రెమ్మనా, ఆకు ఆకునా, పండు పండునా పడివున్న హిమ బిందువులు, ఆ సువర్ణ కిరణ ప్రసరణకు నవరత్నాల్లా మెరిసిపోతు న్నాయి. వెలగ ఫలాలపై నున్న హిమబిందువులు వజ్రాలైతూ రాళ్లలాగను నేరేడు పండ్లపై నున్నవి ఇంద్రనీలాల్లాగనూ, గులాబీలపై

నున్నవి మాణిక్యాల్లాగను దాని విచ్చిన తొనలపై నున్నవి గోమేధికాల్లా గనూ తళతళ లాడుతూ తరింపచేస్తున్నాయి ?

ఆ కొండలమధ్య అదే గౌతమీ గోదావరి - వెనుకెప్పుడో ద్వాదశ వర్ష మహాక్షామం వచ్చినప్పుడు అన్నార్తులకోసం గౌతముడు సృష్టించా డంటారు. ఇదొట్టి కట్టుకథే అనుకోండి, అయితే మనకేం ? యిప్పుడు యీ నదీజలం మన కుపయోగపడుతున్నది - అటువంటి క్షామ నివారణ కేగా. ఈ నది పడమర బొంబాయి రాష్ట్రంలో నాసిక్‌వద్ద పుట్టి దక్కను పీఠభూములగుండా మన్యంలోకి ప్రవహిస్తోంది.

స్వేచ్ఛా సంచారానికి అలవాటుపడ్డ దాని అలలు ఆ పాపి కొండల మధ్య బంధించబడ్డా, నిరంతరం పోరాడుతూ ముందుకు విజృంభిస్తూనే వున్నాయి. ఆ నదీ స్రవంతీ తుషారాలు ఆ కొండల మధ్య పేరుకున్న నిశీధాన్ని వేటాడుతున్నాయి. వర్షర్తువు వచ్చిందా? రత్నకంబళి పరచి నట్టున్న పచ్చని కొండలు ఆ అలల శిఖరాలను ఎక్కి త్రొక్కినా, ఆ నదీతరంగాలు నురగలు గ్రక్కి "స్వేచ్ఛా శక్తికే అవరోధమా !" అని పళ్ళు పటపట కొరికి ప్రణయఘోషలు పెట్టి తమ నిర్బంధాన్ని గుర్చి ఆందోళనతో హోరెత్తి పోరాటం చేస్తాయి. ఆ తీవ్రతకు తట్టుకోలేక ముక్క ముక్కలుగా కూలిపోయే కొండలను చూచి, సూర్యుడు కూడా విరగబడి నవ్వుతాడు. అవునుమరి! తన కిరణ ప్రసరణకు కూడా అవ రోధం కలిగిస్తున్న ఆ కొండలు కూలిపోతున్నాయంటే, ఆ సూర్యునికి మాత్రం ఆనందం కాదంటారా ?

ఆ దృశ్యం నిద్రిత మానవకోటి వెన్ను చరిచి లేపి ఒక చారిత్రక సత్యాన్ని మన కళ్ళ ముందుకు ప్రత్యక్షం చేస్తోంది. చూడండి ! మాన వుడు సుఖజీవితం కోసం తనకు ఆటంకాలుగా వున్న ప్రకృతి శక్తులకు వ్యతిరేకంగా పోరాట ధ్వజం ఎత్తాడు. విజయ పరంపరలు చేప ట్టాడు. లోకంలో తన్ను పీడించి పీల్చి పిప్పిచేస్తున్న శక్తులను నాశనం చేయడానికి తన మహోష్ణ హృదయాన్ని మండించి కవోష్ణ రుధిరాన్ని చిందిస్తున్నాడు. ఈ నూతన పోరాటంలో సంపూర్ణ విజయాన్ని చేపట్టి, పాత కొత్తల మేలు కలయికలతో ప్రతిసృష్టిని చేసేరోజు దగ్గరపడు తోందనేదే ఆ సత్యం.

ఆ సత్యాన్ని సాధ్యమైనంత శక్తివంతంగా చిత్రించడానికి ఆకలితో అరచే ప్రేగుల్ని అణుచుకొని, కనులపై కునుకు మరచి ఆవేశంతో గుండెను క్రొవ్వొత్తిలా కరిగించి ఆ వెలుతురులో అన్వేషణ చేస్తున్నాడో నవకవి.

అదిగో ! చూడండి : చీకటి పడుతోంది. వెను దిరగకండి - రండి ! చీకటిలోనే, నిశాంత ప్రశాంతంలోనే, మనకు కావలసిందల్లా దొరుకుతుంది. పగటిలో, దొరికేదల్లా నీ మనస్సును, హృదయాన్ని చీకాకుపరచే నిత్యజీవిత సమస్యలే.

చరిత్రలోని కఠిన సత్యాన్ని వెలికి తీయడానికి ఆ చరిత్ర మహాసాగరమైనా దానిలో లోలోతులకంటూ పోయి సత్యాన్ని వెతికి పట్టుకోడానికి ఎంత తంటాలు పడుతున్నాడో ఆ కవి ?

మింటిని కారుచీకటి క్రమ్ముకుంది. మింట నక్షత్ర కాంతులు మిల మిల మెరుస్తున్నాయి. అదిగో ! ఆ దూరంగా, నక్షత్రకాంతులకు ఓ పర్ణ కుటీరం రజిత ఛత్రంలా మెరిసిపోతోంది. ఆ కుటీర కాంతులకు పులకితమై చుట్టూవున్న లతానికుంజాలు చిరునగవులు చిందుతున్నాయ్.

ఆ కుటీరంలో ఓ మూలగదిలో ఓ టేబిలు కనబడుతోంది. దానిపై ఓ డూమ్‌లైట్, బిగ్‌బెన్ వున్నాయి. లైటు వెలుతురులో కొట్టివేతలతో నిండిన కాగితా లున్నాయి. ఆ కాగితాలపై రాస్తూవున్న కలం నడక ఆగింది. ఆ కవి ఎంత తీవ్రంగా ఆలోచిస్తున్నాడో చూడండి. బిగ్‌బెన్ "టక్....టక్...." మని కొట్టుకుంటూ, అతని మెదడులోని సంఘర్షణను ఒంటిగంట పైకి వచ్చినట్టు చూపుతోంది.

చేరువనే వున్న స్తంభానికి అతని ప్రియురాలు లతలా చుట్టుకొని సోలిపోయింది. పాప మామె తన ప్రియునితోపాటు, అలా జాగారాలు, నిరాహారాలు చేస్తూనే గడిపేస్తోంది. ఆమె కందులోనే ఆనందం ! ఏమైనా ఆమె శరీరం నిప్పులా వుండి తీరుతుంది. ఏకాగ్రతలో నున్న ఆమె చూపులన్నీ, తన ప్రియుని కలంపైనే లగ్నమై వున్నాయి.

కవి కలం నడక ఆగిపోయింది. అతని కన్నులనుండి ఓ కన్నీటి కణం, అతనికి తెలియకుండానే, ఆ కలం పాళీనుండి కాగితంపైకి పాదరసంలా చర్రున జారిపోయింది.

ఆమె హృదయం ద్రవించింది. సహనాన్ని కోల్పోయి అశ్రురుద్ధ కంఠంతో ఆ ప్రశాంతానికి అంతరాయం కలగకుండానే అంది—

"ఎందుకండి అంత మదన ? సద్దణిగిన యీ నడిరాతిరి, ఆకలితో, తల పగిలే తలపులతో, మనలను కనికరించ కసాయి గుండెల కోసం మీ నెత్తుటిని, కన్నీటిని, గుండెను, పిండి .... ?

కవి బాధపడ్డాడు. "శశీ" అని ఒక్కసారిగా వురిమాడు. శశి త్రుళ్ళి బొమ్మయిపోయింది. అప్పుడు జాలిగా అన్నాడు.

"పోనీలే ! మన గుండెల బలిదానం జగత్కల్యాణానికో పచ్చని తోరణం కాగలిగితే సంతోషిద్దాం. మన నెత్తుటి కన్నీరు పదిమంది సుఖం కోసం వెచ్చని పన్నీరై పొరలితే ఇక మనకు కావలసిందేమిటి ? పిచ్చిదానా ? అందరి బాధనూ తన గొంతులో నిలిపి ఆలపించ గలిగితేనే మహానందం. ఇక నిద్రపో !" అంటూ శశి నడుంకు తన చేతుల్ని చుట్టి బుజ్జగిస్తూ మంచంపై పరుండబెట్టి, కాళ్ళవద్ద నున్న దుప్పటిని, కంఠం వరకూ కప్పి తల నిమిరి నుదురు ముద్దు పెట్టుకుని వచ్చి మరల కుర్చీలో కూలబడ్డాడు. కాని రాయలేకపోయాడు. కన్నులు మూతపడ్డాయ్.

ఆకాశంలో మేఘాలు గుమిగూడాయి. ఇద్దరూ గాఢనిద్రలో మునిగిపోయారు.

గుమిగూడిన మేఘాలు ఒక్కసారిగా వురిమాయి. ఆ వురుములు రామంను మాత్రం కదలించలేదు. శశి కాస్త కదిలింది.

ఉరుములతోపాటు విపరీతమైన గాలి, తుఫానా అన్నట్లు హోరు మనిపించింది.

ఉరిమే మేఘమే వర్షించాలి - న్యాయంగా. కాని అలా జరగలేదు.అది వసంత ఋతు మహి మనుకుంటా! గాలిమాత్రం తుఫానులా విరుచుకుపడి, ఇంటి తలుపులు "ధనా"మని తన్నివేయడం టేబిలుపై నున్న రాసిన కాగితాలపై ప్రక్కనే వున్న లాంతరు "టపీ"మని పడి గప్పున వెలుగు రావడం శశి "కెవ్వున" కేకేసి, భగ్గుమన్న మంటపై చేతు లేయడం ఒక్కసారిగా జరిగాయి.

ఈ ధ్వనులకు రామం మెదడు ఝాడించిలేచి, శశి రెండు చేతులూ పట్టుకొని వుద్రేకంతో అన్నాడు—

"శశీ! కరుడుగట్టిన మొరటు సామ్రాజ్యంపై కత్తికట్టి నిప్పులు కురిపించిన ఒక మహామొనగాని కావ్యాన్ని కాపాడావ్!"

ఇంతకీ కాగితాలు మాత్రం తగలబడలేదు. పడిన లాంతరు నుండి వొత్తి దూరంగా పడి భగ్గుమన్నదంతే. ఇక తీరా చూచుకొనే సరికి, తను చేతులేసి ఆర్పినది లైటువొత్తే. కాగితాలు భగ్గుమన్నాయని నిద్ర కళ్ళతో వూహించిందంతే.

వెంటనే శశి వుత్కంఠతో అడిగింది.

"ఎవరా మహా మొనగాడు?"

రామం గోడకున్న ఓ బొమ్మను చూపించి—

"అదిగో! చూడు నా మెదడులోని నిటలాక్షుని డమరపు ధ్వనికీ, అభిమన్యుని ఆవేశానికి ....ఆయన మొనగాడు."

శశి నివ్వెరపోయింది. ఆ చిత్రంలోని మూర్తి నిజంగా అంతటి వాడు కాకపోతే, రామం ఎందుకంత అహర్నిశలూ శ్రమించి, జీవిత మథనంలోని హాలాహలాన్ని తాను త్రాగి అమృతాన్ని అందరికీ అందివ్వా లని ప్రయత్నం చేస్తాడు?

ఈ ప్రశ్న ఆమెను ఆ చిత్రంవైపు మరింత దృష్టి సారింప చేసింది. శశి కన్నులు విరిసాయి. వెంటనే అడిగింది—"రామరాజా! అని.

"కాదు. కిరీటం గల కసాయి రాజును కొండలా ఢీకొన్న కిరీటం లేని రాజీయన....కాని—" అంటూ రామం గద్గదంగా యింకా ఏదో అనబోతుండగా శశి ఆత్రుతతో మధ్యలోనే ప్రశ్నించింది. రామం భుజాలు నొక్కిపట్టి "కాని ....?"

"తల పగులగొట్టుకుంటున్నా, ఆ మహనీయుని చరిత్ర రచనకు నా వేగం నా శక్తి చాలడంలేదు శశీ!" అంటూ ఆవేదించాడు — రామం.

చేస్తున్నవానికి తట్టనివి, చూస్తున్నవానికి తడతాయి కదండీ! అందులో స్త్రీ బుద్ధి అతి సున్నితం.

వెంటనే అంది శశి,

"మీరే అనేవారుగా, మన్యంలో రాజు పేరు చెబితేచాలు, గాలితో గడ్డిపరకలు కూడా పోట్లాడతాయనీ, ఆయన కథలు చెప్పుకొనేటప్పుడు కోయలు తిండే మరచిపోతారని."

గ్రుడ్డివానికి ఆపరేషను చేసి కట్టుకట్టి అది విప్పిన రోజున అంత వరకూ చూడని ప్రపంచం ఒక్కసారిగా కనబడిన వాడిలా; — రామం పొంగిపోయి అమాంతంగా కౌగిలించుకున్నాడు—

"బాగా జ్ఞాపకం చేసేవ్-శశీ! నిజంగా నా భావాల గనివి. అవును అక్కడికే వెళ్ళి నేనీ చరిత్ర రాస్తా!" అంటూ వెంటనే పైకి లేచాడు.

మీ రడగొచ్చు! "కోయవాళ్ళ నడిగి చరిత్ర రానే దేమిటని!"

అదే మీ ప్రశ్న అయివుంటే చాలా పొరపాటు పడతారు. అసలా పొరపాటుకు కారణం మీరు కాదనుకోండి. చరిత్రనేది ఏ నవాబులదో, రాజులదో, చక్రవర్తులదో అని, ఆ నవాబుల్ని, రాజుల్ని, చక్రవర్తుల్ని గద్దెదించిన ధైర్య సాహస పరాక్రములైన ప్రజలది కాదని, కాగితాలు ఖరాబు చేసి, మీ హృదయాలను మలినం చేసి, మీ బుర్రలకు మసిపూసి మారేడుకాయ చేసిన చరిత్రకారుల ననాలి.

కాని యథార్థం గుర్తించగలిగిన వాడే ప్రగతిశీలి. ఆ కోవకు చెందినవాడా కవి కాబట్టి నేరుగా ప్రజలవద్దకే బోవ నుంకించాడు. రామం లేచాడో లేదో శశి - "నేనూ వస్తా!" అంటూ రామం చేయి పట్టుకొంది.

"వద్దు మన్యం కీకారణ్యం." అని భయపెట్టాడు.

"మీ నీడలోనా నాకు భయం!" అని ఎదురు ప్రశ్నించింది శశి. కాదని యింకా ఏవేవో పులి, పుట్ర, పాము,పురుగు కథలు చెప్పి ఆపు చేయాలను కున్నాడు రామం. "నేను మీతో లేకపోతే మీ భావా లే గని లోంచి తీస్తారు" అన్న ప్రశ్నకు రామం నవ్వి లొంగిపోయాడు. త్రోవ చూపుతున్న నక్షత్రకాంతిలో ఆ సతీపతులు పయనమయ్యారు.

ఇక చూడండి—ఆ సతీపతుల సత్యాన్వేషణ!

వారినో దివ్యశక్తి నడుపుతోంది. ఒక మహాకాంతి త్రోవ చూపు తోంది. వారిని నడిపే శక్తి మీకూ, నాకూ కనబడదు.

పొదలను, గుట్టలను దాటి ఒక కూడలి చేరారు. కాని వారి ప్రయాణం గడుమన్యానికి - మన్యంలోనే మరీ మారుమూల ప్రాంతాన్ని గడుమన్య మంటారులెండి. కొత్తవాడు వెళ్ళాడా? మలేరియా నిలువునా తినేస్తుంది. గ్రీష్మంలోనే అక్కడ మంచు కురుస్తుంది. ఏ గుంటలోనో,

ఏ సెలవలోనో చేయి పెట్టామా? బదరీనాథ్ వెళ్ళిన మన పెద్దలు చెప్పి నట్లు చేయి శిలై పోతుంది - అంటే అంత చలి.

3

రామం శశిలు కూడలి చేరి గమ్యాన్ని చేరే బాటకోసం నిరీక్షిస్తు న్నారు. వాళ్ళ భుజాల్ని రెండు మూటలున్నాయి. చలి కొరుక్కుతింటోంది. కారుచీకటి, చీమ చిటుక్కు మనడంలేదు. పైగా కీకారణ్యం. ఈ లోపులో ప్రక్క పుంతలోనుండిఓట రెండెడ్ల బండి ఆ కూడలి చేరింది. వాళ్ళకు ప్రాణాలు లేచి వచ్చినట్టయింది. వాళ్ళకంటే ముందు బండివాడే ప్రశ్నిం చాడు—

"ఏ వాడ పోతరు బా?"

"కృష్ణదేవు పేట!"

"రండి బా! నా బండి పోతది!" అని బండి వాడనగానే వాళ్ళ ఆనందానికి మేరలేదు.

శశి రామంలు ఆనందంతో ఒకరి మొహం ఒకరు చూచుకున్నారు.

"అలా చూస్తారేం బా! పాపం ఏడనుండో కటిక చీకటిలో వత్తుంన్రడు! ఇంత రేతిరికాడ ఏడపోతరుబా! నా బండి కాళీగా పోతున్నదే!" అన్నా డా బండివాడా ప్యాయంగా.

రామం కళ్ళలో పువ్వులు, శశి కళ్ళలో వెన్నెలా విరిసింది. రామం శశితో విరిసిన కళ్ళతోనే అన్నాడు—

"చూశావా శశీ! కల్లాకపటంలేని ఆ కోయదొర హృదయం!" బండివా డందుకొని –

"ఇదేం భాగ్గింబా! నా బండి ఎట్టాగూ పోతది. అయ్యోరి నందాకా ఎక్కుస్తేనే భాగ్గిం పోతదాబా!" అంటూ బండి దిగి వారిని చేజేతులా బండెక్కించి, "ఛిర్, ఇస్సప్పా!" అని ఝంచా విదిళించేడు. ఎడ్లు దౌడు తీశాయి.

అకాశంలో మబ్బులు కూడా చెదరిపోయి మార్గాన్ని తేటతెల్లం

11

చేశాయి. బండి వెడుతోంటే, రోడ్డు వెనక్కి పరుగెడుతోంది - మానవుని పురోగమన ధాటికి, ముసలికాలం వెనక్కి పారిపోతున్నట్టు.

బండిలోనున్న శశికి, ఆ చలిగాలి, చెవులను చిల్లులు పొడుస్తున్నట్టుగా వుంది. అసలే అతి మృదువైన శరీరం, లంగాపై చుట్టు తిరిగిన వాణి వీపుపై వ్రేలాడుతూ, గాలిలో రెపరెపలాడుతోంది. ముంగురులు పిట్ట రెక్కల్లా మొహానికి కొట్టుకుంటున్నాయి. బండి సాగిపోతోంది. రాను రానూ లోకం తెల్లవారుతోంది.

యౌవ్వనంలోనున్న ప్రకృతికాంత వొళ్ళు విరుచుకుంటూ సూర్యోదయానికి ఎదురు చూస్తోంది. సూర్యుడామె వన్నెల చెలికాడు. సూర్య దర్శనంతో ఆ కాంత నవనవోన్మేష వుత్సాహ తరంగ డోలికల నోలలాడుతుంది. తన చెలితో సయ్యాట లాడుతున్నట్టు సూర్యుడింకా కొండల చాటున నక్కాడు, ప్రకృతికాంత పసిగట్టింది. అతని సప్తరంగుల సహస్ర కిరణ కాంతుల వెలుగులు ఆమెపై బడ్డాయి. వెంటనే ఉవ్వెత్తుగా లేచి ఆ కిరణ కరాలను పట్టుకుంది. గత్యంతరం లేక, సూర్యుడు చిందులు త్రొక్కుతూ ఆ ప్రకృతి కాంత ముందు బాలుడై ప్రాఙ్మండలాన్ని ప్రత్యక్ష మయ్యాడు.

తన్మయానందంలో రామం శశితో — "చూశావా శశీ! ఇక్కడి ప్రకృతి సౌందర్యం కళ్ళకు కట్టినట్లెలా తొణికిసలాడుతోందో!" అంటూ ఆనందంగా, శశిని లేవనెత్తి, బండి కొయ్యలు పట్టుకొని ప్రకృతి శోభను చూపుతున్నాడు.

ఆనాడు ప్రకృతిలోని శక్తులన్నీ పరవశం చెందినట్టున్నాయి. బాట గుండా నిటారుకొండలు ఎంతో దృఢంగా సగర్వంగా ఆకాశాన్ని చుంబిస్తూ నిలబడి ఆ బండిపై వస్తున్న ఆ ఆగంతకులకు సౌహార్ద్ర పూరితమైన స్వాగతాన్నిస్తున్నట్టున్నాయి.

బండి రెండు కొండల బారుల మధ్యనుండి ఓ వంతెన దాటి పల్లంలో దఢదఢలాడుతూ పరుగులెడుతూంటే ప్రక్కనే నాట్యంచేస్తూ ప్రవహిస్తున్న నిర్ఝరులు పోటీపడుతున్నట్టున్నాయి. ఓ ఎత్తైన కొండపై నుండి ఆ దృశ్యం చూస్తోంటే పరమశివుని కంఠంలో, కటిపై, సర్వాంగ సుందరంగా ఎగబ్రాకుతూ సయ్యాట లాడుకునే నాగేంద్రాల్లా కమఠుడు

తున్నాయి. ఆ నిర్ఝర ప్రవాహానికి ముందు ఆ బండి నాగభూషణుని ప్రియమైన నాగేంద్ర శిరములా గిర్రున పరుగెడుతున్నట్టుంది. ఆ బండిపైనున్న బండివాడు, రామం, శశిలు ఆ నాగేంద్రుని శిరస్సులోనున్న మూడు మణుల్లా ప్రకాశిస్తున్నారు.

తన హృదయ కవాటాన్ని బాహటంగా తెరచిన మన్యం మహా సౌధంలోనికి నేరుగా, నిరాటంకంగా సాగిపోతోంది—ఆ బండి!

దారి ప్రక్కనే ఉన్న ఓ పల్లెలో గ్రామిక జనుల కలకలధ్వానాలు వినిపిస్తున్నాయ్. ఆ ధ్వనుల్లో, సర్వమానవ ప్రపంచానికీ వస్త్రదస్త్రాలిల పంచి, సొగసుకత్తెలకు చీని చీనాంబరాల నందించే, మగ్గం పగ్గంలాగు తున్న చేనేతకాని ముందు పలకలో కోలాహలంగా గంతులేస్తూ నాట్యం చేసే నాడికదముల గజ్జెల చప్పుడూ, లోకాల కన్నదానము చేస్తున్న అన్నదాతల అర్ధాంగులు, ఆరుబయట, "సువ్వా! సువ్వా!" అని సంగీతం తీస్తూ నవధాన్యాలు దంచుతున్న రోకటి ధ్వనులూ, కృషీవలుల కేరింతలతో వ్యవసాయానికి సాగుతున్న గోగణాల గంగడోలుల నూగిసలాడుతూన్న గంటల గణగణారావాలూ - అన్నీ మిశితమై వున్నాయి.

రామం శశితో మహా సంబరంగా -

"చూడు శశీ! నిజంగా మన్యం ప్రేమలు పూసే ఆనందసంధాయకమైన మహోద్యాన వనంలా లేదూ?" అంటూ, శశి అందాన్నంతటినీ పుణికి పుచ్చుకొని ఆమె చుబుకానికి, చెక్కిళ్ళకూ మధ్య నిలిచిన పుట్టుమచ్చపై జాయిగా చిటికె వేశాడు.

బండి ఓ గుంటలో గతుక్కున పడింది. శశి రామం వక్షం పైకి తూలింది.

క్రమేణా బండి, ఒక కొండబారుకు అనుకొనివున్న ఓ పెద్ద కారడవి పుంతలో ప్రవేశించింది.

అనూరుడు చకమని ఖంచా ఝుళిపించగానే ఆ సప్త హయముల సూర్యరథం పరుగును తీవ్రతరం చేసింది. వాడి, వేడి హెచ్చింది. అయినప్పటికీ, దట్టమైన ఆ కీకారణ్యంలో ఆ వేడి బండికి సోకడమే లేదు.

భీతావహం కలిగించే ఆ క్రూరమృగ నివాస భూయిష్టమైన కీకా

తణ్యంలో చొర శక్యంగాని పొదలను చీల్చుకుంటూ దప్పుల చప్పుడు వినబడుతోంది.

బితుకు బితుకు మంటున్న శశి ఆ చప్పుడుకు కాస్త కుదుట పడ్డాయి. ఆ చప్పుడు ఒక కొండ నంటిపెట్టుకునే ఆ కొండ దిగువనుండి కొండపైకి ఓంకార ధ్వనిలా ఎగ్రబాకుతూ వస్తోంది.

ఖంగారు పడుతున్న ఆ జంటతో, బండివాడన్నాడు--

"ఇది మా కోయోళ్ళ వేటలేబా! మా సర్దాగా వుంటదిబా!

ఆ రోజు ఓ గ్రామస్తులు సమిష్టి వేట కెళ్ళారు. సమిష్టివేట సాముదాయక సమాజ లక్షణం! యింగువ కట్టిన గుడ్డకు వాసన పోనటు నేడీ మన్యం భూస్వామిక నిరంకుశ పాలనలో సతమత మవుతున్నా, ఆ భూస్వామిక యుగానికి పూర్వపు లక్షణాలైన సాముదాయ చిహ్నాలింకా మిగిలే వున్నాయి. సాధారణంగా, ఒక భవిష్యత్కాలపు సమాజం, వర్త మాన గర్భంలోనే పెరుగుతుంది. అలాగే భూతకాలపు సమాజ లక్షణాలు వర్తమానంలో అణిగిమణిగి చోటు చేసికొని వుంటాయి. కార్తీకమాసం వచ్చిందంటే, మీరు సంతర్పణలు చేసుకుంటారు. అవి మన పూర్వపు "సమిష్టి" బోజన లక్షణాలే అని మరచిపోకండి.

నిజంగా నేడు ఈ మన్యంలోని సమిష్టి వేట లక్షణం పరాన్న భుక్కులకు చెప్పుదెబ్బ. ఎందుకంటారా? ఒక్కొక్కడు కూలీలచే అడ్డమైన వెట్టి చాకిరీ రాత్రింబవళ్ళు చేయించుకొని కూలికోసం నానా బాధలు పెడుతూ ఇదంతా నీ ఖర్మంరా! అని వాడేదో పెట్టిపుట్టినట్టు చీదరించుకుంటాడు. ఈ ఖర్మ మధ్యకాలంలోనే వచ్చిందని,పూర్వజన్మ సుకృతం కాదని, పూర్వం మానవుడు విశృంఖల విహారి అని యీ 'సమిష్టి' వేట లక్షణం ఎలుగెత్తి చాటుతోంది.

ఇక చూడండా మన్యం వీరుల వేట. దప్పుల ధ్వని మరీ తీవ్ర మైంది. ఆ ధ్వనిలోని ఓంకారనాదం - ఆ కొండ తుప్పల్లో చిక్కుకున్న క్రూరమృగాన్ని కార్చిచ్చులా దహించేసింది. ఆ ధాటికాగలేక ఆ మృగం కొండ శిఖరంపైకి వచ్చేసింది. దాన్ని వెన్నంటే, కొండచుట్టూ పైకి ఎగ బ్రాకి, పద్మవ్యూహం పన్నినట్టున్న ఆ మన్యంవీరుల్లో ఓ యువకుడు—

"ఆ! మామా! ఇదిగో పచ్చ బగ్గీలు, చిరుతపులి కాదది - పెద్దపులే!" అని అరిచాడు.

ఆ పెద్దపులి ఒక్కసారిగా ఘాండ్రించింది. శశి "కెవ్వు" మంది రామం గుండె కదుంకున్నాడామెను.

"ఇక దప్పులు పడేసి బాణాలు వేయండహే!" అన్నాడో వేట గాళ్ళ పెద్ద.

వెనువెంటనే ఝూంకారాలు మిన్నుముట్టాలు. అందరూ ఒక్క మారుగా ధనస్సుల కమ్ములు సంధించి, చెవులకంటా నారులు లాగి నలు వైపులనుండి తిన్నగా పెద్దపులి ఎదురొమ్ములపైకి గురిపెట్టి వొదిలారు.

మీ రెప్పుడైనా చూశారా? — జగన్నాథం! జగన్నాథ రథం కదిలిందనగానే ఒక్కమారుగా "హరిహరీ!" అంటూ అరటిపండ్ల వర్షం కురుస్తుంది – అలాగే అ అమ్ములన్ని నేరుగా దాని ఎదురొమ్ముల్లోకి దూసుకుపోయాయ్.

నిశీథ సమయంలో గ్రామంలో చొరబడి అనేక గోవుల్ని ఎత్తుకు పోయి, ఆ కోయల పశుసంపద నంతట్నీ, తన వాడి కోరలతో నమిలి మ్రింగుతున్న ఆ వ్యాఘ్రం "కాండ్రు కాండ్రు!" మని ఘాండ్రిస్తూ కూలి పోయింది.

నలువైపులా తమ దృక్కులు నిగిడ్చి స్వరక్షణార్థం తమ వెనుక భాగాలన్నింటినీ ఒకచోట జేర్చి, గుసగుసలాడుకుంటున్న లేళ్ళసముదాయం ఆ ఘాండ్రింపులకు దద్దరిల్లిపోయి, తలొక త్రోవపట్టి, చెంగుచెంగున దుముకుతున్నాయి. కొమ్మలు మెలిదిరిగిన దుప్పులు ప్రక్క ప్రక్క పొదల్లో కొమ్ములు చిక్కుపడ్డంవల్ల, వచ్చే ప్రాణహానికి గింజుకు పోతున్నాయి.

పక్షులన్నీ గుప్పున చెట్లపై నుండి లేచిపోయి కంగారుగా అరుస్తు న్నాయి.

"అదిగో మామా! తీతుకపిట్ట అరుస్తోంది కీడుకొట్టేలా వుంది." అన్నాడో మధ్యవయస్కుడు. అతని ముఖ లక్షణాలు చూస్తే ఆ వెనుక బడిన మన్యంలోని మూఢనమ్మకాలన్నీ గుర్తుకొస్తాయి.

కిడూ గిడూ లేదు. తగిలితే ఆ మొఖానికే తగుల్తుంది. ఇంకా తోకాడిస్తోంది. ఇంకో దెబ్బయ్యండహే!" అన్నాడొక ఆరిందా వేటగాడు.

అంతే. వెంటనే ఆ యువకుడు మరల నారి చెవికంటా లాగి 'రయ్' మని వొదిలాడు-బాణం.

దెబ్బతో ఇక గింజుకోకుండా చచ్చిపోయింది - పులి.

'నూరు గొడ్లను తిన్న మొఖం ఒక దెబ్బకు సఫా!' అంటూ ఎగిరి గంతేసాడా యువకుడు.

శశి "అమ్మయ్య!" అంటూ నిట్టూర్చింది.

"చూచావా ! శశీ! వాళ్ళ కలిసికట్టు! అంత పెద్ద వ్యాఘ్రాన్ని తృటిలో కూల్చగలిగారు!"

"రవి గ్రుంకని బ్రిటీషు సామ్రాజ్యమేలే దొరలనే కూల్చినవాళ్ళకి పెద్దపులొక లెక్కా?"

"అబ్బ! ఎంత ధైర్యమొచ్చింది - మా శశి" అంటూ గిలిగింతలు పెట్టాడు - రామం.

"కిలకిల" లాడుతూ శశి రామం వొడిలో పడింది.

బండి 'చ్రరున' మలుపు తిరిగింది.

మబ్బులు తొలిగిన ఆకాశంపై సూర్యుడు అకస్మాత్తుగా ప్రత్యక్షమై పరుగు పెడుతున్నట్లు, ఆ ఎడ్లు దట్టమైన ఆ అడవి పుంత విడిచి, సమతలంగా వున్న ఓ బీడుబాటపైకి ఎగిరి గంతేశాయి.

ఆ సమతలంగావున్న బీడుచుట్టూ ఉన్న మొగలిరేకుల నుంచి సుగంధం గుభాళిస్తోంది. చల్లని దక్షిణ పవనాలు వీస్తున్నాయి. బండి సాగుతోంది. ఎదుర్గుగా ఆ బీడుకు వేయబడ్డ కంచెవద్ద - ఘర్షణ జరుగుతోంది. ఆ కంచె ప్రక్క బాటకు బండికూడా వచ్చింది.

బండివాని నడిగాడు రామం. "ఏమిటా గొడవ ?"

"ఏముందిబా ఈ వూరి ముఠాదారుడు పోగాలమొచ్చి బీడుకు కంచేయించిండు, ఈ గుంటలు ధిక్కరిత్తుండ్రు."

"ఇంకా మన్యంలో ముఠాదార్ల దౌర్జన్యాలు సాగుతున్నాయన్న మాట !"

"ఇంకేం సాగునులేదా ? కుర్రకారు తెలివిమీరింది !"

అని బండివాడనగానే - ఆ బీడులో కంచెవేసిన ముఠాదారుని ధిక్కరించి, గేదెలపై వచ్చిన పిల్లలు వాటిని దిగి, కంచె తొలగించి "ఓ? నెగనెగవో - మా మొనగాడి, బయలుదేరావ్ ?" అంటూ గేదెలను బీడు లోకి తోలి, ఆ గేదెలపై నెక్కి పిల్లనగ్రోవుల నూదుతూ ఏడిపించారు.

ఆ ముఠాదారు ఆ పిల్లలవద్ద తన పప్పులుడక్క క్రొరగేదెలా ముక్కు చీదరించి అలాగే నిలుచుండి పోయాడు. ఇంతట్లోనే విసిరిన మన్యం గాలి వాడి జుట్టుపట్టి దవుడ చెళ్ళుమనేలా కొట్టింది. అప్పుడు వాని ముఖం చూస్తే రాత్రులు తన అరుపుల ద్వారా కునుకు తీసే పక్షులను చెదరగొట్టి పొడుచుకు తినడానికి గ్రుడ్లప్పగించుకు కూర్చునే గుడ్లగూబ గుర్తుకొస్తుందనుకోండి ! చూడ్డానికి వాడు కురూపి కూడాను. స్ఫోటకం పడ్డంవల్ల కాబోలు చెదపురుగులు దొలిచేస్తే గుంటలు పడ్డట్టు వుందా ముఖం. ఆ ముఖాన్ని చూస్తూ మరీ వెక్కిరిస్తూ పోతున్నారా పిల్ల కాయలు.

రామం తన్మయంతో అన్నాడు :

"శశీ ! పెద్దన్న మనుచరిత్రలో యీ పిల్లకాయల్ని చూసే అనుకుంటాను, 'నిచటబుట్టిన చిగురుగొమ్మైన జేవ' అన్నాడు."

"అదా ?" అని భృకుటి లలాటానికి తాకించింది శశి.

ఆమె తలను కొనవ్రేళ్ళతో దువ్వుతున్నాడు-రామం. సద్దుమణుగు తోంది. ప్రకృతి రమణీయంగా వుంది. ఆ అమృత సదృశమైన వసంత మారుత మధుర వీచికలలో మొగలి పూవుల గుమగుమలలో హృదయ రంజిత శోభాయమాన ప్రకృతి ప్రాభవంలో ఆ నిండు హృదయాలు రెండూ మాలతీ మాధవీ లతల్లా పెనవేసుకుపోయాయి. ఆ తన్మయంలో వారికి బండి ఆగిపోయిన సంగతికూడా తెలియలేదు.

బండివాడు, బండిదిగి, వారి మధురస్వప్నం భంగం గాకుండా అలాగే కొన్ని నిమిషాలు నిలిచిపోయాడు.

పైకెంత మొరటుగా కనపడ్డా చదువు లేకపోయినా, ఆ బండి వాని దెంత సంస్కార హృదయమో గమనించారా ? విద్యాధికులమని విర్రవీగే సంస్కార శూన్యుల్ని, కూలివాడ్ని చూచి ముఖం చిట్లించుకునే

ద్విపాద పశువుల్ని అనేకమందిని రోజూ చూస్తున్న మీలాంటి పెద్దలకు సంస్కారం గురించి వేరే చెప్పనక్కర లేదనుకుంటాను.

పాపం ! అలాగే నిలబడ్డ బండివాడు—ఇక చీకటి పడిపోవడం గమనించి —

"దిగండిబా ? యీడనుండో కోసుడులో రోడ్డు తగుల్తది. ఆ వెంబడే పోతిరా—కృష్ణదేవుపేటబా !" అన్నాడు.

"ఓ" అంటూ తన్మయత్వాన్నుండి కోలుకున్నాయా మధుర జీవులు.

"అబ్బా ! చాలా చీకటిపడిపోయిందే — ఇప్పు డెటుపోగలం!" అంది కాస్త భయంతో శశి.

"ఏముందిబా, కోసుడులో తగుల్తది కృష్ణదేవుపేట. ఈః మాపు కక్కడుండుడిబా,.... మరి నేనొల్లత్తను."

"అలాగే" అంటూ, ఒక రూపాయి తీసి —

"ఏదో—"అనపోయాడు రామం !

బండివానికి కోపం వచ్చింది.

"ఇదేంటిబా ! నేరకపోయి కట్టిని—బండి."

శశి అర్థం చేసుకోలేకపోయింది— "ఏదో మేమూ నీలాంటి పేదోళ్ళమే....మరీ...." అని ఏదో అనబోతోంది ప్రాధేయంగా.

"చక్"మని అందుకున్నాడు బండోడు—

"అదేంటిబా ! దుడ్డుపుచ్చుకుంట మా మన్నెం ఇంటావంటానేదే?"

శశి ఆశ్చర్యపోయి, నిట్టూర్చి— "అబ్బ ! ఎంత వుదారం ?"

"అవును శశీ ! నే చెప్పలేదూ? —ఇవ్వడమేగాని , పుచ్చుకోడం, తెలీదీ కోయలకని ?"

బండివాడి కోపం యింకా ఆగలేదు.

"నేను తొలుతే చెప్తినే — దుడ్డొద్దని. నాలుకోక్కసినా అబద్ద మాడం బా !"

రామం శశిలు తెల్లబోయారా మాటల్కి.

"అవునవును ! నీ ఋణం తీర్చుకోలేనిది."

"ఇంకెళ్ళండి బా ! ప్రొద్దు కుంకిపోనది !" అని బండి వాడన

గానే "అలాగే" అని తల మాత్రం వూపి రామం కొయ్యలా నిలబడి పోయాడు. శశి రామం భుజంపైని, చుబుకమాన్చి బొమ్మైపోయింది.

బండిని తోలుకుంటూ పోతూ ఆ మన్యం మానవుడు వారిని హెచ్చరించాడు.

"భద్రం బా ! అరణ్ణెం !"

బండి కనుచూపు దూరం దాటేవరకూ, వారిరువురూ అలాగే నిలబడి పోయారు.

4

నిశాంగన ఆవులించింది. నల్లటి కురులు పరచి, గుర్రుబెడుతూ నిద్రపోతోంది. భీకారణ్యం. భీకరాకృతి ధరించిన కటిక చీకటి, దానికి తోడు భీతావహం కలిగించే అడవి మృగాల అరుపులు, మిణుగురు పురుగుల కిరకిరలు. వారిరువురూ, గుండె అరచేత పట్టుకొని నడుస్తున్నారు.

పణుకుజారి "కెవ్వు"మంది శశి.

రామం చటుక్కున పట్టుకొని పైకి లాగేడు. అదో కొండశిఖరం. క్రిందికి చూస్తే ఓ పెద్ద అగాధం.— ఈ కొండపణుకు విద్రదొక్కుతున్న యింకో కొండ-క్రింద పారుతున్న సెలయేటి తరంగాలకు కోసుకుపోయి అంతస్తులు తీర్చిన భవంతిలా వుంది.

శశి భయంతో కంపిస్తూంది. కంపనంలోనే అంది- "పదండివెనక్కి."

ధైర్యంగా అన్నాడు-రామం— "కాదు! ముందుకే."

అలా అంటున్నప్పుడు అతడ్ని ఇవతల కొండశిఖరం పైనుండి చూస్తే ఆ మిణుకుమిణుకుమంటూ, అక్కడక్కడ ప్రకాశిస్తున్న నక్షత్ర కాంతిలో — రామం ఓ మహా మానవుడిలా ప్రకృతిని జయిసున్న కర్మ వీరునిలా కనబడుతున్నాడు.

రామం అన్న మాటకు మరీ హడలిపోయింది-శశి !

"అమ్మబాబోయ్! ఇక నా అడుగులు ముందుకు పడవ్..?"

"నే నింటివద్ద చెప్పలేదూ ? కాదు ! — మీనీడలో నాకు భయ

మేమిటన్నావ్ ? శశీ ! తొలిసారిగా నా జీవితంలో వెనక్కి అడుగు వేయిస్తావా ?" అంటూ ప్రాధేయంగా ఆమెవంక చూచాడు.

శశి కొరుకదలే - "ఎందుకండీ ! యీ కారుచీకటి, కారడవిన ?"

"కారుచీకటైనా, కారడవైనా, కార్యవాది ముందుకే పోవాలి శశీ !"

"ఊహూ !" కూలబడింది—శశి.

"ఇదేమి టింత పిరికితనం—భారత స్త్రీ" అని మీరనుకోవచ్చు. కాదు. పురాణ కాలంనాడే మా ఆడోళ్ళు వీరోచితంగా పోరాడారు. నరకాసురుడనే రాక్షసునితో పోట్లాడి కృష్ణుడు పడిపోతే, ధనువు సంధించింది మా సత్య.

భర్త—తన్ను వెంబడించిన యాదవసేనతో పోరాడుతూంటే, రథసారథ్యం చేసింది— మా సుభద్రమ్మ.

చారిత్రక కాలంలో కూడా భారతావనిలో ఏకచ్ఛత్రాధిపత్యంగా తెలుగునాడును పాలించిన వీరరాణి మా రుద్రమ్మ.

ఆదునిక కాలంలో - బ్రిటిషువాళ్ళపై తొలిసారిగా ధ్వజమెత్తింది- మా ఝాన్సీ లక్ష్మి !

ఇలా ఎందరో వున్నారు, అయినా కారడవి, కటిక చీకటి-మాటలా.

శశిని లేవనెత్తడానికి రామం వొంగాడు. ఆ రెండు కొండల మధ్య అగాధంలో అతనికో దీపశిఖ కన్పించింది.

"చూడు శశీ! ఏదో కాంతి కనబడుతోంది పద. నెమ్మదిగా కొండ దిగుదాం." అంటూ శశిని లేవనెత్తి, నడుంపట్టి మెల్లగా రెండు పణుకులు దించాడు.

మరల దట్టమైన పొదలు. భయంకర ధ్వనులు శశి గుండె గుభిల్లుమంది. రామం శశిని సందిటకు లాక్కుని నెమ్మదిగా కొండదించుతున్నాడు.

ముందు మరీ సన్నగా కనబడ్డ దీపశిఖ కాస్త పెద్దదైంది.

శశి మరీ భయపడి కోతిపిల్లలా, రామంకు చుట్టుకుపోయింది. శశి బరువును కూడా మోస్తూ రామం కాస్త క్రిందకు దిగగలిగాడు. తీరాచూస్తే ఆ వెలుతురులో ఆ రెండు కొండల దిగువ సమతల ప్రదేశంపై రెండు నిటారైన మద్దిచెట్లు కనపడ్డాయి. నెమ్మదిగా కాస్త క్రిందికి దిగారు. ఈసారి ఆ వెలుతురురో ఏదో తెల్లగా, స్ఫటికంలా కనబడుతోంది.

శశిని అదిమి పట్టుకొని ఇంకో రెండు పఱుకులు ఎలాగో జారాడు. ఆ స్ఫటికంలా తెల్లగా వున్నది సమాధిలా కనబడింది. అతని ముఖం జేవురించింది. చిరుహాసం మెరిసింది. వెంటనే శశిని తట్టి– "శశీ! ఇదిగో సమాధి."

"సమాధే! అయితే ఇది స్మశానమన్నమాట." హడలింది-శశి. ఆమె ముఖంలో ముచ్చెమటలు పోశాయి.

ఏదో అవ్యక్త కంఠధ్వని వినబడింది—

"హుఁ! స్మశానం. ఎంతటి మూర్ఖులు వీరు. ఇచ్చటనే గధా, ఎందరివో పేదల గుండెలు, కవి కుమారుల సన్నని కలాలు, గాయకుల కమ్మని గొంతులు, నర్తకుల సుకుమార చరణాలు శాశ్వతంగా మూగ పోయాయ్. ఎందరెందరి వీరుల రక్తంతో ఈ స్మశానం పునీతమైందో తెలుసా? ఎందరు ఎన్ని పుటలు రాసినా తరగని ఆద్యంతాలు లేని స్వర్ణ చరిత్ర గనీ స్మశానం."

రామంలో సంతోషకాంతులు వెల్లివిరిశాయి. శశి కంపన తీవ్ర మైంది— "బ్రతికుంటే బలుసాకయినా తినొచ్చు పదండి పోదాం."

"ఎంత బేలవు శశీ! నిజంగా ఇదే స్మశానమైతే, యీ పొలిమేర ల్లోనే ఏదో పల్లె వుండితీరాలి. మనం త్రోవ తప్పామంతే" అంటూ ముందుకు నడిపించాడు.

ఆవేదనతో అడుగంటిపోయి ముడుతలుపడి, నరాలు పొంగిన ముఖంతో ఓ వృద్ధుడు చటుక్కున వాళ్ళ కెదురుపడి "ఎవరు మీరు" అని గంభీరంగా హుంకరించాడు.

ఏమనాలో రామంకు బోధపడలే. ఏదో అనాలని వెంటనే అనే శాడు—"నే నాంధ్రుడ్ని!"

"ఆంధ్రుడవా - పాంథుడా! అయితే చెప్పు! ముప్పయిమూడేండ్ల క్రిత మిక్కడేం జరిగిందో?"

రామంలో ఉత్కంఠ హెచ్చింది. కాని ఆ వృద్ధుడెవరో, ఎందు కంత ఆవేశంతో, అలా అడుగుతున్నాడో అర్థం కాలేదు. కాని తర్కానికి దిగడం ప్రయోజనం లేదనుకొని.

"తెలీదు?" అంటూ వాప్పేసుకున్నాడు.

ఆ మాటలకు ఆ వృద్ధునిలో ఆవేశం పొంగి అంచుల్ని కూడా కోసేసింది. అతని ముఖంలోని ముడుతల్ని బట్టి అతనికి డబ్బై ఏండ్లు దాటే వుంటాయి.

"తెలీదూ? ప్రతి ఆంధ్రుడి హృదయ గర్భంలో చేయిపట్టి దేవుతూ వుండాలిగా?....ఆనాడు తెలుగు తారాపథంలో తళతళ మెరిసిన ఓ తార రాలిపోయింది. వెన్నెల వెలుగులు వెదజల్లిన పున్నమచంద్రుడ్ని పాము మింగేసింది. మా మన్యం తలే తెగిపోయిందిరా?...." అంటూ శక్తి వుడిగిన ఆ వృద్ధుడు వుద్వేగంతో తూలిపోయాడు. ఆ తూలడంలో అతని చేతికర్ర విరిగిపోయింది. తటాలున ప్రక్కనున్న సమాధిపై పడ్డాడు. దెబ్బ తగలకుండా రామం పట్టుకున్నాడు. కాస్త గుండె నిబ్బరత చెందిన శశి అడిగింది...

"ఎవరికోసం తాతా?"

"ఎవరికోసమా? పంచభక్ష్యాలను విసర్జించి హంసతూలికా తల్పాన్ని త్యజించి, పచ్చినీళ్ళనే త్రాగి, కఠినరాళ్ళనే శయనించి, ఒకనాడీ మన్యంలో మహావిప్లవాన్ని రగిల్చి తెలుగుజాతి యశోకాంతులను నేల నాలుగు చెరగులా పాకించిన మహనీయమూర్తి కోసం! బానిసగా చచ్చి వీరునిగా పుట్టండని సందేశ మిచ్చిన శూరుని కోసం!........" అంటూ "రాజా!" సమాధిపై పడిపోయాడు.

రామంకు ఆడబోయినతీర్థం ఎదురయి నట్టయింది. వెంటనే అడిగాడు— "ఐతే ఈ సమాధి సీతారామరాజుదా! తాతా!"

పాపం వృద్ధునిలో ఆవేశం ఆవేదనలోకి మారిపోయింది. హారతి కర్పూరంలా హరించిపోతున్న కంఠధ్వనితో;

"రాజు మామూలురాజు కాదురా! మా మన్యానికి కిరీటంలేని చక్రవర్తి కన్నీరోడ్చిన మన్యంకోసం తన కవోష్ణరక్తం చిందించిన అవతారమూర్తి నాయనా! బ్రిటిషు కవచ శకట సాయుధ బలాల కళ్ళ ముందు తెలుగు కత్తి ఝుళిపించిన మొనగాడు నాయనా—సామాన్యుడా! నా రాజు?" అంటూ ఆవేదనలో అడుగులు తేలిపోయి, తూలి, ఏడుస్తూ "అసలు అ....స....లు"

రామం హృదయం ద్రవించింది.

"తాతా! రవిగ్రుంకని బ్రిటిషు సామ్రాజ్యాకాశంలో పట్టపగలే చుక్కలు మొలపించి తెలుగుజాతికి ఖండఖండాంతర ఖ్యాతి నార్జించిపెట్టి వీరమరణం చెందిన ఓ మహావీరుని గురించింత విచారమెందుకు?"

"విచారం కాదురా! హృదయక్షోభ, అసలు జీవితపు టంచుల తీపినైన చవిచూడని నూనూగు మీసాల పాతికేండ్ల పసిబాలుని చిత్రహింస చేసి, యిదిగో, యిక్కడే ఆ తెల్లకిరాతకులు చెట్టుక్కట్టి కాల్చేశారురా!" అంటూ తన వ్యధను ఆపుకోలేక, అనుకోకుండానే అతని చేతిలోనున్న నలిగిన మన్నును క్రింద రాల్చాడు.

రామం విలపించాడు- "ఎంత దారుణం?" అని శశి ఆ వృద్ధుని బాధను వినలేకపోయింది. కనుకొలుకుల నిలిచిన బాష్పపూరములు ఆమె నునుబుగ్గలపై నుండి దొర్లాయి. జాలిగా అడిగింది.

"తాతా! యింతగా తపించిపోతున్న నీవెవరవ్?"

అవును నిజమే, "ఎవరో?" ఎంతటి ప్రగాఢమైత్రి రాజుపట్ల ఆయనకున్నదో! లేకపోతే రాజు చనిపోయిన, ముప్పయిమూడేండ్ల పిమ్మట కూడా అట్లా "రాజు! రాజు!" అని పలవరించగల ఆంధ్రుడేడి? అటువంటి మహానుభావుల త్యాగాల ఫలితంగా వుద్భవించిన "మహాంధ్ర" పాలిస్తున్న నాయకు లెపుడైనా రాజు పేరును స్మరించారా! లేదు. వారం దరికన్నా అతీతమైన మానవుడా వృద్ధుడు—కన్నీటిగాథను చెప్పడం మొదలెట్టాడు.

"నేనా? నా పేరు—శింగన్నదొర. రాజు పితూరీలో వేగుల వానిగా పనిచేశా....నన్నా తెల్లోళ్ళు పట్టుకొని చిత్రహింసల పాల్జేశారు. నేను లొంగలేదు. అందుకని జీవితాంతర ఖైదు విధించి జైలుకు పంపి వేశారు. పదమూడేండ్లు గడిచాక నేను మళ్ళీ బయటికొచ్చాక తెలిసింది— రాజూ, పడాలూ, గంటం—అంతా హతమై పోయారని! అప్పటినుండి నా బ్రతుకి సమాధివద్దే ఇలా ఇక్కడే ఏడుస్తూ, నా రాజును స్మరించు కుంటూ, గుండె బరువు తగ్గించుకుంటూ...."

శింగన్న ముడుచుకుపోయి, గుండె అరచేతుల్లోకి తెచ్చుకుంటూ తనకు తెలియకుండానే ఓ మూలకు వెళ్ళిపోయాడు. రామం యిప్పుడు తనలో లేడు. తీవ్ర ఆవేశంలో వుండి అడిగాడు.

"తాతా! ఆ చరిత్ర నాకు చెప్పవ్? నీ వేదో కాస్త చెబితేనే వొళ్ళు జల్లుమంటోందే? వేడినెత్తురు ఉరకలు వేస్తోందే, ఏది తాతా చెప్పవ్?"

శశికూడా వంత పలికింది "చెప్పు తాతా!" అని.

శింగన్న ఒక్కసారిగా వెనుదిరిగి వారిరువురి ముఖాల్లోకి తీవ్రంగా కనుబొమ్మల పైనుంచి సూటిగా చూస్తూ...

"చెప్పి ప్రయోజన మేంటి నాయనా? మాయమైన విప్లవమూర్తి మరల ప్రత్యక్షమౌతాడా? దెబ్బతిన్న మా గాయాలు మరల మానుతాయా? అడుగంటిపోయిన ఆశలూ, ఆవేశాలూ, మరల చిగురిస్తాయా ? నా రాజు పేరును నిలబెట్టి మరలెవరైనా త్యాగం చేస్తారా." అని బాధా దగ్ధమైన గద్గద కంఠంతో అడిగాడు.

"తప్పకుండా" అంటూ రామం శింగన్న చేతిలో చెయ్యేసేడు. అతని నర నరం నుండి విద్యుత్ ప్రసారంలా ప్రసవించిన నెత్తురంతా పొంగి వుంది. ఆ వుద్రేక పూరితమైన హస్తం ఎప్పుడైతే శింగన్న చేతిలో పడిందో, శింగన్న కర్థమైపోయింది. మాటలు అర్థంకాని మానవు డుంటాడు గాని, ఆవేశం, ఆవేదన అర్థంకాని వాడెవ డుంటాడు? అయినా రామం వుద్రేకంతో వేడెక్కి శింగన్న హస్తాన్ని బిగించి అన్నాడు—

"ఇదిగో! ముక్కోటి ఆంధ్రుల వెన్ను చరిచి నిద్ర మేల్కొలుపుతా! కవిగా నా కలంలోంచి రక్తం చిందించి, తెలుగుజాతి నేకత్రాట నడిపించిన రాజు పేరును దేశదేశాల కంచుఢక్కాన మ్రోగించేటట్లు చేస్తా! గతాన్ని మరచే జాతికి భవిష్యత్తు లేదని చాటుతా! ఇది నా శపథం. ఇక చెప్పు తాతా!" అంటూ, ఒక్కసారిగా పెల్లుబికిన వుద్రేకం గూడుకట్టిన గుండెతో శింగన్నను కౌగిలించుకున్నాడు.

ఆ శపథానికి శింగన్న మేను పులకరించింది. హృదయం మాట్లాడు తున్నది.

"తప్పకుండా చెబుతా నాయనా! చెప్పి నా గుండె బరువు తగ్గించుకుంటా. నా కండ్లలో నిలిచిపోయిన కన్నీటి మడుగుల నొలకబోస్తా. ఇక నే నెంతో కాలం బ్రతకను. బ్రతికినంతకాలం, నా రాజు పేరును ఆనోటా ఆనోటా వినేభాగ్యమైనా కలుగుతుంది. మరొక్కసారి ఆ పావన చరిత్రను

పారాయణ చేసుకునైనా తరిస్తాను......" అంటూ ఆ సమాధి పీనెపై చతికిల బడ్డాడు—శింగన్న.

రామం, శశిలు సర్వం మరచిపోయి, వారంతట వారే అలా శింగన్న ఎదుట కూర్చుండి పోయారు.

శింగన్న చెప్పసాగాడు—

"పూవు పుట్టగానే పరిమళిస్తుంది. పూర్ణచంద్రుడు - నేటికి అరవై ఏండ్ల క్రితం క్షాత్ర తేజానికి రణ క్షేత్రమైన విశాఖజిల్లా "పాంద్రంకి"లో ఒక పుణ్యపురుషుని యింట జనన మందాడు. అదిగో చూడు నాయనా."

అంటూ వారిరువుర్నీ శింగన్న తన దివ్యపథంలోకి ఇట్టే అలా తీసుకుపోయాడు. కథనంలో దృశ్యాన్ని చూపుతున్నాడు. ఆ దృశ్యాల్లోకి వారిని తీసుకెడుతున్నాడు.

ఏమో వారిరువుర్నీ, ఆ వృద్ధుడు ఏ యే పుణ్యనదుల్లో స్నానం చేయిస్తాడో, ఏ యే పర్వత పంక్తుల నెక్కిస్తాడో, ఏ యే గడపలను మెట్టిస్తాడో, యే యే మానవహృదయ గహ్వరాల్లోకి లాక్కెడతాడో? చూద్దాం.

రామం శశిలు మాత్రం ఇప్పుడా శింగన్న చేతిలో మంత్రముగ్ధులై పోయారు. మరో లోకం వైపు—శింగన్న చెపుతున్న విప్లవలోకం వైపు పరకాయ ప్రవేశమున్న విక్రమార్కుడు మరో బొందిలోకి శరీర మొదిలి పూర్ణ హృదయంతో ఎగసిపోయినట్టు—ఎగసిపోతున్నారు.

5

అది విశాఖజిల్లా "పాంద్రంకి" గ్రామం. ముచ్చట గొలుపుతున్న ఆ వూరిలో నొక మూల పచ్చని పంట పొలాలతో, తొంగిచూస్తూ వున్న గృహమది. సింహద్వారం తలుపులు తెరచి వున్నాయి. వచ్చేపోయే వాళ్ళతో కోలహలంగా వుందా గృహం.

బయట అరుగుపై అలా వచ్చే -పోయేవారిని ఆత్రుతగా చూస్తూ ఓ నడివయస్కుడు అటూ, ఇటూ కంగారుగా తిరుగుతున్నాడు.

శింగన్న చెబుతున్నాడు—

"ఆయనే — మన రామరాజు తండ్రి—వెంకటరామరాజు. వారి వంశీకులది పశ్చిమ గోదావరి జిల్లాలోని విరిసిన మొగలిరేకులను తలపుకు తెచ్చే ముద్దుపేరైన మొగల్లు. ఆ నా డాయన చేయి దిరిగిన చిత్రకారుడు. కుంచె పట్టితే తలవెండ్రుకకు కూడా విభ్రమ లావణ్యాన్ని తేగల దిట్ట. పాపం! ఆయనకు బిడ్డలు లేరు. ఆ కొరతను పూడ్చుకోటానికై, అతని అడుగులు ఆతృత చెందుతున్నాయి—చూడు నాయనా!"

అవును! "అపుత్రస్య గతిర్నాస్తి!" అనే సూత్రంతో విపరీత నమ్మకం ఆయనకి.

పుత్రులు లేకపోతే గతులు లేకపోవడమేకాదు, అటువంటి వానికి ఆనందమే లేదు. ఆ కొంపకు కళలేదు. ఆకాశానికి సూర్యుడెంత వెలుగో కొంపకు పుత్రుడంత వెలుగు. పుత్రుడులేని కొరత మగవానికైతే వృద్ధాప్యంలో తెలుస్తుంది. ఆడదానికైతే నిత్యమూ తెలుస్తుంది — మరి తన వక్షోజాల క్షీరాన్ని ఏ ఏటిలో పారబోస్తుంది!

ఆ తండ్రి ఆతృతకు తగ్గట్టుగా లోపలినుండి....

"కేర్! కేర్!" మని ధ్వని వినవచ్చింది. అది అప్పుడే పుట్టిన బిడ్డ మంగళవాచకం.

ఓ దాది రివ్వునొచ్చి — "మగపిల్లవాడు బాబూ!" అంది.

వెంకట రామరాజు సంతోషంతో ఉక్కిరి బిక్కిరై "కాదే పులిపిల్ల!" అంటూ జేబులోని ఒకనాణెం దాని చేతిలోపెట్టి, లోనికి పరిగెత్తాడు.

అంతా తప్పుకున్నారు. ఓ అవ్వమాత్రం పక్కనుంది. ఏడ్చిన బిడ్డకు, పక్కలో తల్లి రొమ్ము అందించింది. వెంకట రామరాజు చలోక్తి విసిరాడు!

"పిచ్చిదానా! నా బిడ్డ పాలకోసమేడ్చాడనుకున్నావా?"

పక్కనున్న అవ్వ అంది — "మరెందు కేడుస్తాడబ్బా!"

"కాదు! కాదు! నా బిడ్డ ఏడ్చింది - పాలకోసంకాదు? అగాధంలోని అనాథుల బాధలు చూచి ఏడ్చాడు. పరతంత్రమైన దేశపటం కనబడి ఏడ్చాడు. . . . ." అంటూ వెంకట రామరాజు ఉద్రేకతరంగ డోలికల్లో ఊగిపోయాడు.

అలా దేశాన్ని చూచి, ఏడ్చిన బిడ్డకు తల్లిపాలు పడవనుకుంటాను అమృతాన్ని అంగుటిలో పోస్తే పడుతుందో? చందమామను కిందికి దించి కళ్ళముందు పెడితే ఏడవడం మానుతాడో, ఆ తండ్రికే తెలియాలి.

కాని అవ్వమాత్రం గమ్మున అనేసింది—

"ఏమో నాయనా! పిల్లవాడి లోదొడల్లో పుట్టు మచ్చుంది— ప్రాణానికే ప్రమాదం!"

ఆ మాటకు కంగారుపడ్డ తల్లి—

"బాబూ!" అంటూ బిడ్డను గుండెలకదుముకుంది.

"ప్రాణానికే ప్రమాదమో, ప్రాణాన్నే జయిస్తాడో చూపిస్తా."

అవ్వ ఆశ్చర్యపోయింది, తల్లి నారాయణమ్మ భర్త వెంకట రామ రాజు వంక తేరి చూచి,

"అవును, నీబిడ్డదంటె ఆయన కెంత ప్రేమ"

మూడు మాసాలు గడవగానే వెంకట రామరాజు బిడ్డడ్ని రాజ మహేంద్రవరం తీసుకొచ్చాడు. అక్కడాయన ఫోటో స్టూడియో పెట్టాడు. రాజమహేంద్రవరంలో జీవితాన్ని గడుపుతూ అతడు పొందుతున్న ఆనందానికి అంతులేదు.

ఎందుకంటారా? రాజమహేంద్రవరం లలిత కళలకు పుట్టినిల్లు. ఉత్కృష్ట సారస్వత సృష్టికి కేంద్రం.

అక్కడే ఒకనాడు ఆదికవి నన్నయభట్టు పుష్కరిణి రేవున స్నానమాడి, మొట్టమొదటిసారిగా కీకారణ్యములో వున్న తెలుగు సార స్వతాన్ని రూపురేఖలు దిద్దడానికి పంచమ వేదమైన మహాభారత రచనకు తాళపత్రంపై పసుపు పెట్టి, గంటాన్ని చేబట్టి శ్రీకారం చుట్టాడు.

ఇక్కడే దక్షిణ కాశీ అని ప్రసిద్ధిచెందిన కోటిలింగాల క్షేత్ర ముంది. నిత్యం కోటిలింగేశ్వరుని పదపద్మముల స్పృజిస్తూ గోదావరి జలాలు పునీత మవుతుంటాయి.

ఇక్కడనే తుప్పుపట్టిన హిందూ సనాతన ధర్మాలపై మూఢనమ్మ కాలపై యుద్ధం ప్రకటించి తిరుగబడ్డ వీరేశలింగం జన్మించాడు.

వరదావారి కుంచె, రంగురంగుల కాంతుల నందుకొని చిత్రలేఖ నంలో కొత్తపుంతలు త్రొక్కి పొలం దుక్కికై పోయిన తన ప్రియుని

రాకకై పూరిగుడిసెలో ఎదురుచూస్తున్నపల్లెపడుచు కనుసన్నలకు, రాకుమారుడైన తన ప్రేమికుని రాకకు అంతఃపురంలో ఎదురుచూస్తున్న రాకుమారి కనుసన్నలకూ భేదంలేదని నిరూపించిన కళారంగమిదే.

పీలు తప్పి, వశం తప్పి, చిత్త వచ్చినట్లు పరుగెత్తి, పంట పొలాలను, గ్రామాలను పశువుల్ని ముంచెత్తి తన గర్భంలో కలిపి వేసుకుంటూ, ఏ ఏటికాయేడు నూతన పదకళతో, రకరకాల భీకరావతారాలను దాల్చే గోదావరిని చెప్పుచేతల్లో మసులుకునేంత స్థితికి తీసుకువచ్చిన తొలి ఆనకట్ట యిక్కడే వుంది.

ఇలాంటి వెన్నెన్నో ప్రత్యేకతలు వెంకట రామరాజు రాజమహేంద్రవరంలో జీవనయాత్ర సాగించడానికి ఆనంతభూత మయ్యాయ్. ఆలా యేడేండ్లు గడిచాయి.

శింగన్న చెబుతున్నాడు :

"నాయనా! ఆ చిన్నారి బిడ్డ దినదిన ప్రవర్థుడై ఏడవ ఏటిలో ప్రవేశించాడు. వాక్శుద్ధిగల మాటలో సత్యం ధ్వనిస్తుందంటారు-పెద్దలు. సత్యమే జయిస్తే ఆ తండ్రి మాట జయించాలి. చూడు నాయనా! ఒక రోజు—"

6

తల్లి నారాయణమ్మ బిడ్డడి ప్రక్కనే కూర్చుని చదువు చెబుతోంది. ఆ చెబుతున్న గదిలో ఏ గోడపై చూచినా ధృవుడు, ప్రహ్లాదుడూ, బ్రహ్మనాయుడూ, బాలచంద్రుడూ, ఖడ్గతిక్కన, కాకతీయ రుద్రమలాంటి వీరత్వాన్నీ తెలుగుతనాన్నీ ప్రబోధించే చిత్రాలే వున్నాయి.

తల్లి ఓ లెక్క చెబుతోంది—

"చూడు నాయనా? ఒక షావుకారు ఒక మందుసీసా రూపాయ చొప్పున పన్నెండు కొన్నాడు. తిరిగి ఒక్కొక్కటే, రెండు రూపాయల చొప్పున పన్నెండూ అమ్మేశాడు. ఆ షావుకారికి లాభమెంత?

మన రాజుదంతా తండ్రి తర్ఫీదు. మార్వాడీ లెక్కలంటే మహా మంట! కొంటెగా ప్రశ్నించాడు—"అదేం మందో?"

"వెధవ కొంటెప్రశ్నా నువ్వూనూ, యే మందైతే నేం?"

"అందులోనే వుందమ్మ-లెక్క చెప్పు;"

తల్లి కాస్త విసుగ్గా "ఏదో ప్రాణాన్ని నిలబెట్టే మందనుకో?"

బిడ్డడు లేచి—"చెప్పమంటావా?"

"కూర్చొని చెప్పరా?"

"కూర్చొని చెప్పేది-కాదమ్మా! పన్నెండు సీసాలకి పన్నెండు నెలలు ఖైదు !" అంటూ చప్పట్లు చరచడం మొదలెట్టాడు.

తల్లి బిత్తరపోయి చూస్తూ, బెదిరించింది!

"ఇవా నీవు నేర్చుకుంటూన్న లెక్కలు?"

ఇంతలో వెంకటరామరాజు ప్రక్కగది లోంచి—

"సెభాష్! నాయనా!" అంటూ బిడ్డడి వీపు తట్టాడు.

"మీ తండ్రీ కొడుకుల వరస బాగుంది" అంటూ బుగ్గపై చేయి వేసుకొని విడ్డూరంగా నిలబడింది-నారాయణమ్మ.

"కాదు మరి! ప్రాణాన్ని నిలబెట్టే మందు, అంత లాభానికమ్మితే, చేతిలో కానీలేని పేదవాళ్ళు ఏంకావాలి? అందుకే ప్రాణాపాయంతో నున్న పేదవాడ్ని ఏడిపించే దురాశాపరుడైన షావుకారికి ఖైదు!"

"బాగుంది - మీ వ్యాఖ్యానం. ఇలాగే నేర్పండి? వీడు బాగుపడ తాడు," అంటూ మూతి త్రిప్పుకొని ఆమె వంటింట్లోకి వెళ్ళబోయింది. వెంకటరామరాజు ఆమె చేయిపట్టి నిలిపి—

"ఇదిగో! చూడు! వాడి విద్య నీకిప్పుడే చూపిస్తా," అంటూ బిడ్డవంక చూచి "చూడు నాయనా! మన తెలుగుజాతి గొప్పతనం ఎందులో వుంది?"

"వారిలో!" అని బిడ్డడు గోడపై బొమ్మల్ని చూపాడు.

"సెభాష్, బాబూ!" అంటూ కొడుకును ముద్దాడి ఎత్తుకున్నాడు.

ఆ భాష నారాయణమ్మకు అర్థంకాలేదు. పైటచెంగు బొడ్డులో దోపుకుంటూ, మరల వెళ్ళబోతుండగా—

"చూడు! ఆ బాలచంద్రుడు-బాల్యంలోనే కత్తి ఝుళిపించి పోరాడ గలిగిన తెలుగుబిడ్డ! అదిగో! ఆమె రుద్రమ్మ! తెలుగుదేశానికి ఏకైక రాణిగా, ముప్పయ్యేండ్లకు పైగా పాలించి, తెలుగుజాతి నైక్యపరచగలిగిన

దొరసాని, నిజంగా మనరాజు చెప్పినట్టు మనజాతి గొప్పకు కారకులు వీరే"

"ఏమిటో, మీరు వీనికి దేశభక్తే నూరిపోస్తున్నారు!"

"ఆ! వొప్పుకున్నావా? తల్లి పాలకంటే శ్రేష్టం - దేశభక్తే!"

"ఏదో తయారు చేయండి వీరునిగా!" అంటూ వెళ్ళిపోయిందామె.

మరి ఆమె కేం తెల్సు? వెంకట రామరాజు తర్పీదు? అందరి తండ్రులలాగు కాదు ఆయన. బిడ్డడ్ని ప్రేమిస్తాడు-అందరికంటే ఘనంగా! బిడ్డడ్ని అదుపు చేస్తాడు - అందరికంటే మిన్నగా!

కాని— కొందరు తమకున్న ప్రేమంతా వొలకబోసుకుంటూ పిల్లవాడు చేసే చెడుపనులన్నింటినీ సమర్థిస్తూ పెద్దయ్యేసరికి పొగరుమోతుగా తయారు చేస్తారు.

మరి కొందరు-పిల్లవాడ్ని అదుపులో పెట్టకపోతే పొగరుమోతుగా తయారౌతాడని, ఆ పిల్లవాడు చేసే ఆదర్శప్రాయమైన సాహసకృత్యాలనన్నింటిని అణగద్రొక్కి కూపస్థమండూకంలా తయారుచేస్తారు.

"మనకు చదువు అచ్చిరాదు!" అని పిల్లవాడ్ని చిన్నతనం నుండే బండదేర్చి, కడకు అవినీతిపరుడిగా తలలు కొట్టుకు బ్రతికే దొంగగా తయారుచేసే చదువులేని మూర్ఖపు తలిదండ్రులూ ఉన్నారు.

చదువొచ్చిన మూర్ఖ తలిదండ్రులూ ఉన్నారు - వారికి బిడ్డల్ని వేగంగా చదివించేసి, రాజ్యా లేలిద్దామనీ, ఇంకా ఏవేవో కోర్కెలు........

కాని ఆ బిడ్డడి బుఱ్ఱ చిన్నది - ఆ చిన్న దానిలో ఇన్ని విషయాలెలా పడతాయి. కుఱ్ఱ వాడికి పిచ్చెక్కి పోతుంది. మరునాడు టైఫాయిడ్ లేదా నూతిలో తేలిపోయిన శవం.

ఇదీ పిల్లల యెడల లోకంలో తలిదండ్రుల ప్రవర్తన. అందుకే పిల్లలు చెడిపోతున్నారు. చంటి పిల్లవాని మనస్సు సన్నజాజి మొక్కనీ, ఆ మొక్కను ఆకులు ఎంత చక్కగా దూస్తే అంత విస్తారంగా ఆ సన్నజాజులు పూస్తాయనీ అర్థం చేసుకోగలిగినవాడు మన రాజు తండ్రి వెంకట రామరాజు.

అందుకే - ఆ లెఖ్ఖలైన వెంటనే - "పద నాయనా! గోదావరి గట్టుకు షికారు కెడదాం!" అంటూ బిడ్డడ్ని వాహ్యాళికి తీసుకువెళ్ళాడు.

గోదావరిగట్టు కొచ్చారు — తండ్రీ కొడుకులూ.

ప్రచండ తాపంతో తేజరిల్లిన భానుడు కూడా విశ్రాంతి కోసం పడమటి కొండల్లోకి దిగుతున్నాడు. ఆ తేజస్సుకు ఎర్రబారిన పడమటి తీరం కుంకుమ పూదోటలా వుంది. వాహ్యాళి కరుదెంచిన జనంపై ఆ సందె ఛాయలు పడి దివ్యత్వం పొందిన దేవగణంలా కనబడుతున్నారు.

అదే గట్టున జనసమ్మర్థాన్ని లక్ష్యం చేయకుండా, ఓ సీమదొర పొగరుమోతుతనంగా ఎత్తైన గుర్రంపై స్వారీ చేసుకుంటూ "టకటకా" వచ్చేస్తున్నాడు. త్రోవకోసం మధ్య మధ్య నిరంకుశంగా హంటరు ఝుళి పిస్తున్నాడు. జనం భికాభికలై చెదిరిపోతున్నారు. ఆ ప్రక్కనే వున్న మనరాజు "కెవ్వున" కేకేసి, వెనక్కు తూలి బెదురుతూ, ఆ పోతున్న దొరకు దణ్ణం పెట్టాడు.

వెంటనే చెంపపై ఛెళ్ళున తగిలింది–

"వెధవా! తెలుగువాడివై వుండి తెల్లవారి పొగరుమోతుతనానికి చేయెత్తి నమస్కారం చేస్తావా?" అంటూ తండ్రి కొట్టాడు.

బిడ్డడు కెవ్వుమన్నాడు.

"జాగ్రత్త! ఇంకెప్పుడూ అలా దణ్ణం పెట్టకు. మనది ముక్కోటి రతనాల వీణ. నవరసాలు శ్రావ్యంగా గానం చేయగల గొంతు మనది. అటువంటి మన జాతి గొంతును నులుచుతున్న కసాయిజాతి – అది గుర్తుంచుకో!"

ఆ హితోక్తితో బిడ్డడ్ని వెంటపెట్టుకొని యింటికి బయలుదేరాడు.

అయితే మనరాజు కారోజు, సిద్ధార్థుడు బుద్ధుడైన రోజు,

స్వభావంలోనే మార్పు వచ్చేసింది. అన్యాయాన్ని ధిక్కరించగల సాహసం, అపాయాల్ని అధిగమించగల ఉపాయాలూ ఆ పసిగుండెతో కంటిపి పరచుకున్నాయ్.

ఒక రోజున బడిపిల్లలంతా యీతకు వెళ్ళారు. ఒకడు నీట మునిగి పోయాడు. ఆ ఫలంగా రాజు నీటదూకి మునిగిపోయిన పిల్లవాడ్ని తక్షణం రక్షించాడు. పిల్లవాని తల్లిదండ్రులు వెంకట రామరాజుని కలుసుకొని కృతజ్ఞత తెలియజేశారు.

ఆ తండ్రి కళ్ళు ఆనందబాష్పాలు చిందాయి. కాని, ఆ తండ్రిలో అనుమానం ప్రవేశించింది.

"తనకోసం గాక, ఎదుటివానికోసం తన బిడ్డడు ఏనాడో ప్రాణాలు పోగొట్టుకుంటాడేమో!" నని.

అలా అని బిడ్డడ్ని ఆయనేమి అనలేదు. లోలోన మదనపడ్డాడు. ఏమైనా, ఆదర్శప్రాయుడు కావాలి—తన బిడ్డ. మృత్యువునే జయించ గలిగిన మృత్యుంజయుడు కావాలి!

అహర్నిశలూ ఆయనకిదే తలంపు కాని....

రోజులు గడుస్తున్నకొద్దీ, ఆయన ఆరోగ్యం క్షీణించిపోయింది. మంచమెక్కాడు. జబ్బులోకూడా, ఆ తండ్రికి పిల్లవానిపై ఎన్నో ఆశలు! ఆ ఆశలు తను జీవించియుండగా పరిపూర్ణం కావాలని కోరుకున్నాడు. తన కోరికలు గగనకుసుమాలు కాకూడదు!

మన రాజు తండ్రి కోర్కెను తీర్చలేని జడుడుకాడు. ఆయన మంచానికి ఎదురుగానే, వరండాలో ఒక మూల సన్నని దీప కాంతిలో పుస్తకం చదువుతూ, తండ్రి జబ్బు స్థితికి ఏదో ఆలోచన చదువు నాపి, తదేక దృష్టితో చూస్తున్నాడు.

అర్థం చేసుకున్నాడు—తండ్రి. కన్నీరు నిండుకున్న కన్నులతో- "బాబూ!" అని పిలిచాడు.

"నాన్నా!" అంటూ బిడ్డడు చర్రున పరుగెత్తుకొని వచ్చి తండ్రి ఒడిలో వాలాడు.

వాలిన బిడ్డ తల నిమురుతున్నాడు — తండ్రి, ఏదో చెప్పాలను కున్నాడు. కాని యింతలో దగ్గుతెర ఆ తండ్రీ కొడుకుల హృదయాలకు అడ్డుగా నిలిచింది.

తమాయించుకొని అన్నాడు - తండ్రి—...

"బాబూ ! నా ఆశలు అన్నీ నీ మీదే పెట్టుకున్నా. మనజాతి వీర జాతి! వీరులుగా పుట్టాం! వీరులుగానే మరణించాలి!" అన్నాడో లేదో ఆ తండ్రికి మరల పెద్ద దగ్గుతెర వచ్చింది. ఆ దగ్గుతెర ఆయన గుండెల్ని రంపంతో కోసేసింది.

"నాన్నా!" అంటూ బిడ్డడు ఆ గుండెల్ని రాస్తున్నాడు.

అంతలోకే, కడవతో నీళ్ళుతెస్తూ గుమ్మంలో అడుగు పెట్టిన నారాయణమ్మ హడలిపోయి, కడవ వొదిలివేసింది.

"బాబూ!" అంటూ రివ్వున పరుగెత్తుకొచ్చి పైట నోటికడ్డంగా పెట్టుకొని, పతి పాదాలపై వాలింది.

వెంకటరామరాజు, తన జాలికన్నులతో నారాయణమ్మను పిలిచాడు.

ఆమె చేతుల్లో బిడ్డడి చేతులు పెట్టాడు. తల్లీ బిడ్డలు ఒక్కసారే ఘొల్లుమన్నారు.

గుమ్మంవద్ద క్రిందపడ్డ కడవలోని పెంకునుండి నీళ్ళిప్పుడు బొట్లు బొట్లుగా పడుతున్నాయ్. ఆ మూలవరండాలో బాలుడు చదివిన దీపరేఖ సన్నగిల్లుతోంది.

ఆ తండ్రి నారాయణమ్మ వొంక చూస్తూ అనలేక అనలేక——

"బాబును ఎలా చూస్తావో, బాబుకు తండ్రి లేని కొరతను నీ వొక్కర్తెవే తీర్చాలి ...." ఇక మాటాడలేక పోయాడు. ఆ మాటలో బ్రహ్మాండమైన అర్థం గుంభనమై ఉంది. ఆమె ఒక్కతే తీర్చాలట! వింత కోర్కె?

ఆ భారాన్ని నారాయణమ్మ ఒక పొరలి వచ్చిన ఏడుపుతో మోయ డానికి అంగీకరించింది.

పాపం! ఆ అర్థాన్ని ఆ తండ్రి చెబుదా మనుకునేసరికి మరల ఇంకో దగ్గుతెర వచ్చి ఆ తండ్రి గుండెలను ఆపివేసింది. దానికి జాలిలేదు. హృదయంలేదు. మానవ రుధిర ప్రవాహంలో క్రీడించే ప్రణయాంతకి చేతిలో పెరిగిన బిడ్డది. అంతే....

కడవ పెంకునుండి వొలుకుతున్న నీటిబొట్లు ఒక్కసారిగా ఆగి పోయాయి. తెగిన పక్షి రెక్కలా టపటపా కొట్టుకొని విలపించి, ఆ దీప శిఖ కొండెక్కి పోయింది.

తల్లీ బిడ్డలు ఘొల్లుమన్నారు.

ఆ సంసార సాగరాన్ని ఒడుదుడుకులు లేకుండ దాటించగల నావికుడు యిక లేడు. ఆ సంసార పూతోటకు నారుపోసి, నీరు నింపి, ఆకు దూసి, విరబూవులు పూయించిన ఓ తోటమాలి మట్టిలో కలిసి పోయాడు.

ఆయన హృదయం ఎంత మృదువైనది? ఎంత మధురమైనది? ఆయన పెదవి కదిపితే పసిడితునకలు రాలేవి. ఆయన ప్రతి ఒక్క మాటలో ధర్మసందేశం ప్రస్ఫుటించేది. ఆయన హృదయం విప్పితే అమృతసరస్సు పొంగేది. ఎదుటివాళ్ళ హృదయాలపై, ఆ అమృత తరంగలను చిలకరించేది.

అటువంటి నాన్నిక లేడు.

"అమ్మా! యిక నాకు నాన్నేలేడా?" అని బిక్క మొగంతో పలకరించాడా బిడ్డ.

"బాబూ!" అంటూ తల్లి బిడ్డడ్ని ఒడిలోకి తీసుకుని, బావురు మంది. ఆ బావురుమన్న రోదనలో తల్లీ బిడ్డలు దిక్కులేని పక్షుల్లా అలా ఒకరినొకరు పెనవేసుకొని పలువరించారు. ఏకధార కన్నీటితో గోడున ఏడ్చారు.

మరునాడు—ఆ నట్టింట, తండ్రిపోయిన స్థానంలో ముగ్గుంది. ముగ్గుపై ఒక దీపముంది.

ఆ దీపం క్రీనీడలో కూర్చొని, ఆ బిడ్డకు ఏదో రాస్తున్నాడు.

ఆ సన్నని వెలుతురులో — కన్నీటితో రాస్తున్న అక్షరాలు కనబడుతున్నాయి........

"చిన్నాన్నా నాన్న మాకు చెప్పకుండా వెళ్ళిపోయాడు. అమ్మ పూర్తిగా బెంగపెట్టేసుకుంది. అన్నం తినదు - నీళ్ళు ముట్టదు. మమ్మల్ని కారుచీకటి ఆవరించింది. చిన్నాన్నా ! ఒక్కసారి రావూ ? అమ్మను ఓదార్చవూ?...." ఇక రాయలేక ఏడుస్తూ కూర్చున్నాడు.

రెండు రోజులు గతించాయ్—

పినతండ్రి రామకృష్ణంరాజు వచ్చాడు.

నారాయణమ్మ ఓ స్తంభానికి చుట్టుకుపోయి, ఏడుస్తోంది. బిడ్డడు ఆ తల్లిని చుట్టుకుపోయి "అమ్మా! అమ్మా!" అని ఏడుస్తున్నాడు.

రామకృష్ణంరాజు కనుకొలకుల నుండి రెండు బరువైన కన్నీటి బిందువులు నేల రాలాయి. నెమ్మదిగా ఆయన లోనికెళ్ళాడు.

బిడ్డ తల నిమిరి— "తండ్రి లేకపోతే నీ పినతండ్రిని నేనున్నా నుగా. బాబూ ! నీకు తండ్రికొరత రానిస్తానా?" అంటూ వదినతో—

"పద, వదినా ! నర్సాపురం వెడదాం. యిక అక్కడే మాతోబాటు నీవు కాలక్షేపం చేద్దువుగాని!" అంటూ వారిరువురిని తీసుకుపోయాడు.

తన నాథుడు వొదలిబెట్టిన కొంపా ఆ కొంపలోని శూన్యాన్నీ, వెనక్కి చూసుకుంటూ, విడవలేక తడబడుతున్న పాదాల్ని అలాగే ముందు కేసింది నారాయణమ్మ.

7

ఆనాడు గోదావరి అచలనంగా వుంది. నీరుకూడా తేరుకుని నల్లబడి, విషాదచ్ఛాయలు క్రమ్ముకున్నట్టుంది. పడవలో ముగ్గురూ ప్రయాణం చేస్తున్నారు. తల్లి మోకాళ్ళలోకి ముఖం దించుకుని ఏడుస్తోంది. ఆమె కన్నీటి బిందువులు, ఆ గ్లోదావరి వాలులో పడుతూ, శబ్దం చేస్తున్నాయి. తన కన్నీటి ప్రవాహంతోనే గోదావరి వారిని సాగనంపుతోంది.

పడవ పోతోంటే, నారాయణమ్మ కన్నీరు ఏటిలో కలుస్తోంది. బిడ్డడు మాత్రం పడవ కొయ్యకు కొయ్యలా జేరబడి శూన్యదృక్కులతో నీలాకాశాన్ని చూసి పరితపిస్తున్నాడు. అతని నోట ఒక్క పలుకుకూడా రావటం లేదు. తండ్రి బ్రతికి యున్నంతవరకూ, ఆ బిడ్డడి ముఖంలో విషాదానికి స్థానం లేకపోయింది.

శింగన్న కంఠం ఆవేదనతో విలపించింది—

"చూడు నాయనా ! నా బాబు నడియేటబడి పోతున్నాడు. నిరాశా నడబావిలో బడి కూరుకుపోతున్నాడు. ఒకనాటి చిలిబిలి పలుకులు, చిరు చిరునగవులు యింకా నోటినుండి రావటంలేదు. చూడమ్మా ! నా బాబు కనుకొలకుల నీరు నింపాడు. మబ్బులు కప్పిన చందురుడై పోయాడు. బ్రహ్మదేవుడు ఎంత కఠినుడు తల్లీ! నా బాబు లేతమనస్సులో సుడి గుండాలు లేపుతాడా? మధుర జీవితాన్ని చిన్నాభిన్నం చేస్తాడా? ...." అంటూ సమాధిపై పడిపోయాడు.

"తాతా" అంటూ శశి పలువరించింది.

ఎవరు పలుకరిస్తే నేం ? ఆ బిడ్డడిలో విషాదచ్ఛాయలు క్రమ్మ సాగాయి. ఆ బాలుని ముఖం యిప్పుడు సంపూర్ణంగా మారిపోయింది. పూర్వపు పద్ధతిలా లేదది. ఏదో ఏకాగ్రత, దీక్ష!....

పడవ చీకటిలో ప్రవేశించింది. ఆ చీకటిలోనే నర్సాపురం చేరుకుంది.

రోజులూ, నెలలూ, సంవత్సరాలు దొర్లిపోయాయ్. రాజులో తండ్రి చనిపోయిన నాటినుండీ చెలరేగిన సుడిగుండాలు కదనుగుర్రా లయ్యాయి. ఆలోచనా, ఏకాగ్రతా ఆబాలునికి అమూల్యాభరణాలయ్యాయి.

బాలుడు యవ్వన ప్రాంగణంలో అడుగు పెడుతున్నాడు. ఆయన తండ్రి మందర పర్వతంతో పాలసముద్రం చిలుకగా, ఆవిర్భవించిన యవ్వనమిది. అందుకే పాలసముద్ర మథనంలో తొలిసారిగా పుట్టిన చంద్రునిలా అతడు ప్రకాశిస్తున్నాడు. ఆ ముఖంలో చక్రవర్తులను తల దన్నిన తేజస్సు ప్రస్ఫుటమౌతోంది. ఉంగరాల్లా మెలిదిరిగిన సింహపు జూలులా జుట్టు, చెవులకు కుండలాలు, తీర్చిదిద్దినట్లు సూదిగానున్న ఆ ముక్కూ, జ్యోతులు వెలుగుతున్నట్టున్న కళ్ళూ వీరులకు తప్ప మరెవ రికీ వుండవ్.

ఒక రోజు తాను చదువుచున్న ట్రైలరు హైస్కూలులోకి ఎవరో నరసాపురం రాజుల యువకుడు తెచ్చిన గుర్రమెక్కి ఉదయం నుండి సాయంత్రం వరకూ దానిపై స్వారిచేసి, మరీ యింటికి వచ్చాడు. గుర్రపు స్వారంటే ఆయనకు మక్కువ.

అలా గుర్రాన్ని చెప్పకుండా తీసుకుపోయినందుకు ఆ యువకుడు తన తల్లిదండ్రులతో చెప్పగానే, ఆ తల్లిదండ్రులు రామకృష్ణంరాజు వద్దకు వచ్చి విన్నవించుకున్నారు.

రామకృష్ణంరాజు రాజును పిలిచి, చివాట్లు పెట్టాడు. చివాట్లు తిని వస్తున్న రాజును చూచి-తల్లి;

“బాబూ! నాన్నలేడు, నీకు! ఆ లోటు ఎవరూ తీర్చలేరు బాబూ! చాలా బుద్ధిగా వుండాలి!” అంది.

పెడముఖం పెట్టుకుంటూ రాజు వెళ్ళిపోయాడు. తల్లి మాటకు మొట్ట మొదటిసారిగా తల పంకించిపోయిన రోజదే.

మరల కొన్ని రోజులు గడిచాయి.

ఒకరోజు, రాజు స్కూలు టైమింకా కాలేదని, డాబా వరండాపై ఓ నల్లబోర్డుపైనున్న నల్లని చుక్కను, ఏకాగ్ర దీక్షతో చూస్తూ గాబిడీలు

విసురుతూ ఒక్కొక్క అడుగే వెనక్కి వేసుకుంటూ వస్తున్నాడు. అలా డాబా అంచు తాకుతున్నా రాజుకు తెలియడంలేదు. ఇంకో రెండడుగులు వేస్తే రాజు డాబానుండి క్రిందపడి మరణిస్తాడు. ఇంకో అడుగు వేసేశాడు. మిగిలినది-ఇంకొక్క అడుగు.

ఇంతలో బంట్రోతు క్రిందనుండి చూచాడు. గుండె బాదుకుంటూ "బాబూ, బాబూ" అని అరుస్తూ మేడపైకి పరుగెత్తుకు వస్తున్నాడు.

ఆ వస్తున్న బంట్రోతుకు, రామకృష్ణంరాజు గుమ్మంలో తారసిల్లి "ఏంటిరా!" అని ఆత్రుతగా అడిగాడు.

"ఏం లే దుండండి బాబయ్యా!" అంటూ దూసుకుపోయాడు— బంట్రోతు.

పిమ్మట తల్లి ఎదురైంది. ఆమె 'ఏమిటా!' అని బంట్రోతువైపు చూచింది. జవాబివ్వకుండానే పరుగెత్తుకు పోతున్నాడు.

ఆ గందరగోళంచూచి, అటు రామకృష్ణంరాజు, ఇటు నారాయణమ్మ కూడా పరుగెత్తారు.

ఒగుర్చుకుంటూ, పైకి వచ్చేడు బంట్రోతు.

ఆ ఆఖరి అడుగు వేయడానికి పాదమెత్తాడు - రాజు.

అప్పుడు బంట్రోతు పడిపోతున్న రాజును పట్టుకొని రక్షించ లేనను కున్నాడు — అలా పట్టుకోవడానికి ప్రయత్నిస్తే అది దుస్సాహ సమే అవుతుంది. కాస్త తెలివితేటలుగా రివ్వున ముందుకొచ్చి ఆ నల్ల బల్లను తప్పించాడు.

ఏ బల్లపై తన దృష్టినంతా కేంద్రీకరించాడో రాజు — ఆ బల్ల ముందునుండి తప్పకోగానే ఆగ్రహావేశుడయ్యాడు. "పశువా? ఎంతపని చేశావ్?" అంటూ తటాలునవచ్చి, చెళ్ళున బంట్రోతు చెంపపై కొట్టాడు.

ఆ బంట్రోతు తను దెబ్బతిన్నందుకు ఏడవలేదు. పైగా ఎంతో సంతోషంతో వుప్పొంగిపోయాడు.

"నా బాబును రక్షించావ్ నాయనా?" అంటూ నారాయణమ్మ మురిసి పోయింది.

కాని రామకృష్ణంరాజుకు రాజుపై కోపమాగలేదు—

"ఛీ వెధవా రక్షించిన బ్రతుకును కొడతావా? స్కూలు ఎగ్గొట్టి వెధవాటలూ, నువ్వూను!" అని కొట్టబోగా తల్లి ఆయన్ని ఆపింది.

"నువ్వూరొక్క వదినా? వెధవ! మరీ పొగరుమోతై పోతున్నాడు." అని కళ్ళెర్ర జేశాడు.

ఏనాడూ పినతండ్రి మాటకు ఎదురుచెప్పని రాజు ఆనాడు చెప్పాడు.

"స్కూలు టైము కాలేదని, గాబిడీలు విసురుకుంటే తప్పా బాబాయ్!"

మరీ కోపమొచ్చింది-పినతండ్రికి—

"తప్పా, తప్పన్నరా? ఇలా ఎదురు చెప్పదలచుకుంటే నాయింట్లో కుదరదు. ఏ కొండలో, అడవులో పట్టి, గాబిడీలూ, బాణాలు విసురుకొని బ్రతుకు!"

బాలునికి రోష మొచ్చింది-"ఆ బ్రతుకే గొప్పది!"

"బాబూ!" గద్దించింది-తల్లి. ఆ కంఠంలో కరుకు గ్రహించింది-ఆ తల్లి ఒక్కతే.

అసలు, రాజుకు ఆ పాఠశాలన్నా, ఆ చదువన్నా, వంటపట్టడం లేదు. అందులోనూ, ఆవుకు నాలుగు కాళ్ళన్న బానిస చదువులు ఏం వంటపడతాయ్?

దానికితోడు, తనను హృదయమిచ్చి ప్రేమించిన తండ్రి చని పోయాడు. కంటకంగా, భారంగా అలా అన్ని సంవత్సరాలు గడిపాడు. అతనిలో, కదలికలేని ఆ జీవితమంటే – రోత పుట్టింది. అందుకే ఆ బిడ్డడు తెగించి అనేశాడు.

తల్లి గద్దించినా అతనిలో సహనం ఏర్పడలేదు.

"ఎలాగో, ఏడవండి!" అంటూ పినతండ్రి చర్రున వెళ్ళిపోయాడు.

రాజు కా మాటలు శూలాల్లా గ్రుచ్చుకున్నాయ్. ఏవేవో ఆలోచనా తరంగాలు బుర్రలో ఉవ్వెత్తుగా లేచి, అతన్నూపసాగాయ్.

తండ్రి తొడపై కూర్చొనడానికి వెడుతున్న ధృవుడు, "అర్హత లేదు" పొమ్మన్న సవతితల్లి మాటకు అలిగి – ఎవ్వరికీ చెప్పకుండా క్రూర మృగ నివాస భూయిష్టమైన కారడవికి పోయి బొటన వ్రేలిపై కఠోర

తపస్సుచేసి తండ్రి తొడకంటె దేవేంద్రలోకం కంటె మహోన్నతమైన స్థానాన్ని పొందినది ఎవరూ మరిచిపోలేరు.

ప్రహ్లాదుడు – తనతండ్రి శివుణ్ణే పూజించమని బలవంతం చేసి నందుకు తద్విరుద్ధమైన హరినామ జపంతో, ఏనుగులచే త్రొక్కించినా, ఎత్తైన పర్వతాలనుండి పడద్రోయించినా చలించనంతటి స్థితికి వచ్చింది మాత్రం ఎవరు మరచిపోగలరు?

ఒక ఆయుధం విసిరి మరల దాన్ని వెనక్కి రప్పించుకోగలం. కాని మాట విసిరి తప్పించుకోవడం కష్టం.

అందులోనూ, పిల్లల మనస్తత్వంపై "మాట" అతి తీవ్రంగా చురుగ్గా పనిచేస్తుంది. అప్పుడే జాగ్రత్తగా వుండాలి.

జాగ్రత్తకోసమని – తల్లి అంది.

"బాబాయికి కోపం ఎక్కువగా, టైమైంది బడికి వెళ్ళమ్మా?"

"లేదమ్మా? బడికి వెళ్ళి నేర్చుకొనే మాటల్లోకంటే – బాబాయి మాటల్లోనే నేర్చుకోవలసింది చాలావుంది."

ఆ మాటల కంతరార్థం తల్లికి బోధపడలేదు. బిడ్డడ్ని బుజ్జగిస్తూనే "అవును బాబూ! బాబాయ్ ఏం చెప్పినా మనమంచికే, బడికి వెళ్ళమ్మా!"

ఆ మాటలకు రాజు తెల్లబోయాడు! తల్లికూడా పినతండ్రి మాటలకు వంత పాడుతోంది. అతని మనస్సు చలించి పోయింది. తండ్రిని పోగొట్టు కున్నందుకు ఎంతైనా కృంగిపోయాడా బిడ్డ.

తన బాధతో తల్లిని బాధించ దలచుకోలేదు. ఒక నిర్ణయానికి మాత్రం వచ్చేశాడు.

"అవునమ్మా! మన మంచికే బాబాయి యేం చెప్పినా!" అంటూ ప్రక్కనున్న పుస్తకాల సంచి భుజాన తగిలించాడు రాజు.

రాజు మాటలను గ్రహించలేకపోయింది తల్లి. రాజు డాబా మెట్ల వరకూ వెళ్ళి, ఒక్కసారిగా బాధతో వెనక్కి తిరిగి, అక్కడే నిలబడ్డ తల్లి పాదాలను, చూపులతో స్పృశించి, నమస్కరించి ఆ డాబా మెట్లనూ యింటినీ శాశ్వతంగా విడిచిపెట్టి వెళ్ళిపోయాడు.

శింగన్న గద్గదంగా ఏడ్చాడు.

"నాయనా! పాపమా ముక్కుపచ్చలారని ముద్దుబిడ్డ హృదయాన్ని

తల్లి అర్థం చేసుకోలేక పోయింది. తనను అర్థం చేసుకోగలిగిన తండ్రి పోయాక యిక చరిత్రే రాజుకు వ్యతిరేకంగా నడిచిపోయింది నాయనా!"

"ఎలా నడిచిపోయింది?..." రామం ప్రశ్నించాడు.

"తడుముకుంటూ, కుంటుకుంటూ...."

శశికి ఆతృతాగలేదు, "అనగా?"

"శూలాల్లా గ్రుచ్చుకున్న పినతండ్రి మాటలు అతని హృదయాన్నెంతో గాయపరిచాయి. దాంతోనే ఆ బిడ్డ పరారైపోయాడు."

"ఏమో! ఎక్కడికి పోయాడో, ఎందుకు పోయాడో, ఎవ్వరికీ తెలీదు. తెగిన గాలిపటంలా ఎగిరిపోయాడు. ఇక విను తల్లీ!"

కవీ, శశీ, ఎంతో అభినివేశంతో వింటున్నారు.

నర్సాపురం నుండి వెళ్ళిపోయిన రాజు కాకినాడ వచ్చేశాడు. ఇప్పుడు రాజు స్వేచ్ఛాజీవి.

ఇల్లు విడిచి పౌరుషానికి, పెద్దచదువే చదవాలని అతని అభిలాష. పౌరుషానికి యిల్లు విడిచి, ప్రసిద్ధులైన వారి చరిత్రలెన్నో ఆయనకు తెలుసు. వెంటనే కాకినాడ పి.ఆర్. కాలేజీలో చేరాడు.

అప్పుడు ఆయనతో సుప్రసిద్ధ దేశభక్తుడు, త్యాగ చరిత్రుడూ బంగాళా బోసుబాబుకు శిష్యుడూ అయిన మద్దూరి అన్నపూర్ణయ్య సహపాఠిగా ఉన్నాడు.

వారిరువురూ, పాఠ్యపుస్తకాల్లోని పేజీలు తిరగవేయడం కన్నా దేశభక్తుల చరిత్రల్ని అధ్యయనం చేయడంలోనే ఎక్కువ కాలాన్ని గడిపేవారు. అయితే క్లాసులో పాఠాలు అనర్గళంగా అప్పచెప్పగలిగేవాడు.

ఒక్క ఏడాది అక్కడే చదివాడు—మన రాజు. ఆ ఏడాది స్కూలులో జరిగిన వైజ్ఞానిక ప్రదర్శన పోటీల్లో స్త్రీ పాత్ర ధరించి బహుమతి పొందినాయన యీయ నొక్కడే.

అయితే ఒకరోజు కాకినాడ సముద్రపు టొడ్డునే నివాస ముంటున్న తెల్లదొరల పిల్లలు వచ్చి చుట్టూచేరి - రాజు, వొంగొని వుండగా, పైనుం డొకడు దూకాడు.

రాజు భగ్గున మండి పోయాడు. తన తండ్రి చనిపోయినప్పుడు, రాజుకు చిరకాలం జ్ఞాపకముండే విషయమొకటే బోధించాడు. రాజు దేన్న

ఖినా మరచిపోగలడు గాని దాన్ని మరచిపోలేడు. తెలుగుజాతి సీమజాతికి తలవొంచకూడదు? అనేదే ఆ విషయం.

నేడు తనపైనుండి ఒక్క తెల్లవాడు దూకడం రాజుకు శరీరంలో విద్యుద్ఘాతమైనట్టయింది, సహించలేకపోయాడు. వెంటనే ఆ తెల్లవాడ్ని వొంగోబెట్టి వానిపైనుండి దూకి వాడ్ని మన్నుకరిపించాడు.

అయితే! వెంటనే ఆ తెల్లపిల్లవాని తండ్రి స్కూలుకు తెలియపరచగా, హెడ్ మాష్టరు రాజుకు శ్రీముఖం యిచ్చాడు. దాంతో రాజక్కడ నుండి జండా ఎత్తేయవలసి వచ్చింది. ఆనాడు తాను సహపాఠకుని విడిచిపెడుతున్నందుకు ఎంతైనా విచారించాడు - అన్నపూర్ణయ్య.

శ్రీముఖం అందుకున్న వెంటనే రాజు ఒక్కక్షణమైనా అక్కడ నిలబడకుండా తిన్నగా తుని చేరుకున్నాడు.

ఇక ఆయన జీవితమే గతుకుల్లో పడిపోయింది. గోపాలపురంలో బంధువు లింటికి చేరాడు - ఆదరిస్తారనే నమ్మకంతో. కాని ఆయనకేం తెల్సు! చెడి స్నేహితునింటి కయినా వెళ్ళవచ్చుగాని బంధువులింటికి వెళ్ళగూడదని? ఒకనాడు వారు చెప్పి వేశారు - తిండిని ఎక్కడో తడుంకోమని.

జీవితరాస్తాన్నే తడుంకుంటున్న రాజు కది సంకుచిత మనిపించి తునినే విడిచిపెట్టేశాడు. ఆనాడే తునికి దగ్గరలోనున్న కోటనలదూరులో నడపబడుతున్న ఒక వేదపాఠశాలలో చేరాడు. ఇక్కడే ఇటికెల భాస్కరరావు ఆయనకు సహపాఠి అయ్యాడు.

సంస్కృతం ఆయనకు కొరకరాని కొయ్యైపోయింది. దేశభక్తి ప్రపూరితమైన ఆయన ధ్యేయమెక్కడ? అందుకు భిన్నమైన, రామశబ్దాలు, గోశబ్దాలు బట్టీపట్టడ మెక్కడ?

అది చూడ్డానికి పై కెంత మృదువో, చదువడానికి అంత కటువు!

అందుకే పూర్వం విప్రకుమారులు, బిళ్ళగోచీలు పెట్టుకొని, గురువు ఏ సంధ్యావందనానికి వెళ్ళినా ఆయన వెంట శబ్దోచ్చారణ చేసుకుంటూ పోయేవారు.

అలా అయిదేండ్లకు శబ్దాలు, ధాతువులూ బట్టీపట్టేవారు. ఇకపోతే అమరం నెమరువేయడానికి మరికొంతకాలం, ఆ తరువాత పంచకావ్యాలలో

మొట్టమొదటిదయిన రఘువంశం చేత బట్టడానికి వాళ్ళ పెద్దలు దిగి వచ్చేవారు.

అంత కష్టమైన సంస్కృతం ఉద్రేకపూరితమైన యువకుడు నేర్చుకోవడం అంటే మాటలా?

ఆరు మాసాలు ఓపిక పట్టాడాయన. కడకు అనుకున్న దొకటే—ఏ భాషలోనైనా భావ మొక్కటేనని. అందుచేత సంస్కృత భాషలోని ఏ కాళిదాసు భావమో - తెలుసుకోవాలంటే, తనకున్న ఆంధ్రాంగ్ల భాషా జ్ఞానం సరిపోతుందని, అదిగాక నేడు రాజ్యం చేస్తున్నది ఇంగ్లీషువారు. వారి పాలనాభాష ఇంగ్లీషు. అంచేత ఇంగ్లీషువారిని ఓడించాలంటే, ఇంగ్లీషు భాషనే మరింత అభ్యసించాలనే పట్టుదలకూడా పెరిగింది.

వెంటనే ఆ వేదపాఠశాలకు స్వస్తిచెప్పి మరల కాలాన్ని దూరాన్నీ భారాన్నీ కొలవడం మొదలు పెట్టాడు. కోటనందూరు విడిచిపెట్టేడాయన. ఆయనక్కడుండగా ఓ గొప్ప అనుభవాన్ని సంపాదించాడు.

పాఠశాలల్లో నూరేండ్లు చదివినా సంపాదించలేనట్టిదా అనుభవం.

ఆయన ఆ వేద పాఠశాలలో చదువుతున్న రోజుల్లో ఆ చుట్టు పట్లనున్న అడవులన్నీ గాలించేవాడు.

ఆయన పినతండ్రి చెప్పాడుగా - ఏ కొండలో, అడవులో పట్టి బాణాలూ గాబిడీలూ విసురుకోమని, ఆ శాపఫలితమే అనుకుంటా—రాజుకాయోగము పట్టడం.

ఆ అడవిలో ఒక రోజున చూచాడు. ఓ హృదయ విదారక దృశ్యము.

భర్త వెదురుపొదలో ప్రవేశించి, వెదురు నరుకుతున్నాడు. ఆ నరుకుతున్న వెదురును అతని భార్య మోపులు కట్టి అంతటి కట్టలనూ తను ఎకాయెకిగా మోసుకొచ్చి ఒక రోడ్డుప్రక్క ప్రోగుచేస్తున్నది. ఎదుట ఓ మామిడిచెట్టుకు కట్టబడ్డ వూయెలలో వారి గారాబు బిడ్డడు పాలకోసం "కెవ్వు కెవ్వున" ఏడుస్తున్నాడు.

రాజు ఆ దృశ్యం చూచి కరిగిపోయాడు.

అలాగే ఒకరోజు ఓ కొండ కోనలో ప్రవేశించాడు. అది మరీ హృదయ విదారక దృశ్యం - బరువైన సుత్తి పైకి ఎత్తి కందరాలు కటులు

తుండగా చెమటలు సంతత ధారాపాతంగా క్రింద పడుతుండగా ఓ కఠిన శిలను పగులగొడుతున్నాడో - కర్మజీవి! ఆయన భార్య నిండు గర్భవతి ఆ పగులగొడుతున్న కఠిన శిలలను మోస్తూనే, త్రోవలో ఆ కఠినశిలలపై కనేసింది. ఒక నూతన మానవుడు. ఒక కష్టజీవి కడుపున కటికరాళ్ళపై పుట్టాడు. రాళ్ళను కొట్టే ఆ కూలివాని భార్యకు మంత్రసాననేది లేదు.

కాని ఆ కూలివాళ్ళు కొట్టిన రాళ్ళతో భవంతులు నిర్మించుకొని, ఆ భవంతులలో హంసతూలికా తల్పాలపై పిల్లలను కనేవారి కందుబాటులోనే మంత్రసానులుండడం చూచాడు. వాళ్ళకు మంత్రసానులే కాదు దాదులు, సేవకులు పరివారాలు.

ఎంత విచిత్రం యీ లోకం! కష్టపడే దొకరు, అనుభవించేది మరొకరు. ఈ ఘటనలే రాజులో మరింత ఉద్రేకాన్ని పుట్టించి చదువుపై విరక్తి కలిగించేయి.

8

సూర్యునిచుట్టూ భూమి తిరుగుతుంది, ఆ తిరగడంలో తనచుట్టూ తానూ తిరుగుతుంది. కాలం కూడా అంతే. ఈ తిరుగుడు రాజు కెంతో విసుగు కలిగించింది. తనూ అలాగే తిరుగుతున్నాడు. మార్పులేదు. ఈ రోజు ఒక పగలు, ఒక రాత్రి. మరునాడు మళ్ళీ అవే ప్రత్యక్షం.-అంతే భూమి, అంతే కాలం, అంతే తనూనూ.

తిన్నగా విశాఖపట్నం వచ్చేశాడు. అక్కడా డబ్బున్న వాడికే అన్ని సదుపాయాలూనూ. అయినా తను చదవాలి? జీవితంలో మాటి మాటికి తొంగిచూస్తున్న విరక్తిని బలవంతంగా అణచుకొని మార్గాంతరం లేక అమ్మకు ఒక వుత్తరం రాశాడు.

ఆ వుత్తరంలో తనపై ప్రేమ వుంటే తన మార్గానికి అంతరాయం కలిగించొద్దని బ్రతిమాలుకున్నాడు. తన శ్రేయస్సు కోరితే ఏమైనా డబ్బు పంపించమని ప్రాధేయపడ్డాడు.

డబ్బు వచ్చింది - అది స్కూలు జీతానికి మించి సరిపోదు - ఆ డబ్బు వచ్చేవరకూ రాజు కాలినడకను విశాఖపట్నమంతా తిరిగాడు.

ఎక్కడ చూచినా, గండు దోమలు దుర్గంధపు మురికికూపాలు, పేదలు నివసించే ప్రాంతాలు వొట్టి పందులపాకలు! అక్కడ ధనికు డన్నవాడే కనబడలేదాయనకి-ఏదో కొద్దిమందితప్ప. ఒక ప్రాంతంలో మట్టుకు దొరల బంగళాలు వున్నాయ్. అది ఆ పట్టణంలో ఎత్తయిన ప్రాంతం కావడం వల్ల సముద్రంగాలి హాయిగా తగుల్తుంది. అదీగాక వారు పరిపాలకులు. అంచేతే సుఖమనుభవిస్తున్నారు.

ఎక్కడోనున్న తమ దేశానికి భారతదేశంలో నున్న ముడి సరుకు లన్నీ పట్టుకుపోతారు. అక్కడవాళ్ళ జనానికి పనులు కల్పించి ఆ ముడి సరుకులను, వస్తువులుగా తయారుచేసి ఆ విశాఖపట్నం రేవులోనే దించు తారు, అమ్ముతారు. లాభాలు గడిస్తారు. ఆ లాభాలు మరల తమదేశమే పట్టుకుపోతారు. ఇక్కడ తన దేశంలో కూలీలకు పనుల్లేవు. తను పండించుకున్న వస్తువు తను అనుభవించడానికి నోచుకోలేదు.

ఎంత వైపరీత్యం! అతడి లేత మనసుపై మరికొన్ని ముద్రలు పడ్డాయి.

వచ్చిన డబ్బును జీతంకట్టి ఎ. వి. యన్. కాలేజీలో చేరేడు. భోజనం ధర్మసత్రం? నిద్ర మఠంలో.

ఒకరోజు కాస్త ముందేవచ్చి రాజు స్కూలు కెదురుగానున్న వేప చెట్టు చప్టాపై కూర్చున్నాడు. ఇంతలో స్కూలు గంట గణగణమని మోగింది. రాజు వెంటనే బడిలోకి వెళ్ళిపోయాడు.

ఆ రోజు వచ్చింది - కొత్త పంతులు. ఆయన తరగతిలో అడుగు పెట్టగానే నిశ్శబ్దమైపోయింది.

ఆ నిశ్శబ్ద వాతావరణానికి అంతరాయం కలిగిస్తూ, ఆ ఉపాధ్యా యుడు కుర్చీలో కూర్చొని బెత్తం టేబులుపై కొట్టి, పుస్తకం తిరగేసి.... "తియ్యండి, ఏడవ పేజి సత్యహరిశ్చంద్ర పాఠం!" అనగానే పిల్లలంతా ఒక్కసారిగా చకచకా పేజీలు తిరగేశారు.

పంతులు ప్రశ్నించాడు—

"హరిశ్చంద్ర పాఠంవల్ల మీరు నేర్చుకున్న గుణపాఠమేమిటి?"

విద్యార్థులంతా ఒకరి ముఖం ఒకరు చూచుకున్నారు. ఒక విద్యార్థి లేచి—

"ధన, ధాన్య, మాన్య ప్రాణాలు పోయినా ఆడి తప్పకూడదు."
"వెరీ గుడ్!"
వెంటనే రాజు లేచాడు—
"హరిశ్చంద్రునికన్నా ఆడి తప్పని గోవు గొప్పది."
లక్కపిడతలా మూతిపెట్టి అడిగాడు - పంతులు;
'అనగా?'
"తనకు హక్కులేని ఆలుపిల్లల్ని అతడు తెగ నమ్మాడు. గోవు ఆకలిగొన్న తన బిడ్డకు పాలిచ్చి మరీవచ్చి పులిని మింగమంది."
అదో క్రొత్త గొంతు, క్రొత్త యువకుడు, అతడి దృష్టి అతడి పైనే పడింది. ఓ యువతి మరీ విభ్రమంగా చూచింది.
మాష్టారు మతి పోయింది--
"ఐతే హరిశ్చంద్రుడు పశువుకన్నా హీను డంటావా"
తరగతంతా విరగబడి నవ్వింది.
అగ్గిమీద గుగ్గిలంలా మండిపోయి మళ్ళా అడిగాడు—
"ఏం మాట్లాడవేం? కనికరించలేదు కాబట్టి విశ్వామిత్రుడు పులి కన్నా క్రూరుడన్నమాట? ఏం?"
రాజు నమాధాన మివ్వలేదు. పిల్లల కేరింతలు హద్దు మీరాయి. మాష్టారు కుర్చీలో కూర్చోలేక పోయాడు. గబగబావచ్చి రాజును చాచి బెత్తంతో కొట్టి హెచ్చరించాడు.
"వెధవా! ఇదా చదువు, జాగ్రత్త ఇకముందు క్రమశిక్షణను భంగ పర్చావా డిస్మిస్ చేస్తాను."
గతుక్కుమన్న గుండెను "అమ్మయ్య" అని సమాధాన పరచు కుంది-యువతి.
క్లాసు కొంత సేపు చీమ చిటుక్కు మననంత నిశ్శబ్దంగా నడిచింది. కాని అందరి చూపులూ, మనస్సులూ రాజు పైనే ఉన్నాయ్.
గంట కొట్టేశారు. విద్యార్థులంతా బయటికి వెళ్ళిపోయారు. రాజు ఒంటరిగా అలాగే నిలిచిపోయాడు. యువతి మాత్రం అతడి చెంతకొచ్చి జాలిపడి బలాత్కారంగా తనయింటికి తీసుకెళ్ళింది! ఆమె పేరు సీత.
ఆ భవంతి-పురాతన సాంప్రదాయానికి పట్టుకొమ్మ. పైన రెండం

తస్తులున్నాయి. వీధిలోంచి చూస్తే చూపు కందనంతటి దూరాన దానిదొడ్డి గోడ వుంది. బయట వరండా, సింహద్వారానికి . రెండువేపులా రెండు తొండాలు చాచిన ఏనుగుతల లున్నాయ్.

వారుభయులూ లోనికి ప్రవేశిస్తున్నారు.

మేడ మెట్లమీద తండ్రి చప్పుడు వినబడింది. ఇద్దరూ తలెత్తి చూశారు. కోట్లాది నిరుపేదలకు పని కల్పించే శుద్ధ ఖాదీ దుస్తులను ధరించాడాయన. ఆయన్ని చూడగానే రాజుకు కలిగిన గౌరవం అపారం.

9

విశాఖపట్టణంలో ఆనాడు బ్రహ్మాండమైన బహిరంగసభ జరుగుతోంది. వేలాది జనంతో సభా ప్రాంగణం కిటకిట లాడిపోయింది. నాటి దేశ రాజకీయ సంచలనంలో ఉష్ణతరంగాల వేడంతా ఆ జనంలో ద్యోతక మవుతోంది. వేదికపై కారుమబ్బులు కమ్మిన రాజకీయాకాశంలో గంభీర మైన, గర్జించసిద్ధంగానున్న మేఘంలా ఓ బెంగాలు వీరుడు కూర్చున్నాడు. ఆయన సీమలో సివిల్ సర్వీసు ఉత్తీర్ణుడై కూడా ఉద్యోగాన్ని కాలదన్ని వచ్చిన దేశభక్తుడట. బెంగాలు వీరులందరికన్నా పిన్న వయస్కుడట. జనం ఆయన గురంచి ఆయన ఇంకా ప్రసంగించకుండానే కథలు కథలుగా చెప్పుకుంటున్నారు, ఎవరాయన? ఇంకెవరు—సుభాష్‌చంద్రబోస్. ఆయన ప్రసంగించడానికి లేవగానే సీత తండ్రి పూలమాలను మెడలో వేశాడు. అంతే సభంతా "వందే మాతరం" అని ఉప్పెనలా పొంగిపోయింది. దిక్కులూ ఒక్కసారిగా ఘూర్ణిల్లిపోయాయ్.

ఉత్సాహం పట్టలేక కానిస్టేబుల్ కూడా గొంతుకలిపాడు. ప్రక్కనే వున్న ఇన్‌స్పెక్టరు "ఫూల్" అని గసిరేసరికి ఎదుటనున్న పళ్ళ కావిడను చూపి, అవి "వందే మాతరం'' అని అడిగేనుసార్! అని తప్పుకున్నాడు. అలా "వందేమాతరం" గేయం జనాన్ని స్పందింప చేసింది. ఇరవయ్యో శతాబ్దపు తొలిదశాబ్దంలో బ్రిటిష్‌వాళ్ళు బెంగాలును బలాత్కారంగా విభజించిన రోజుల్లో చెలరేగిన మహోద్యమంలో పుట్టి భారత జాతీయోద్య

మానికి ఊపిరి పోసిందా గేయం. కలమే కత్తిగా పట్టిన బంకింబాబు దాన్ని రచించాడు.

బోసుబాబు తనకు వేసిన పూలమాలను మువ్వన్నె పతాకానికి సమర్పించి, ఉద్ఘాటించాడు;

"బ్రిటిషు సామ్రాజ్యవాదులు-యుద్ధం కాగానే మనకు స్వాతంత్ర్యమిస్తామని ఆశపెట్టి, యుద్ధంలో గెలిచాక, స్వాతంత్ర్య మివ్వకపోగా భారతావనినే ఆకలిమంటల కాహుతి చేస్తున్నారు. రౌలట్ చట్టంపెట్టి రాక్షసరాజ్యం చేస్తున్నారు. జలియన్ వాలాబాగ్‌లో జనరలు డయ్యరు మండుటెండలో గర్భిణీస్త్రీలను పొట్టలపై ప్రాకించాడు. శిశువులను చిత్రవధ చేశాడు. ఈ దారుణ హింసాకాండ యిక సాగకూడదు! సడలని-సమరోత్సాహంతో, దేశభక్తి ప్రపూర్ణులై భారత మహాప్రజ, మహాసముద్రమై హోరెత్తాలి. అట్టి స్వాతంత్ర్య రణంలో దుమక సిద్ధపడే ఆంధ్రులెవరో ముందుకు రమ్మని కోరుతున్నాను."

ఆయన సభ నలుదిక్కులా కన్ని చూపులతో గాలిస్తున్నాడు. ఒకడూ ముందుకు రావటంలేదు. సభ నిశ్శబ్దమైపోయింది. ఆ నిశ్శబ్దాన్ని చీల్చుతూ రాజు "టక్"మని లేచాడు.

"ఇదిగో! నే నొస్తున్నా! యీ దొరల దురంతాల్ని ఎదుర్కొని స్వతంత్ర సమరంలో ఆత్మ బలిదానానికైనా జంకనని తెలుగు బిడ్డడిగా నేను శపథం చేస్తున్నా!" అని శంఖారావం చేశాడు.

సభలో హర్షధ్వానాలు చెలరేగాయి.జనమంతా తెగించిన ఆ తెలుగు బిడ్డ త్యాగానికి గర్వంతో పొంగిపోయి కైమోడ్పు చేశారు.

సీత తండ్రి ఆనందాశ్రువులు రాల్చాడు. ఆయన యింట నున్న అతిథి యింతటి త్యాగనిరతిని ప్రదర్శించడం ఆయనకు సంతోషం గాక మరెవరికి?

సీత ముఖంలో ఉత్తేజం కనబడింది.

నవయువకుడైన బోస్ వెంటనే వేదిక దిగి, రాజు వద్దకు వచ్చి ఆలింగనం చేసుకొన్నాడు.

అలా లేతవయసులోనే తెలుగు దేశాన్ని, ఆంధ్రేతరునిచే స్తుతింప

జేసి-తెలుగు యశఃస్కాంతులు నేల నాలుగు చెరగులకూ పాకడానికి బీజు మేశాడు-రాజు.

సభంతా "వందేమాతరం"తో గింగురులెత్తి మరీ ముగిసింది.

ఇంటికొచ్చాడు - రాజు! కంటిపై కునుకుపడ్డం లేదు. నిద్రాదేవే రాజు నావహించడానికి భయపడిపోయింది. మనస్సు అతని స్వాధీనంలో లేదు.

మెల్లగాలేచి, ఆ భవనంనుండే నిష్క్రమించినాడు.

10

గడపదాటిన రాజు కల్లోలిత రాజకీయ మహాసాగరంలో తెరచాపా చుక్కానీలేని నావలా ప్రయాణం చేయసాగాడు.

ఆనాడు రాజకీయాకాశంలో కారుమేఘాలు క్రమ్ముకున్నాయి. ఏ నిమిషంలోనైనా కుంభవృష్టితో భీకర తుపాను చెలరేగేలా వుంది. ఆ మేఘాలు - తెల్లదొరల్ని తరిమివేయాలని గర్జిస్తున్నాయి. "స్వతంత్రం కావా"లని ఘోషిస్తున్నాయి.

అప్పటికి మొదటి ప్రపంచ మహాసంగ్రామం ముగిసి సరిగ్గా ఏడాదయింది. ఆ యుద్ధంలో మానవరక్తంతో క్రీడించే ప్రళయాంతకుల మాయా పన్నాగంలో, ధనఖజానాల ఫిరంగి ప్రోతల పెనుహోమంలో భారతీయులు అనేకమంది నాశనమైపోయారు.

బలవంతుడైన బ్రిటిషురాజు, బలహీనులైన ఇతర రాజులను కొల్ల గొట్టడానికి చేసిన యుద్ధమది. అందులో భారతీయులు తలదూర్చడమే నాశనహేతువైంది.

అయితే బ్రిటిషువాళ్ళు దాన్ని ధర్మయుద్ధ మన్నారు. ధర్మయుద్ధం కోసం తాము అవతరించినట్టు, దెయ్యాలకుమల్లే వేదాలు వల్లించారు. యుద్ధ మయ్యాక భారతావనికి స్వాతంత్ర్య మిస్తా మన్నారు. భారతీయులు నమ్మారు. యుద్ధంలో దూకారు. బలిపశువులుగా ఆహుతి అయిపోయారు. వారి పిల్లలు, భార్యలు అనాధలైపోయారు. ఎందరెందరి లేత ఇల్లాళ్ళవో నల్లగాజులు వల్లకాటి నల్లబండపై భళ్ళున బ్రద్దలైపోయాయి.

బ్రిటిషర్లు జయించారు.

మిగిలింది - యుద్ధతాకిడికి గురైన భారతదేశం. దాన్ని కరువులు చుట్టుముట్టాయి. ఆకలి కాగలేక ఒకడు నూతిలోపడి చచ్చిపోయాడు. ఒక తల్లి తన బిడ్డను ఓ కాముాంధునికి అమ్మేసుకొంది. మరో తల్లి ఆబిడ్డ పాల కోసం నడిబజారులో శీలాన్ని చంపుకొంది. ఓ తల్లి శీలాన్ని చంపుకోలేక ఆ పిల్లవాని పీక నులిమి నడివీధిలో పారేసింది. తనూ ఓ చెట్టుకు వురి పోసుకు చచ్చిపోయింది. రాయలసీమలో ఒకడు చచ్చిపడివున్న గొడ్డు మాంసం తిని కడుపుబ్బి చచ్చిపోయాడు.

ఇలా కొల్లలుగా వార్తలొస్తున్నాయి. భారత ప్రజ మాడిపోతోంది. కలకత్తా వీధుల్లో, బొంబాయి బజారుల్లో మదరాసు పుట్‌పాత్‌లపై, ఢిల్లీ నగరంలో - ఒక చోట కాదు, అన్ని చోట్ల కరువు మహమ్మారి ఇనుప గజ్జెలతో విలయ నాట్యం చేస్తోంది.

ఇన్ని బాధలూ సహించింది ఎందుకోసం ? స్వతంత్ర వాయువుల్ని పీల్చడానికి ! వాగ్దానం ప్రకారం - అడిగింది భారత ప్రజ !

"ఏది మా స్వతంత్రం !"

సాధుకంఠం దానిని మెత్తగా అడిగింది, కాని ఆ గొంతులో బడ బాగ్నులు ప్రజ్వరిల్లగల ధ్వని నిబిడీకృతమై వుంది.

కనిపెట్టారు - తెల్లదొరలు. చూపారు - మొండిచెయ్యి. "ఒక్కటే స్వతంత్రం ! అది మలమల మాడి చావడం !" అన్నారు.

ఇక తిరగబడుతుంది — భారత ప్రజ ! వెంటనే రౌలట్ చట్ట మన్నారు. తన నిజస్వరూపంతో, విషపడగల నెత్తి, ఆ పయోముఖ విష కుంభాలు పైశాచిక హత్యాకాండకు దిగాయి. దానికి ప్రత్యక్ష నిదర్శనం జలియన్ వాలాబాగ్.

జలియన్ వాలాబాగ్‌లో మండుటెండలో గర్భిణీ స్త్రీలను పొట్టలపై ప్రాకించారు. శిశువులను చిత్రవధ చేశారు. పట్టపగలు, శాంతియుతంగా సభ తీర్చిన భారత ప్రజలను చుట్టుముట్టి మరఫిరంగులతో కాల్చి-శ్మశాన వాటికగా మార్చేశారు.

అగ్ని పర్వతమైపోయింది—దేశం! దేశమంతా ఒక్కటై నిలి చింది. భగ్గున మండిపోయింది. నాయకులు "ఊఁ" అంటే యీ తెల్ల ప్రభు

త్వాన్ని పునాదుల్తో పెకలించి, ఇంగ్లండులో పారేస్తారు ప్రజలు ! "తొందర పడవద్దన్నారు" నాయకులు. 'చట్' కుదరదంది ఒక వర్గం. నాయకుల్ని ధిక్కరించింది. కనబడిన బ్రిటిషు వుద్యోగినల్లా నరికిపారేయా లంది. వీళ్ళే అకుంఠిత త్యాగధనులైన టెర్రరిస్టులు.

వారి దొట్టి వుద్రేకం. విపరీతమైన దేశభక్తి. ఏదైనా వెర్రితలలు వేస్తే ప్రమాదం. వాళ్ళకు తెలియదు - ఒక తెల్లదొర చస్తే ఇంకొక దొర వెంటనే యింగ్లండు నుంచి దిగుతాడని.

రాజకీయలోకం గందరగోళంగా వుంది. ప్రజల హృదయాల్లో రాక్షసి బొగ్గులు రగిలాయ్. వారు "టెర్రరిస్టుల" మార్గమే చేబట్టే యోచ నలో ఉన్నారు. వార్త లొస్తున్నాయి — అదిగో, వైస్రాయి ప్రయాణం చేస్తున్న రైలుబండిని కూల్చేశారు. ! ప్రభుత్వ ఆయుధాగారం పైని దాడి చేశారు.

బ్రిటిషు ప్రభుత్వం కూడా యీ వుద్యమాన్ని ఎక్కడి కక్కడ అణచి వేయడానికి ప్రయత్నాలు చేస్తున్నది. కాని ప్రజలు రెచ్చి పోతున్నారు.

ఇక నాయకులు కదిలారు. ఒక హద్దులో వుద్యమం నడపాలని నిర్ణయించారు. దాన్నే "సహాయ నిరాకరణోద్యమం" అన్నారు.

వాళ్ళకు కూడా తెలీదు. ఒక హద్దులో వుండే దేదో ? చెలరేగిన జనసమ్మర్దాన్ని, పోటెత్తి కెరలే సముద్ర కెరటాల్ని హద్దులో పెట్టగల మనుకోడం భ్రమ.

ఏమైతేనేం భారత ప్రజలకు వూపి రందింది. ఒక్కసారిగా ప్రాణ వాయువును పీల్చారు. "హరోం హర హర!" అంటూ లంఘించారు- మదమెక్కిన కరీంద్రం పైకి సింహంలా.

ఎక్కడో సముద్రాంతరాల్లో కొద్ది భారతీయ సైనికుల పనే చూడగలిగారు బ్రిటిషువాళ్ళు. కాని భారత ప్రజలు-తమ గడ్డమీద వుండి ఏం చేశారో? వాళ్ళకేం తెల్సు ! భారత ప్రజలు ఒక్కొక్క డొక్కొక్క మహావీరుడై పోయాడు. భారతభూమి క్షాత్రభూమిగా మారిపోయింది. బ్రిటిషురాజులు ఓడల్లపై సైన్యాలను దించారు. "చౌరాచౌరీ"లో ప్రజల వుద్రేకం హద్దులు దాటిపోయింది. తమను నిట్టనిలువునా కాల్చ బూనిన

పోలీసులను, నిలుచుండగానే యమపురి కంపేశారు. నాయకత్వం గుండెల్లో పిడుగుపడింది.

"ఇది హింసాచర్య! చౌరాచౌరి ప్రజ-మూర్ఖ ప్రజ!" అన్నది భారత "ప్రజలు-చౌరాచౌరీ మార్గాన్నే నడవా" అన్నారు. ప్రేటుతిన్న సింహాల్లా గర్జించారు. ఎనభైకోట్ల కళ్ళు, ఎనభైకోట్ల అగ్ని కణాలయ్యాయి.

కాని—

చన్నీళ్ళు చల్లేశారు, నాయకులు! ప్రజల గొంతులు నులిమేసి. "అహింస" అన్నారు! ఈ నాయకులు దేశంలో ధనిక మేధావి వర్గానికి బంధువులు. ఆ వర్గ ప్రయోజనమైన పారిశ్రామిక విస్తరణకు మాత్రమే స్వతంత్రం కావాలన్నారు. ఆ మాత్రపు కోర్కెకు కూడా బ్రిటన్ అంగీకరించలేదు. అందుకే బ్రిటిషువాళ్ళను పోవాలన్నారు.

ప్రజలూ, బ్రిటిషువాళ్ళను పోవాలన్నారు. కాబట్టి ఆ ప్రజలను నడపడానికి అంగీకరించారు. స్వార్థం వాళ్ళ అంగీకారంలో గర్భితమై వుంది. కాని చెలరేగింది-స్వార్థంలేని శ్రామికశక్తి, బొంబాయి కార్మిక శక్తి, కలకత్తా కార్మిక శక్తి! దానిలో వూగిసలాట వుండదు. అది బరి మరికింది.

అది కనిపెట్టిన నాయకులు - ఆపమన్నారు వుద్యమం.

నిజంగా ఆనాడు ఆ కార్మికులను నడపగలిగిన నాయకులే గాని ముందు నిలిచివుంటే పరిస్థితి ఇంకోలా—సరిగ్గా రెండేళ్ళ క్రితం రష్యాలో వలెనే—పరిణమించి వుండేది. అక్కడా ఈ యుద్ధమే వచ్చింది. మన భారతీయులలాగే ఆ దేశీయులూ, ఆహుతై పోయారు. కాని తిరగబడిందక్కడ—తొలుత కార్మికవర్గం. తిరగబడ్డ నాలుగు గంటల్లో సాధించారు. స్వతంత్రం! పేద ధనిక తారతమ్యంలేని స్వతంత్రం! దానికే వారు సోషలిజం పేరు పెట్టారు.

ఆ మహావిప్లవాన్ని కళ్ళారా చూచిన వీరులు—కాబూలు కొండల మీదుగా రష్యాను దర్శించి వచ్చిన భారత వీరులు—అప్పుడు మన దేశంలోనే వున్నారు.

కాని అప్పుడు వారిపట్టు అంతగాలేదు. చీకటిలో వెలుతురుగా చూచాయగా కనబడుతున్న శక్తి అది.

కనుకనే మన దేశ నాయకత్వం యీ ధనిక, మేధావుల గుప్పిటను వుండవలసి వచ్చింది.

అయినా వీర ప్రజాసీకం—యీ పోరాటం సాగవలసిందే అని సమర శంఖారావం మరల పూరించింది. ఇక చూచుకోండి! భారత మహా సాగరం మరల పొంగింది-ఒక్కొక్క కెరటంగా!

మొట్టమొదటిసారిగా, ఆంధ్రుడు నగారా మోగించాడు-కోడిపందె ముల తగాదాలో తెలుగు యోధుల కవోష్ణరక్తం వ్యర్థమై ప్రవహించిన పలనాడులో-రక్తపు జీరలు నాగులేట జీర్ణం కాకూండానే మరల తెలుగు రక్తాన్ని ఎగజిమ్మాడు - పల్నాడు వీరహనుమంతు పన్నుల నిరాకర ణోద్యమాన్ని ఏక త్రాటిపై నడిపిన తెలుగు వీరుడు.

రాజీ మర్మం పేరుతో, అరమరికలు తెలియని ఆ విప్లవ వీరుని ఎదుటపడి పోట్లాడే శక్తిలేక ఒక చోటుకు పిలిపించి హత్య చేసేవారు.

అదే కాలంలో కలకత్తా, లాహోరులలో కొన్ని కెరటాలు పొంగాయి, వాటిని తొక్కివేయ గలిగారు.

మరల కారుచీకటులు భారత రాజకీయావకాశాన్ని క్రమ్మేశాయి. నిరాశా ఘోషలు వినబడుతున్నాయి. మరల దేశం సన్నద్ధం కావాలి. సన్నద్ధం చేసే నాథులు కావాలి. ఆ నాథుల కోసమే నాటి భారత ప్రజ తహ తహ! అదే మన రాజులోనున్న వేడి! ఆ వేడితోనే ముందు నాసిక్ వెళ్ళి గౌతమీ గోదావరి పుట్టినచోట తన తండ్రిని తలచుకొని పితృతర్పణం విడిచి స్వర్గధామంలోని ఆ పుణ్యపురుషుని ఆశీస్సులను పొంది బొంబాయి నగరం చేరుకున్నాడు.

గడ్డం, బట్టలు మాసిపోయాయి. శరీరం చిక్కిపోయింది. కనులు గుంటలు పడిపోయాయి, కాని కనుపాపల్లో కాంతి తగ్గలేదు.

బొంబాయి నగరం "మేడం కామా" లాంటి విప్లవ వీరవనితలు జన్మించిన పుణ్యభూమి. సావర్కార్ లాంటి సాహసికులు పుట్టిన విప్లవ కేంద్ర మది. లండన్ నగరంలో "కర్జన్" హత్యకూ, బొంబాయి నగరంలో నాసిక్ కలెక్టరు "జాన్సన్" హత్యకూ, సావర్కార్ కారకుడని

లండన్‌లో ఆయనను అరెస్టు చేసి భారత దేశానికి ఓడపై తీసుకొస్తూంటే హేమాహేమీ లైన స్కాట్లండు యార్డు పోలీసుల కళ్ళలోనే దుమ్ముకొట్టి పన్నెండు అంగుళాల పాయిఖానా గొట్టంలోంచి ముప్పయ్యారంగుళాల చాతీ గల సావర్కార్ తప్పించుకు పోయాడు. ఆ వీరుని పేరు చెబితేనే బ్రిటిషు ప్రభుత్వానికి సింహ స్వప్నం. కడకు ఆయనను బంధించి, యాభైయేండ్ల కఠిన శిక్ష విధించి, అండమానుకు పంపి చిత్రహింసల పాల్జేస్తున్నారు. రాజు బొంబాయి నగరానికి చేరినప్పుడు ఆ మహావీరుని నాసిక్ జైలుకు మార్చమని గొప్ప ఆందోళన జరుగుతున్నది. ఆ ఆందోళననూ సావర్కార్ విప్లవచరిత్రనూ ఆకర్షించి పులకాంకితుడయ్యాడు. మాతృదేశం కోసం త్యాగం చేయలేని భారతీయుని జన్మే వృధా అని తలపోసి, అచటనుండి నేరుగా పంజాబుకు ప్రయాణమయ్యాడు.

పంజాబు ఆనాడు నిప్పులు గ్రక్కుతున్నది. ప్రపంచాన్నంతనూ అట్టుడికించిన లాహోరు కుట్ర కేసు జరిగి అప్పటికి ఆరేండ్లు మాత్రమే అయింది. అమెరికాలో పొట్టపోసుకోడానికి పోయిన భారతీయుల మాతృదేశ విముక్తి కోసం, ఆయుధాలు ధరించి ఒక నౌకపై భారతదేశం చేరుకున్నారు. వారే గదర్‌వీరులు. వారిని పట్టుకొని బ్రిటిషు ప్రభుత్వం కుట్రకేసు పెట్టి పాతిక మందిని ఉరి తీసింది. ఈ ఉరితీయబడ్డ వారిలో గదర్ వీరుల్లో అతి పిన్న వయస్కుడూ కొదమ సింగమూ అనదగ్గ కర్తార్‌సింగ్ ఉన్నాడు. ఉరికంబాన్ని కౌగిలించుకుంటూ తన తోటి సహచరులకా వీరకుమారుడు "ఉరిశిక్ష తప్పినా జీవితపర్యంతం పోరాటం మానకు" అని విప్లవ సందేశ మిచ్చాడు. రాజు పంజాబు చేరుకునే టప్పటికి, ఎచ్చట చూచినా కర్తార్‌సింగ్ పాటలే, ఆహా! ఆ పంజాబ్ యువకుని జీవితం ధన్యమైంది కదా ! జన్మభూమికోసం ప్రాణాలర్పించే ఎవని బ్రతుకైనా ధన్యమే. రాజు ఆ విప్లవ చరిత్రకు ఇట్టే ఉత్తేజితుడై వంగదేశానికి వెళ్ళాడు.

వంగదేశం జతిన్‌లాంటి వీరాగ్రేసరులకు పుట్టినిల్లు. "భారతీయుల్లో ధైర్యసాహస పరాక్రమాలకు పేర్కొన తగ్గవాడు – జతీంద్రనాథ్ ముఖర్జీ ఒక్కడే!" అని సి.ఆర్.దాస్, రవీంద్రనాథ్ ఠాగూర్‌లచే కొనియాడబడి జోహారు లందుకున్న వీరుడు–జతిన్. ఒక దశాబ్దకాలం పాటు

భారతదేశంలో ఏ మూల విప్లవ కార్యాలు జరిగినా వాటిలో జతిన్ చేయి ఉన్నట్టు సీమదొరలే రూఢి చేసుకున్నారు. జర్మనీతో సంబంధాలు పెట్టు కొని భారతావనికి ఆయుధాల్ని దించి ఒక సుముహూర్తాన వంగదేశా న్నంతనూ విముక్తిచేయ సంకల్పించిన ధీరుడతడు. అతడ్ని పట్టుకో గలిగినవానికి వేలకు వేలరూపాయలు బహుమతులు ప్రకటించారు. ఆఖ రుకా విప్లవకారుడు బ్రిటిషువారితో బాహాబాహీ పోరాటంలో బరినొరిగాడు. "నా శరీరంలోని ప్రతీ నెత్తుటి బిందువునూ మాతృ దేశానికి సమర్పించి గాని చావను." అని తుదకంటా పోరాడాడు. బొందిలో నెత్తురే ఉంటే ఆ చరిత్ర విని ఉడుకెత్తని యువకు డుంటాడా? ఇక మన రాజుకు పాదాలు నిలవడంలేదు. ఆంధ్రదేశం-మహారాష్ట్ర, పంజాబు, వంగదేశాలకు ఏమాత్రం తీసిపోదని చాటాలి. క్షణంలో అక్కడ కెళ్ళి వాలిపోవాలి. వియత్తలం అదిరేలా పోరాటాన్ని సాగించాలి!

నేరుగా తెలుగు గడ్డకు పయనమయ్యాడు రాజు. ఆయన ముఖ మండలం ఆకాశంలోని ప్రచండ భానునిలా నిప్పులు చెరుగుతున్నది.

తాను విశాఖపట్టణం నుంచి బయలుదేరేటప్పుడు నిస్వార్థ జాతీయ వాది అయిన సీత తండ్రితో చెప్పలేదు. ఆయన ఆశీస్సులంత శక్తివంత మైనవి. అవి పొందాకనే కార్యాచరణకు పూనుకోవాలని నిశ్చయించు కున్నాడు. ఆ నిశ్చయమిక తిరుగులేనిది.

11

సూర్యకాంతిని పుణికిపుచ్చుకున్న బాలచంద్రుడు ఆకాశంలో ప్రుద యించాడు.

తండ్రి వింటుండగా సీత బాలచంద్రుని కథను చదువుతున్నది;

"పలనాట నెత్తురుటేరులు పారుతున్న సమయంలో వీరుని విధి కత్తి చేతబట్టి స్వైర విహారం చేయడం, భీరువులా ప్రణయ కలాపం చేయడం కాదు! అని మాంచాల ఖడ్గమందించింది. మేను పులకరించిన బాలచంద్రుడు మత్తువొదిలి, కత్తిపట్టి కదన రంగాని కురికాడు."

రామరాజు నిష్క్రమణానంతరం సీత అంతరంగాన్ని గ్రహించిన

తండ్రి ఆ మాటల్ని సీతకు అన్వయింపడానికి ప్రయత్నం చేస్తున్నాడు.

అంతలో బయట తలుపు చప్పుడు. సీతవెళ్ళి తలుపుతీసింది. తీరా రాజు ప్రత్యక్షమయ్యాడు.

ఆ ముఖం చూచి సీత నిర్విణ్ణురాలైంది.

రాజు ముఖంలో నవోత్తేజం ప్రకాశిస్తూంది. పౌటమరించిన చిరు గడ్డం, ముఖాన సింధూర తిలకం, చెవులకు కుండలాలతో అతని శౌర్య విగ్రహం ఆమెను చకితమ చేసింది.

"సీతా! స్వాతంత్ర్య రణభూమికి వెడుతూ, ఉత్తమ దేశభక్తుడైన, నీ తండ్రి ఆశీస్సులను అందుకుందామని ఇటువచ్చా" అన్నాడు రాజు. తనను కాదని దూరమైపోతాడన్నమాట. దుఃఖం ఉబికింది. దూరాన్నుండి ఆ మాటల్ని విన్న తండ్రి ఆనంద బాష్పాలొలికిస్తూ చరచరా వచ్చాడు. ఆయన పాదాల నంటాడు రాజు.

"నీకు విజయం తథ్యం నాయనా నీ బ్రతుకు ధన్యం."

ఆ ఆశీస్సుల నందుకొని రాజు ఆ గడప దిగి వెళ్ళిపోయాడు.

సీత గుండె నీరైపోయింది. వెళ్ళిపోతున్న రాజునుచూస్తూ ఒక్కసారిగా దుఃఖం పెల్లుబికి రాజు తన దృష్టిపథం నుండి దాటిపోయేంత వరకూ అలాగే చూస్తూ వీధి వరండాలోనున్న స్తంభానికి చేరబడి పోయింది.

ఆమెను ఓదారుస్తూ లోనికి తీసికొని వెళ్ళిపోయాడు - తండ్రి. ఆ ఘటన ఆమె జీవితంలో ఒక విష్కంభం? రాజు జీవితంలో అది ఆది పర్వం. అంతే!

12

చీకటి తొలగింది. బళ్ళున తెల్లవారింది. తూరుపు కొండలు జేవురించాయ్. కృష్ణదేవుపేట నీలకంఠేశ్వరాలయంలో రాజు ప్రత్యక్షమయ్యాడు-ఆయన ముఖతేజో విలాసాన్ని తనివితీరా చూడ్డాని కన్నట్టుగా బాలార్కుడు, తన సహస్ర కిరణాలతో ఆకసం మీదకు వచ్చేడు. పక్షులు కిలకిలా నవ్వాయి. మంచుచే ముడుచుకుపోయిన వృక్ష జీవాలన్నీ బాలా

ర్యుని వెచ్చతనానికి తలలు పైకెత్తి, ఆ ఆలయంలో ప్రత్యక్షమైన రాజు తేజోవిలాసాన్ని ఆహ్లాదంతో చూస్తూ, స్వాగతమిస్తున్నాయి. ఆలయంలో జయగంట మ్రోగింది.

గంభీరమైన ధ్వని, ఆయన పెదాలనుండి ప్రతిధ్వనిస్తోంది.

"పరిత్రాణాయసాధూనాం
వినాశాయ చదుష్కృతాం
ధర్మ సంస్థాపనార్థాయ
సంభవామి యుగే! యుగే?!"

దుష్టశిక్షణకూ శిష్టరక్షణకూ తను మన్యంలో అడుగుపెట్టినట్టు ధ్వనించాడు - రామరాజు.

అవును-కాకపోతే ఆయన తిరిగిన ఉత్తరదేశ మెక్కడ? ఆయన అవతరించిన కృష్ణదేవుపేటెక్కడ?

అయితే, కృష్ణదేవుపేట తునికి చాలా దగ్గర. దాదాపు నలభైమైళ్ళు, అయినంత మాత్రాన ఆయన సరిగ్గా యిక్కడే అడుగుపెట్టవలసిన అవసరమే మొచ్చిందంటారా?

రాజెప్పుడైతే ఉత్తరదేశాన్ని విడిచిపెట్టాడో అప్పుడే తను కోటనండూరుస oస్కృత పాఠశాలలో చదువుతున్నప్పుడు జీవితంలో తొలిసారిగా గాంచిన పీడిత జన బాధలు – ఒక్కసారిగా దృష్టికొచ్చాయి. ఆయన కళ్ళముందు ఆ వెనుకబడిన మన్యం నిలబడింది. తనూ అక్కడే నిలబడా లనుకున్నాడు. తిన్నగా గడుమన్యానికి, సింహద్వార మనదగిన కృష్ణదేవుపేట కొచ్చాడు. అక్కడే ఆ నీలకంఠేశ్వరుని ఆలయానికెదురుగానే కోటనండూరు సంస్కృత పాఠశాలలో తన సహపాఠి భాస్కరరావు నివశిస్తున్నాడు. ఆయన రాజుకు ఆస్కార మిచ్చాడు. ఆ ఆస్కారాన్ని పురస్కరించుకొని, ఆ బాలయోగి, అక్కడ వెలిశాడు. తొలుతనే గీతా ధర్మ సందేశాన్ని వినిపించాడు.

పారాయణ పూర్తికాగానే, ఆ గీతాగ్రంథంపై ఒక నూరువరహాల పువ్వు ఉంచి – గంభీరంగా లేచాడు.

అప్పటికే ఆయన చుట్టూ వినమ్రులై జనం సాష్టాంగ పడివున్నారు.

వాటి మధ్య రాజు–దివ్యకాంతుల్ని వెదజల్లుతున్న ఓ ధర్మదేవతలా కన బడుతున్నాడు.

ఎదురుగా వినమ్రులై సాష్టాంగపడ్డ జనంలోంచి ఓ కోయదొర లేచి-

"సోమీ! మా మన్నె పోళ్ళని దొరలు మా చెడ్డ కట్ట పెడుతున్రు, దాని కేమైనా యిరుగు డుంటదా?" అని పలుకరించాడు.

"లేకేం, పరమేశ్వరుడు — దుష్టశిక్షణార్థం, శిష్టరక్షణార్థం, ప్రతీ యుగంలోనూ తప్పక అవతరిస్తుంటాడు. రామావతార మెత్తి రావణున్ని చంపలేదూ? అలాగే మన్యంలోనూ అవతార మెత్తుతాడు."

ఆ మాటలు వినగానే కోయదొర ఆనందానికి అంతులేకపోయింది.

రాజు రెండడుగులు – ముందుకేశాడు.

ఒక కోయస్త్రీ — "దండాలు సోమీ?" అంది.

శివుని జటాఝూటంలా నడినెత్తిన కొప్పు, మౌళి చుట్టిన మల్లె దండలా ఆ కొప్పుచుట్టూ గవ్వలు! బంగారం ఎచట పుట్టి ఆ పసిడి ఛాయను సంతరించుకుందో, అట్టి మేనిఛాయ! ముఖం ముద్దుగా కనబడు తున్నా, వెన్నముద్దే! పార్వతీదేవిలా ముక్కున నత్తు! ఆమె దండం పెట్ట గానే రాజు కరిగిపోయాడు. సంతోష ముప్పొంగిం దాయనకు. ఆనందా శ్రువులు రాలుతుండగా – "శుభం తల్లీ! నీ భర్త వీరుడౌతాడు." అని దీవించాడు. "అదేంటి సోమీ! వాడొట్టి తాగుబోతే!" రాజు సన్నగా నవ్వాడు–"కాదు. తప్పక వీరుడౌతాడు." అంటూ ముందుకు నడిచాడు. ఉబ్బితబ్బిబ్బైపోయిందా కోయమగువ.

జీవితంపై ఎంత తీపి కలిగించాడొక్క మాటతో!

రాజు ముందుకు పోతూంటే – ఆయన పదరజాన్ని శిరస్సుల కద్దు కుంటూ వెనుక నిలిచారు – ధన్యజనం!

ఊరి శివారుల్లోకి వచ్చేడు – రాజు. ఆయన స్నానం చేసేది – ఆ శివారున ప్రవహిస్తున్న ఒక సెలయేటిలో. ఆయన చేతిలో కోదండం, కమండలం వున్నాయి, కాషాయి దుస్తులు ధరించాడు.

పక్షు లింకా గూటికు పోలేదు. అవి సంధ్యాసమయంలో బయలు దేరుతాయ్! ప్వార్థమానుపుల్లా కాదా పక్షులు. ఎవరైనా గుప్పెడు అన్నం

మెతుకులు రాలిస్తే చాలు, అపరిమితానందంగా, నాలుగు పక్షులూ నేలకు దిగి, ఆ మెతుకుల్ని సమానంగా పంచుకుంటాయి. వాటిని తిన్నగా గూళ్ళకు తీసుకుపోయి తమ చిట్టిపాపల ముక్కుకొనల కందిస్తాయి. నీళ్ళు కలియని పాపలా, నల్లపూస వేసినా కనబడగలిగినంత స్వచ్ఛమైన నీళ్ళలా వుంటుంది-వాటి ప్రేమ.

అవి రాజును చూసి కలకలారావంతో మంగళగీతికల నాలపిస్తున్నాయి. కొండల కొనలపైని నెమళ్ళు నాట్యం చేస్తున్నాయి. ఆ ప్రక్కనుంచే గరగర లాడుతూ యిసుక తిన్నెలను కోస్తూ సెలయేరు ప్రవహిస్తోంది. చిన్నచిన్న గులకరాళ్ళు ఆ ప్రవాహంలో దొర్లుతూ గలగల కేరింతలు కొడుతున్నాయి.

ఆ సెలయేటి స్వచ్ఛమైన సంగీతాన్ని గ్రోలుతూ రాజు ఆ సెలయేటి మధ్యనున్న రాతిబండ వెనుక ఒక గుండంలో స్నానం చేస్తున్నాడు.

అదే సమయాన ఒక కఠోరమైన ధ్వని అయన చెవిన బడింది. అది ఏదో ప్రమాదంలో చిక్కుకున్న ఓ స్త్రీ కంఠధ్వని!

త్వరితంగా స్నానం ముగించి ఏటిగట్టునెక్కి దృష్టిని సారించాడు.

అదిగో ఆకాశమంత ఎత్తుగా వుండి అయిదువేలేండ్ల ఆయుష్షు గలిగి నాలుగు దిక్కులకూ, నాలుగు చేతులను చాచి, ఆ మన్యాన్ని చల్లగా చూస్తున్న ఓ పెద్ద వటవృక్షం వెనుకనుండి ఆ ధ్వని వస్తోంది.

ఆ వటవృక్షపు తొర్రలోనే తన విల్లమ్ములు దాచుకుంటాడు-రాజు. అవసరమొచ్చినప్పుడు గాని వాటిని తీయడు. గో గ్రహణాన్ని నిరోధించవలసి వచ్చినప్పుడు శమీవృక్షంపై దాచిన గాండీవాన్ని పార్థుడెలా తీశాడో, అంతకంటె అవసరమొచ్చినప్పుడు ఒక పేదవాని జీవితం భగ్గున మండిపోతున్నప్పుడు మాత్రమే ఆ విల్లమ్ముల్ని తీస్తాడు.

వటవృక్షం చెంత కొచ్చేటప్పటికి ఆ ధ్వని ఆవేదితపై సుడులు సుడులుగా తిరుగుతూ, ఆయన హృదయాన్ని ఆర్ద్రి మొనరించింది.

ఏమైనా ఆయుధం చేపట్టాలి. లేకపోతే ఒక నిండు జీవితం ఆహుతై పోవచ్చు. ఆయన ఎడమకన్ను అదిరింది. వెంటనే ఆ వటవృక్షం తొర్రలోని విల్లమ్ములుతీసి, చకచకా ముందుకు సాగాడు.

ఆ చెట్టువద్దకొచ్చి, ఆ ఊరి తూర్పుదిశను చూశాడు. అదో హృదయ

విదారకమైన దృశ్యం. ఆ దృశ్యాన్ని చూడగానే రాజు గుండె క్రిందపడిన గాజులా బ్రద్దలైంది.

ఒక యువకుడు, ఒక యువతి వీపుపై వాతవేశాడు. ఆ యువకుడే ఆమె ప్రియుడు. ఆ యువకుడిని ఆ యువతి ప్రేమించినందుకు శిక్షట. ఇదీ అక్కడ కూర్చున్న పెద్దల తీర్పు.

ఆమెది చెంచుతెగ. మన్యంలో కడజాతిగా పరిగణించబడే ఒక చెంచుపిల్ల. అదే మన్యంలో గొప్ప జాతనబడే కోయతెగలోని ఒక యువకుడ్ని ప్రేమించడం. అది ఆ నేరంలో నున్న విశేషం.

ఆ విశేషం – మన్యంలో మూడు పువ్వులుగా పూస్తున్న మూర్ఖత్వానికి చిహ్నం.

ఆనాడు నిండు పున్నమి వెన్నెలలో పెరటిలో పడుతున్న నిశాఖైన పూరిగుడిసె నీడల్లో తన ముద్దుల ప్రియురాలితో సరస సల్లాపాలాడుతున్న గోవిందు-ఓ పెద్దకంట బడ్డాడు.

వెంటనే తన రెండు కళ్ళూ పొడుచుకొని, ఊరంతా చాటించి కోయ యువకుని తండ్రితో ఫిర్యాదు చేశాడు. "రానీయండి వాడిసంగతి కనుక్కుంటా!" నన్నాడు తండ్రి.

చద్దు మణిగాక గోవిందొచ్చాడు. తలుపు తెరవబడ్డం, పడాలున ముఖం పగిలేలా తండ్రి కొట్టి బయటికి త్రోసివేయడం జరిగిపోయింది.

అలా జరుగుతుందని యెన్నడూ అనుకోలే దతడు. ఇది వరకూ అలా కలుసుకున్నపుడు ఏదో తిట్టి పెద్దలు విధించిన జుల్మానా చెల్లించేసి లోనికి రానిచ్చేవాడు. పైగా ఇప్పుడు అనరాని మాటలన్నాడు–

"వెధవా! ఎంతపని చేస్తున్నావురా! వూరంతా కొనగొమ్మను కూర్చొని వ్రేలెట్టి చూపుతుంటే యీ వెదవ ముండను వెనుకేసుకు తిరుగుతున్నావు? నా పరువంతా గంగపాలు చేశావ్. పో. వెధవా! దానితోనే ఏడు. ఇక నా గడప త్రొక్కకు! థూ!" అని ముఖాన వుమ్మేసి తలుపులు దఢాలున బిగించుకొని లోనికెళ్ళిపోయాడు.

అంతే పెను తుపాను వీచినట్టయింది. ఆ తుపానుకు చెదరిపోయిన పక్షిలా అయింది- అతని జీవితం!

అయినా ఎలా తన ప్రియురాలిని వొదిలిపెట్టగలడు?

తిన్నగా ఆ యువతి యింటి కొచ్చేశాడు. ఆ యువతితో ఏదేదో బాస చేశాడు.

అంతే; తెల్లవారేటప్పటికి క్రొత్తకాపురం వెలిసింది. ఆ యువకుడు కష్టిలు కొట్టుకురావడం ఆ యువతి వొండి పెట్టథం. వారి జీవితం క్రొత్త పుంతలు త్రొక్కింది.

ఇక వీధిలోకి యీడ్చారు – పెద్దలు. ప్రియుడే ప్రియురాలికి వాత వేయాలి, వాతపడింది. శిక్షించారు – గిలగిల గింజుకొని కెవ్వుమందా పథచు. రాజు జ్వలించాడు. పాదుకలు ధరించిన అతడి పాదాలు తటాలున అచట ప్రత్యక్షమయ్యాయ్, "మూర్ఖులారా ఎంత దారుణానికి వొడిగట్టారు? వీళ్ళు ప్రేమించుకోవడం నేరమా? ఇదే నేరమైతే మీకూ మీ భార్యలకూ మీకూ మీ బిడ్డలకూ మధ్యనున్న ప్రేమకూడా నశిస్తుంది. ఈ జంటను మీరు పెడుతున్న హింస ఒక నాటికి మిమ్మల్నే హింసిస్తుంది." అని హూంకరించాడు.

అంతే, భయకంపితులై పోయారు - పెద్దలు. నోట మాటలేదు - ఒక్కడికీ.

కంపించిపోతూ రాజు కాళ్ళపై పడ్డారు - "క్షమించండి! ఇంకెన్నడూ ఎవరినీ హింసించం" అని. రత్తిగోవిందులు పులకాంకితులై తమ బాధనే మరచిపోయి, "మా పాలిట రామదూతలా వచ్చింద్రు సోమి" అంటూ రాజు పాదాలకు ప్రణమిల్లేరు. ఆ జంటను తన హృదయానికి గాఢంగా హత్తుకొని వెనుదిరిగాడు–రాజు. ఆయనను సాగనంపుతూ, ఆ పెద్దలూ, రత్తిగోవిందులూ కూడా వస్తూనే వున్నారు.

దారిలో రొప్పుతూ రోదుతూ పరుగెత్తుకొస్తున్న ఒక స్త్రీ గోడు పెట్టింది....

"దండాలు సోమీ, తమోరు జోతిషం చెప్పింద్రే దాని మొగుడు కొట్టేసిండు సోమీ చచ్చిపడింది పిల్ల"

"రామ రామ"

"అవును సోమీ"

"అయితే పద అక్కడికే నేను వస్తున్నా"

"పదండి" అంటూ అంతా ఆయన వెంట బయలుదేరారు.

మగనిచే దెబ్బలుతిన్న ఆ మగువది - కృష్ణదేవు పేటకు నాలుగు మైళ్ళలోనున్న నడింపాలెం. ఎవరో బాలయోగి కృష్ణదేవు పేటకు వచ్చా డనగానే ఆ మగువ తన బాధలు చెప్పుకొని చేయి చూపించుకుందామని వచ్చింది. చేయి చూపించుకోడానికి ఆడోళ్ళెంత దూర భారమయినా ఖాతరుచేయరు.

ఆమె మగడు – మల్లుదొర – పక్కా త్రాగుబోతు. అతనికి చెప్ప కుండానే ఆమె బయలుదేరింది. "నీ భర్త వీరుడౌతా" డనగానే చంక లెగురవేస్తూ యింటికి బయలుదేరింది.

గుమ్మంలోనే ఎదురయ్యాడు—మల్లుదొర. త్రాగి కైపెక్కిన నిషాతో—"లంజ, ఏడకెళ్ళొత్తివే నే నోరుననికుంటివే" అంటూ మూల నున్న కర్రతో చేతికొచ్చినంత గట్టిగా బాదాడు. ఆమె స్పృహ తప్పి పోయింది. గూడెం గూడెం అంతా గొల్లుమని ఆ స్త్రీచుట్టూ మూగారు, చచ్చి పోయిందనుకున్నారు. ఆ మూగిన జనంలో ఓ ముసలిది - "ఓరయ్యో సోమి నీడకు తోడు తేందే యిది బ్రతకదయ్యా!" అంది. పల్లెల్లో వెంట్రు కలు నెరసినవారి వాక్కుల్లా బ్రహ్మవాక్కే! అందుకే ఓ స్త్రీ పరుగెత్తు కొచ్చి రాజును కలుసుకుంది.

రాజు నడింపాలెం వచ్చాడు. జనం పాయలు పాయలై దణ్ణాలు పెట్టారు. రాజు వచ్చీ రాగానే, ఆ శిరస్సును తన తొడపై పెట్టుకొని ఊపిరి, నాడీ, చూచి కమండలోదకాన్ని ముఖంపై చల్లి గాయాల్ని— కడిగాడు.

ఓ క్షణానికి ఆ కాంత లేచింది. అంతా నిశ్చేష్టులయ్యారు. కోలా హలం మిన్ను ముట్టింది. ముసల్ది మల్లుదొరను తిట్టింది—

"బుద్ధి లేదురా? తాగితే చేతికందినంత దెబ్బేస్తావా. మారాజు బ్రతి కించినాడు గాని లేకపోతే చచ్చునే!"

మల్లుదొర నిషా తగ్గింది. వెంటనే రాజు కాళ్ళపై పడ్డాడు.—

"తమొరిని తెలుసుకోలేక యీ నాలి కెన్నెన్నో పాడు మాటలా డింది." అంటూ మొలనున్న చాకుతీసి నాలుకను కోసేసుకోబోయాడు.

"ఆ! ఆ! ఆ!" అని రాజు అతడ్ని నాపుచేసి—"నాలుక కోసు కుంటే ఆ పాపం పోదు నాయనా!"

"మరెట్ట పోతది సోమీ"

"ఈః ఘోరానికి మూలమైన త్రాగుడు మానాలి!"

వెంటనే మల్లుదొర రాజు పాదాలముందర చరిచి—

"పెమాణము సోమీ! యిక తలతెగినా నేను తాగేది లేదు!"

"పిచ్చోడా! నీవు మానితే ప్రయోజనం ఏంటి? అందరిచేతా మాని పించాలి."

"అలాగే సోమీ! అందరిచేత మానిపిస్తము. వాడవాడా పెచారం చేసి తాగినోడ్ని దండిస్తము కూడా!"

రాజు మందహాసం చేశాడు.

అంతా ఒక్కసారిగా - "సోములోరికీ జై!" అన్నారు.

"పదండహే ! అందరికీ యీ కబురు చెప్పొస్తము."

అంత "సై" అన్నారు. రాజు ముందుకు సాగాడు. ఆ వెనుక జనం! తొలుత, ఆ పల్లెలోనే తాడిచెట్లపై నున్న కుండలన్నీ పగిలాయ్. ఇళ్ళలోని కల్లు డొప్పలన్ని ఆ జనం పాదాలక్రింద నలిగాయ్.

ఒక్క తృటిలో మహామహులు సాధించలేని, మనిషిని రాక్షసుని గావించే త్రాగుడు పిశాచానికి స్వస్తి వాచకాన్ని పలికించాడు - రాజు.

తన సందేశం, తనకు తెలియకుండానే మూలమూలలకూ ప్రాకి పోతోంది. పల్లెపల్లెలనూ కదిలించి వేస్తోంది. రాజంటే ప్రేమాభిమానాలు పొంగి పరవళ్ళు త్రొక్కుతున్నాయ్.

ఆయన ధ్యేయం ఎవ్వరికి తెలీదు. కాని ప్రజాసేవ ఆయన పర మార్థం. అందులోనే ఆయన కానందం. ఆ ఆనందానికి అంతరాయం కలిగితే ఏమవుతుందో చెప్పలేం.

13

అంతరాయం కలిగించాలని ఆలోచించే తెగ లేదనుకోకండి! సౌజన్యం ప్రక్కను దౌర్జన్యం ఎప్పుడూ ఉంటుంది? అయితే సెగ ఎక్కడ తగుల్తుందో అక్కడ కదుల్తుందా తెగ !

అది "లమ్మసింగి" సముద్రతలానికి చాల ఉన్నతమైన ప్రదేశ

మది. వాతావరణం హిమచ్ఛన్నమై ఉంది. సూర్యరశ్మిని కూడా మంచు కప్పివేస్తున్నది.

ఎముకల్ని కొరికే చలి, ఆచలిలో చలికి చలించకుండానే ఓకొండ దొర చురుగ్గా నడచు కొస్తున్నాడు. తెల్లటి దుస్తులు ధరించాడు. చేతిలో కర్ర ఉంది. తలకు ఏటవాలుగా పాగా ఉంది. ఆజానుబాహుడు విశాల మైన ఛాతి దాదాపు ముప్పై ఏండ్లు ఉంటాయ్.

"లమ్మసింగి"ని అనుకొని ఓకొండ ఉంది. ఆ కొండపైని ఓ బంగళా ఉంది. అతడు నేరుగా ఆ బంగళా ముంగిటకొచ్చి నిలచి, ఎవరికోసమో ఎదురు చూస్తున్నాడు.

ఆ బంగళా చావిడిలో ఓపెద్ద కొండల ప్లాను ఉంది. టేబిలుపై పులితలా, గోడకు క్రొరగేదె కొమ్ములూ ఉన్నాయ్. చూడడానికి అదురు పుడతాయా అలంకారాలు. టేబిలు ముందున్న కుర్చీలో టేబిలుపై బూటు కాళ్ళు చాపుకొని కూర్చున్నాడు—బాష్టియన్. అతడు గూడెం తాలూకాకు ప్రత్యేకాధికారాలు గలిగిన తాసీల్దారు. క్రైస్తవుడు కావటంవల్ల కాటుక కొండలా అగుపిస్తున్నాడు.

ఒక మనిషి స్వభావాన్ని ఆ మనిషి ప్రేమించే వస్తువుల్ని బట్టి ఊహించుకోవచ్చు. ఆ పులితలా, క్రొరగేదె కొమ్ముల్ని బట్టి బాష్టియన్ స్వభావాన్ని ఇట్టెపసిగట్టవచ్చు.

శింగన్న చెబుతున్నాడు....

"చూడునాయనా వాడే బాష్టియన్. మన్యంలో వా డానాడు చేస్తున్న ఆగడాలకు అంతులేదు. నా కప్పుడు నలభై ఏండ్లు. గతిలేక వాడి వద్దనే కండలుకరిగే బండచాకిరీ, బాడుగలేని ఊడిగం చేస్తున్నా."

చాచిన బూటుకాళ్ళ మధ్య నుంచి చూస్తూ బాష్టియన్ పిలిచాడు—

"శింగన్నా?"

అదురుతూ వచ్చి ఎదుట నిలిచాడు-శింగన్న.

"చూడు బయట! ఎవడన్నా ఏడ్చాడేమో?"

"శిత్తవుండి" అని అణుకువగా శింగన్న బయటి కెళ్లాడు.

బాష్టియన్‌ది వట్టి కుళ్ళుబుద్ధి. ప్రత్యక్షంలో పొగిడి, పరోక్షంలో తిట్టి, ప్రత్యక్ష పరోక్షంలోని వాళ్ళందరిచేతా పనులు చేయించుకోగలనని

నమ్మిక మతడిది. అటువంటి పద్ధతులతో కొంతకాలం కొందరిని మాత్రమే నమ్మించగలమని, అందరినీ అంతకాలం నమ్మించడం సాధ్యం కాదనీ, అందరూ ఆ సత్యాన్ని తెలుసుకొన్నప్పుడు తనకు చిన్నప్పుడు పద్ద దొండాకు పసరు క్రక్కవలసిందేనని, వాడికి తెలీదు.

శింగన్న బయటికు రాగానే లోపలినుంచి ముఠాదారు లింగన్న, ఓవర్సీరు పిళ్ళె కుయుక్తు లాడుకుంటూవచ్చి బాస్టియన్ ప్రక్కకు చేరారు.

బయట కొచ్చిన శింగన్న పడాలున్ను పిలుచుకొచ్చాడు.

బాష్టియన్ "చక్" మని లేచి—

"ఫూలిష్ డాగ్! నీకు చెప్పిందేమిటి? నీవు చేసిందేమిటి? చూచి రమ్మంటే, పిలుచుకువస్తావ్? ఫూల్!" అంటూ నిప్పులు గ్రక్కాడు.

శింగన్న వొణికిపోయి మౌనం వహించాడు.

ఆ మౌనాన్ని అవకాశంగా తీసుకున్న పిళ్ళె—

"ఆమా సార్! బుర్ర యిల్లి యేసార్!" అంటూ మరో రాయి విసిరాడు.

అది వాడి నైజం! బోడితలకూ మోకాలికి ముడిపెట్టే బుద్ధి—అత నిది. అరవవాడైనా ఆ అరవలందరిలాంటి వాడు కా డీతడు!

మన్యంలో చింతపల్లి ఘాటురోడ్డు వేయవలసి ఆ పని జరిపించ మని జిల్లా కలెక్టరు ఇతన్ని బాష్టియన్ వద్దకు పంపాడు. ప్రభుత్వ వ్యవ హారాల్లో ఆరితేరిన ఘటం. ఒకనికి తైరుకొట్టి, మరొకర్ని పడగొట్టగల నేర్పరి. ఆఖరికి బాష్టియన్ లాంటి వాడిని బుట్టలో వేసుకోగలిగిన జిత్తుల మారి నక్క! ఎప్పుడైతే శింగన్నపై పిళ్ళె జులుం చేశాడో – బాష్టియన్ శింగన్నను –

"ఫో! కాఫీ తీసుకురా!" అంటూ పిళ్ళెవైపు తిరిగి "పిళ్ళె ఆ రోడ్డు వర్కు ఇతడికి బోధచెయ్" అన్నాడు.

"ఆ మా!" అని పిళ్లె మొదలు పెట్టాడు–

"తెరియుమా...."అంటూ ప్లానుచూసి ఏదో చెప్పబోతుండగా,బాష్టి యన్ మరల కలుగచేసుకొని –

"ఆగు పిఖ్ఖె! .... పదాలూ జాగర్తగా విను! ఇదిగో ఇది నర్సీపట్నం. యీ కొండల కవతల చింతపల్లి ఈ మధ్య ఆడుగా వున్న కొండలను పగులగొట్టాలి. రోడ్లు వేయాలి. రోడ్డు వేస్తే లాతం పొందేదీ మన్యపొఖ్ఖె! దీనికి జనం కావాలి! సొమ్ము ఎంతైనా యిస్తాం? ఏం? ఏమంటావ్?" ఆడిగాడు.

పదాలతోనే ఆ రోడ్డు ప్లాను ప్రత్యేకంగా చెప్పడానికి కారణం ఆతడు ఆ చుట్టుపట్ల పలుకుబడి గలవాడు. తలచుకుంటే ఆ మన్యాన్ని లేపగలడు-అందుకే బాట్టియన్ అంత ఆప్యాయంగా చెప్పాడు. బాట్టియన్ విషయంలో - "హృదయానికి ముఖం ప్రతిబింబం" అనుకుంటే పట్టికొట్టి తిరుతాం.

ఆందులోను నర్సీపట్నంనుండి చింతపల్లి ముప్పై మైప్లు వుంటుంది. ఆంగుశంగుకానికి భూమిలోంచి పొడుచుకువచ్చే రాళ్ళపర్వతాలను త్రవ్వడ మంత తెలిగ్గాదు. ఆయినా పదాలు ఆన్నాడు-

"చిత్తం! మా మన్యపొఖ్ఖు పొట్టకాలి ఏడుస్తున్నరు. పని చెప్పితే అంతకంటే సంతోష మేముంది దొర!"

పదాలు పనిచేసినా ఫలం దక్కుతుందనుకున్నాడు. ఆందులోనూ బాట్టియన్ ఆన్నాడు - "ఎంత జనమైన కావాలి! ఎంత ధనమైన యిస్తాం" ఆని.

ఇట్టే నమ్మివేయగల మన్యానికి చెందినవాడు పదాలు కావడంవల్ల నమ్మేశాడు.

వెంటనే బాట్టియన్ ఆన్నాడు-

"జాగ్రత్త జనాన్ని మాత్రం గ్రారెల్ని తోలుకొనివచ్చినట్టు తోలుకు రావాలి! నీకు కూడా కొంత...." అంటూ ఆగాడు.

దాన్ని ఆర్థమయ్యేలా పిఖ్ఖె చెప్పడానికి హనుకున్నాడు-

"ఆమా! కొంత కంట్రాక్టు ముట్టజెపుతారు!"

పదాలు చాలా సంతోషించాడు. తనను కసాయివాడికి గ్రారెల్ని తోలేవానిగా గుర్తిస్తున్నారని ఆతను భావించలేక పోయాడు.

"చిత్తం మీ దయ దొర!"

ఆ సంభాషణ పూర్తయిందని తెలుసుకున్న లింగన్న "తమరో

సారి 'గట్టు పొణకల' రావాలిదొర! ఆ గంటం దొర పెద్దరికం పెచ్చు పెరిగి పోతోంది!" అని మొదలు పెట్టాడు.

లింగన్నకు గంట మంటే ఎవరో తెలుసు!

గంటం దొర చాలా పెద్ద మనిషి! ఆ గ్రామానికి మునసబు. లింగన్న లాంటి ముతాదారులు ఎన్నో ఘోరాలు చేస్తున్నా, "వాళ్ళ పాపం వాళ్ళనే తింటుందిలే!" అన్నంత శాంతమూర్తి. అయితే ఆతడి దృఢ మైన శరీరం, గర్వంలేని పౌరుషం చూస్తే లింగన్నకు గుండెదడ! అందుకే ఎదుటపడి అనగలిగిన ధైర్యం లేక బాష్టియన్‌కు మొర పెట్టుకున్నాడు.

"సరే! ముందు కాఫీ తీసుకోండి!" అంటూ వారికి కాఫీలు అందించాడు బాష్టియన్. పడాలు మాత్రం పుచ్చుకోలేదు.

"అదేంటోయ్—తాగు!"

"మా కలవాటు లేదు దొరా! చద్ది గంజె మాకు తల్లి పాలు!"

"దీని నిషా నీకు తెలీదు....ఉ!"

అంతా తాగడానికి కప్పులెత్తారు. పిళ్ళె, లింగన్నలు కుక్కిన పేనుల్లా కళ్ళు మూసుకొని తాగుతున్నారు. బాష్టియన్ ఒక్కసారిగా మండిపోయి తుబుక్కున కాఫీ ముఖాన పూసి—

"ఇడియట్ ! ఉప్పు కలిపి తెస్తావా?...." అంటూ ఆ కప్పు గిరాటు వేశాడు. శింగన్న తల పగిలిపోయింది. నెత్తురు చిమ్మింది.

"మాకు సెలవిప్పించండి !" అంటూ పడాలు లింగన్నలు వెళ్ళిపోయారు. బాష్టియన్ లేచి వాళ్ళు వెళ్ళిపోయాక శింగన్నతో—

"ఊఁ ! పో? సాయంత్రానికి సామాను పంపుతానన్న షావుకారు వద్దకు వెళ్ళి వెంటనే పంపకపోతే వాడి దుకాణం ధూళిలో కలుపుతానని చెప్పు."

"శిత్తవుండి !" అంటూ శింగన్న కారుతున్న రక్తాన్ని తుండుతోనే వొత్తుకుంటూ, వొణుకుతూ వెళ్ళిపోయాడు.

దుష్టద్వయం విషపునవ్వు నవ్వింది.

"మరి మనం కంట్రాక్టు తీసుకోవడం రూలుకు వ్యతిరేకం ! నీవు

ఓవర్సీరువి ఎలా నడిపిస్తావో?" అంటూ తన భయాన్ని వెల్లడించేడు— బాష్టియన్.

కడవంత గుమ్మడికాయ కత్తిపీటకు లోకువకదండీ!

"పరవా యిల్లియే సార్! రూల్సు మనం చేస్తిమా? మనల్ని రూల్సు చేస్తివా? వాటిచే మనం చెప్పినట్టు చేయించుకుంటాం సార్!" అంటూ పిళ్ళై నవ్వాడు. అప్పుడు వాని పళ్ళు శకుని చేతుల్లోని పావుల్లా మెరిసాయ్.

బాషియన్ కూడా వెకిలినవ్వు నవ్వాడు. వెంటనే నవ్వాపి—

"అరే లింగన్నను పొమ్మన్నామే?"

"ఏం సార్?"

"గంటందొర ఆ 'గట్టుపొణకల' కే కింగ్ అయిపోయాడు. వాడి సంగతి కనుక్కుందా మని!"

"సరిదా! మనముదా పోదుము. లింగన్నకు కబురు పంపిస్తాము."

"అవును" అంటూ బాష్టియన్ నవ్వుతూ లేచాడు.

14

ఇది "గట్టుపొణకల" గ్రామం. గ్రామానికి మధ్య ఓ పెద్దచెట్టు చప్టా. దానిపై గంటందొర కూర్చున్నాడు. చుట్టూకొందరు కొండదొరలు కూర్చుని కేకలు వేసుకుంటున్నారు. గంటందొర లేచాడు. నిలువెత్తు విగ్రహ మాయనది. ఆయన లేవగానే జనం ప్రశాంతమై పోయారు.

ఆ గట్టుపొణకల గ్రామం పర్వత పరీవృతమైనది. ఆ కొండల మధ్య ఆ గ్రామంలోని కొంపలన్నీ, కూర్చబడిన ఆ కొండల కంఠ హారంలా వున్నాయ్. ప్రశాంత జీవితానికి ప్రతిబింబాల్లా పూరిగుడిసెలు, ప్రకృతికాంత ముచ్చటతీరా నృత్యమాడుకునే రంగస్థలమది. ఆ పూరిగుడిసెలలోని జీవితం ఒక తెల్లని పాలకుండలా వుంది. కాని ఆనాడు ఆ క్షీర భాండంలో విషబిందువు పడింది. కలతలు బయల్దేరేయి. ఆ కలతలకు నలతచెందేడు–గంటం. ఆ గ్రామ సౌభాగ్యాన్ని కాంక్షించే సౌహార్దుడాయన. ఆయన అందరిలాంటి మునసబు కాదు.

కొందరి మునసబుల్లా ఆ ఊరి కంఠంలో ఏ రెండెకరాలనో పుచ్చుకున్నవాడుకాదు, ఏ శ్మశాన దురాక్రమణో ఆ వూరి బీడు అన్యాక్రాంతమో చేసినవాడుకాడు. లేక ఏ నీటి తగువో ఏ సాగు తగువో? ఏ కూలి తగువో! సృష్టించి ఆ తగవులపై బ్రతికే తుంటరి కాదు. దొంగలూ దొంగలూ జేరి వూళ్ళు పంచుకున్నట్టు కరణాలు మునసబులు ఏకమై పొలాల్ని పంచుకొనే కూటమికి చెందిన వ్యక్తి కాదు.

అందుకే ఆయన కంత బాధ! ఆ గ్రామంలో కలత ఆయన హృదయంలో బాధ! ఆ కలతలకు కారణం ఆయనకు తెలుసు! కాని అది అందరూ తెలుసుకోవాలి. అందుకే గంటం లేచి నిలబడ్డాడు. ఆయన లేవగానే, అతని విగ్రహానికి వినమ్రులై పోయారంతా.

కాని చిత్రం - ఎన్నడూ లేనిది ఆయన ప్రత్యక్షంలోనే నేడు కేకలు వేసుకుంటున్నారా జనం !

ఆ గ్రామంలో చొరబడ్డానికి ఇంకో ప్రక్క బాష్టియన్ బృందం బయలుదేరింది. వాళ్ళింకా ఆ గ్రామ హద్దుల్ని చేరలేదు, చేరడానికి ముందు అడ్డుగావున్న కొండనెక్కి దిగాలి. డోలీపై ఎక్కుతున్నారు. ఆ డోలీలో బాష్టియన్, పిళ్ళేలు వున్నారు. డోలీ ఎక్కికూర్చున్న వాళ్ళకేం తెలుస్తుంది - ఆ డోలీ మోస్తున్నవారి బాధ!

కాని దురదృష్టమేమిటంటే, ఆ డోలీ వెనుక వస్తున్న లింగన్న డోలీ మోస్తున్న ఒక కూలీని కొట్టడం.

కాని మరొక ప్రక్క మల్లు కొంత జనంతో ఇంకొక కొండ నెక్కుతూ ఆ గ్రామంలోకే వస్తున్నాడు - అతడు ఓ బాధ్యతను రాజు ముందు నెత్తిన వేసుకున్నాడుగా - వాద వాడా తిరిగి కల్లు త్రాగడాన్ని మానిపిస్తానని!

గంటం లేచి నిలబడి గొడవపడుతున్న జనాన్ని మందలిస్తూ-

"మనం మనం గొంతుకలు పిసుక్కొని చస్తే మిరాదారు చేతిలోనున్న భూములు రావు" అన్నాడు.

"సొప్పు మావా! నువు గీసిన గిరి దాటేదిలేదు. ఎట్టవస్తయో సొప్పు" అని జనంలోంచి ఒకడు లేచి అడిగాడు.

ఖంచా చెల్లుమంది.

68

బాష్టియన్ వచ్చి-

"గిరిగీయడానికి వీడేం ప్రభువా?" అని హుంకరించాడు. నిరంకుశం! వాళ్ళ కిక మంచీ మర్యాదా వాక్శుద్ధీ లేదు.

కాని అటువంటి వాళ్ళకు ఆ ప్రక్కనే వుంటుంది - గొయ్యి. తటాలున మల్లు ప్రత్యక్షమయ్యాడు.

గాముగంటందొర గాముమల్లుదొరా యిరువురూ అన్నదమ్ములే! అతనికి అసలే సూర్యాకారం పాలెక్కువ? అయినా శాంతంగానే-

"మాటలు సరిగ్గా రానియ్ దొరోయ్!" అన్నాడు.

వెంటనే బాష్టియన్ లింగన్న ముఖంలోకి చూచాడు, ఏ ముఖం చూచి ఏ మాట విసరాలా - అని. వాడికీ భయమే-ఏ పుట్టలో ఏ పాముంటుందోనని.

లింగన్న అన్నాడు - కాస్త వొళ్ళు దగ్గర పెట్టుకుంటూ-

"యీయనే గంటందొర తమ్ముడు;"

వెంటనే మల్లుదొర అందుకున్నాడు-

"ఓ లింగన్న మామకు దొరల మోచేతి నీళ్ళ రుచి బాగా వంట పట్టిందే?"

మల్లుకు తెలుసు - వాడి సంగతి. తనలాంటి యిళ్ళ ముందు పడి గాపులుకాసి ఏదో నాలుగు కాసులు పారేస్తే వుబ్బితబ్బిబ్బులై వాడు వెళ్ళిపోయిన రోజులున్నాయి.

అయినా గంటం "మల్లూ!" గద్దించాడు — శాంతించమని.

బాష్టియన్ పొగరుబోతుతనంగా - హుంకరించాడు.

"పలుకుబడిగల పెద్దవైవుండి కూడా యీపురుగుల్నిలా పురిగొల్పుతున్నా వన్నమాట?"

ఇక మల్లు వుండబట్టలేక పోయాడు-

"ఏం? పలుకుబడి పలుపుత్రాడులా పనిచేస్తుందనా ఈ పొగడ్త?"

"కాదు. పలుపుత్రాడేస్తే గాని నీతిలేని మీ మన్యం జాతి లొంగదని?"

బల్లెంలా తగిలింది — మల్లు కా మాట!

"నీతిలేని జాతి మీదా మాదా?"

"మల్లూ" అని భుజం నొక్కాడు గంటం.

మల్లు మనస్తత్వం గంటంకు బాగా తెలుసు: ఉసికొల్పి వొదిలి పెడితేగాని పోట్లాడవ్ - కోడిపుంజులు. మల్లు అలా కాదు – వుసి గొలప కుండానే బరిలో కురుకుతాడు.

అలా మల్లును అణచి గంటందొర బాష్టియన్‌కు తమబాధ విన్న వించుకున్నాడు.

"దొర ! తెల్లనివన్నీ పాలనుకునే ఈ అమాయకజాతిని నెగడ కండి దొరా ! చూడండి ఒకప్పుడు మీ దొరలు రాకముందు కండదేరిన ఈ జాతినేడెలా కండలేక చిక్కి శల్యాలై పోతున్నారో .... మొన్న మానడింపల్లెలో ముచ్చటగా పెండ్లయి మా రామన్న దొర భార్య–పాపం చింతంబలి త్రాగిత్రాగి, కలరాసోకి ఆ పాదపారాణీ కళ్ళ కాటుకయినా ఆరకమున్నే కాటికి పయనం చేసింది. తమరుగాని ఈ ముఠా దార్లనుండి మాకూ మా భూములకీ ముక్తి కలిగించకపోతే మరీ నాశనమై పోతాం – దొరా!"

ఆ ప్రాధేయతను అవిధేయతగా భావించిన బాష్టియన్ ఒక్కసారిగా విరుచుకుపడ్డాడు–

"ముక్తి! చాలించు నీ పెద్దమనిషి వేషాలు!"

అసలు ఒక శాంతమూర్తికి కోపం - రాకనే పోవాలి వచ్చిందా– ఆ ప్రశాంత గంభీరంనుండే బడబాగ్నులు ప్రజ్వరిల్లుతాయ్-సుడిగుండాలు పైకి లేస్తాయ్.

గంటం తోక త్రొక్కిన త్రాచులా లేచాడు.

"నోరు సంబాళించుకోండి?"

"మళ్ళీ అను"

ఆ బాష్టియన్ మాటను త్రుంచుతూ మల్లు మధ్యలో అందుకున్నాడు.

"ఓ సోసి! మీ రాడింది ఆట పాడింది పాట అయ్యే రోజులు గతిం చాయ్ దొరోయ్!"

ఉలికాడు - లింగన్న –

"గతించాయ్ [illegible] ్యయ్! నా ముఠా భూమి ఇంకో ముఠా దారుడికి తాకట్టు పెట్టే రోజులు!"

వాడికింత వులుకెందు కంటె, అతని ముఠా భూములు సాగు చేస్తున్నారు. – ఆ గ్రామ కొండదొరలు. అతని ముఠా అంటే వాడి స్వంతం కాదు– పరిపాలనా సౌలభ్యానికి కొన్ని ముఠాలుగా విడగొట్టారు-తెల్లదొరలా మన్యాన్ని. కాని ఎన్నాళ్ళగానో సాగు చేసుకుంటున్న రైతు ఆ భూమిని తన కిష్టమెచ్చిన వానికి అమ్ముకోవచ్చు. కౌలు కిచ్చుకోవచ్చు. అయితే పేదరికంవల్ల ఇంకో ముఠాదారు నుండి అప్పు తెచ్చుకున్నాడు - గంటం. తన వద్దనే ఆ అప్పు తీసుకెళ్ళలేదని లింగన్నకు మంట.

కాని గంటం లింగన్నకు హితవు చెప్పాడు.

"లింగన్నా తెల్లవారితే యీ గ్రామం వాకిట్లో తల దాచుకోవలసిన వాడవు. మన చేతులు మన నెత్తినే పెట్టే ఈ దొరల వలలో దొర్లి నీ చిత్తమొచ్చినట్లు మాట్లాడుతున్నావ్?"

బాష్టియన్ దురుసుగా అన్నాడు–

"నోరుముయ్!"

అనడమే తడవుగా గంటం :

"జాగ్రత్త కొండను ఢీ కొంటున్నావ్. దోపిడీని సహించటం మా మన్నెం మనస్తత్వానికే వ్యతిరేకం! తలుచుకుంటే పులినైనా పిలిచి చంపగల జాతి మాది. దాని మానసంలో పిరికికి తావుంటదనుకోకు!"

"ఖబడ్దార్!" బాష్టియన్ హంట రెత్తాడు.

"ఆగు! నా అన్నను తాకావా" అంటూ మల్లు వాడి మణికట్టు పట్టుకున్నాడు.

ఆ చేయి విడిపించి గంటం–

"మల్లూ! ఆవేశాలు అనర్థాలకు మూలం సుమా! విడిచిపెట్టు!" ఆ మాటలు లొంగబాటుగా తీసుకున్న బాష్టియన్ వికటాట్టహాసం చేస్తూ–

"ఇదిగో తొలిసారిగా క్షమించి నీ మునసబుగిరీ తీసివేస్తున్నా. ఇక ముందు నీ మతంకాని మార్చుకోకపోతే, నీ భూములూ గీముల్ వశపర్చుకుంటా! జాగ్రత్త" అంటూ తన బృందాన్ని తీసుకుపోయాడు.

మల్లు బుసకొడుతూ–

"హే! చేసుకో" అని ముక్కు రెమ్మ లెగరేశాడు.

"మలూ! వారు ప్రభువులు!"
"తలకొట్టి మొలేస్తారా?"
"మనం తొందర పడ్డాం – మల్లు!"
"ఊర్కో అన్నా! పోతే మనకు పోయేదేం టంట! యీ దొర పీడేగా?" –
"అలా అనకు మల్లూ! పాముందని తెలిసి పుట్టపై రాయేస్తే!"
"ఏసై!"
"ఆ పాము పైకొచ్చి కరవొచ్చు!"
"పాము కాటుకుకూడా పసరువేసే యోగీశ్వరుడే మనధారకొండ పై వుండగా మనకు భయమేంటన్నా!"
"ఎవరా యోగీశ్వరుడు?"
"ఎవరేంటన్నా! మా పల్లె త్రాగుడు మాన్పిండు. చచ్చిన నా ఆడ దాన్ని బతికించిండు! కల్లు నేను మానేస్తినన్నా?"
"నువ్వే?"
"అవు నన్నా?"
"అయితే ఆయనెవరో అవతార పురుషుడన్నమాట!"
"అన్నమాటేమిటి! చూద్దువు పదన్నా!"
"పదండహే!" జనంలోంచి కేక వినపడింది-అంతా రాజు దర్శనానికి పయనమయ్యారు.
వారు నడుస్తూంటే, ఆ రేగిన పదధూళికి నభోంతరాళం ధూమ్ర వర్ణంగా మారిపోయింది. సలసల మండుతున్న భానుడే చల్లబడిపోయాడు.

15

చూశారూ! ఇదిగో దీన్నే ధారకొండ అంటారు. చూడ్డానికి ధారా దేవి సవరించుకున్న సిగలా కనబడుతున్నా ఇది సుదీర్ఘమైనది. ఉత్తర భారతాన్నంతనూ విస్తరించిన మహోత్తుంగ హిమవన్నగపంక్తుల్లా ఇది కూడా మన్యం తూర్పు కోస్తాన్నంతనూ ఆవరించి ఉన్న పర్వత రాజం. దీనిపై అనేక "ధార" లున్నాయ్. ఇవి జీవధారలు. అందుచేత ఈ ధారల్ని

మన్యం ప్రజలు "ధారమ్మ" పూజలు సల్పుతారు. ప్రకృతి ఉపాసనంటే ఆ ప్రజలకు భక్తి మెండు.

ఆ పర్వతంపై "కాంచన గంగ" లాంటి ఉన్నత శిఖరం ఉంది. క్రిందనుంచి చూస్తే అది సూదిమొనలా ఉంటుంది. పైన మాత్రం సమ తలంగా మెత్తటి రత్నకంబళి పరచినట్టుగా ఉంటుంది.

రండి! చూడండి! ఆ సమతలంపై ఏదో హోమగుండం భుగ భుగ మండుతోంది. దాని జ్వాలాజ్వలిత జ్వాలికలు ఆకాశాన్నంటుతున్నాయ్ మన్యమంతా ఒక అగ్నిగుండమై లేచి, దేన్నో దహించి వేయడానికి ఎగ బడుతున్నట్టుగా ఉన్నాయా – జ్వాలికలు!

ఆ హోమగుండాన్ని గాంచి కృష్ణదేవుపేటా, ఆ పరిసరాల ప్రజలు తండోపతండాలుగా వచ్చి ఆ "ధారకొండ"ను ఎక్కుతున్నారు. వారికి హోమగుండంముందు, ఆ జ్వలికాంతిలో ఓ మానవ విగ్రహం కనబడు తున్నది. హోమగుండం పీనెకు చేరువనే ఆయన నిలిచి ఉన్నాడు. వక్షం పైకి పడుతున్న గెడ్డం, వెనుకకు వ్రేలాడుతున్న ఉంగరాల జుట్టు, లలాట ఫలకాన సిందూర తిలకం, కాషాయవస్త్రాలు, ఆ ముఖంలో చండభానుడు!

ఎవరా మహానుభావుడు? అగ్నిగోళాన్ని హృదయానికి అచ్ఛాదించు కొను ఆ శక్తివంతుడెవరో? అగ్నితో అహర్నిశలూ గడిపే ఆ మన్యవాసులు ఆ గుండం దరిదాపులకే రాలేక పోతున్నారే? అడుగు ముందుకేయబోయి మిడతల్లా మాడిపోదుమేమో నని భయభ్రాంతులై ఉండి పోతున్నారే? మహత్తర ఉపాసనా సంపన్నునికి తప్ప, ఆ మహోజ్వల హోమగుండం ముందు నిలువ నెవరికి శక్యం?

ఆ జనసందోహాన్ని చీల్చుకొని ఎదుటకొచ్చాడు గంటం! ఆశ్చర్య చకితుడై పోయాడు.

"ఆహా! ముని పుంగవులు చలిలో, వర్షంలో, ఎండల్లో కఠోర తపస్సులు గావించారని విన్నాముగాని అగ్నిగుండం ముందు ఇలా తానే అగ్నిగోళమై తపస్సుగావించే వారిని నేను విననైనా లేదే?"

అడుగు ముందుకేశాడు. మల్లుదొర అతడ్ని పట్టుకొని ఆపుచేశాడు.

"వెళ్ళకన్నా, చూస్తివా ఎదుటున్న మద్దిచెట్టు ఆ సెగ తగలే ఎలా మాడిపోతున్నదో!"

"లేదు మల్లూ! నన్ను వెళ్ళనీయ్! ఆహా! నిజంగా ఆయన ప్రళయ రుద్రుడు."

తప్పించుకొని వెళ్ళసాగాడు. మల్లూ గంటంతో పాటు ముందు కెళ్ళాడు. అచట నిలచి పైకి చూశాడు. తన కన్నులను తానే నమ్మ లేక పోయాడు.

"అన్నోయ్ ఆయనోరో తెలుసునా? నేను గూడెంలో చెప్పితినే యోగీశ్వరులని! యీయనే అన్నా!"

"నిజమా మల్లు!"

"నిజమన్నా"

"ఓహో గొప్ప భాగ్యాన్ని కలుగజేశావ్! నా జన్మ ధన్యమైంది. మల్లు! ఇటువంటి యోగీశ్వరులు మనకు రక్షకులై ఉండగా, లక్షమంది బాష్టియన్‌లు మననేమి చేయలేరు."

వారి కనులు మిరుమిట్లు గొలిపేలా ఒక్కసారిగా పెద్ద కాంతి మిన్ను ముట్టింది.

హోమం పూర్తయింది. మింట నంటిన కాంతిని తనలో లీనం చేసు కున్న వానిలా రాజు వస్తున్నాడు.

వెంటనే ఆ జనమంతా గంటం మల్లులతో సహా ఆయన పాదాలపై సాష్టాంగ పడ్డారు. రాజు ఆశ్చర్యబోయాడు. మానవుడన్నవాడు-ఎవరికి తలొంచకూడదన్న తత్వంగలవాడు కాబట్టి వెంటనే ప్రశ్నించాడు.

"ఏంటిదంతా?"

మల్లు సమాధాన మిచ్చాడు;

"తమ దర్శనం కోసం వీరంతా ఆరాటపడుతుంటిరి సోమీ, ఈయనే మా అన్న గంటందొర!"

"ఓహో! మునసబు గంటం దొరా?"

గంటం చకితుడయ్యాడు!

"నన్ను మీరెలా తెలుసుకున్నారు స్వామి?"

"నన్ను మీరెలా తెలుసుకున్నారు?" ఎదురు ప్రశ్నించాడు రాజు- జనం అయస్కాంతంలా ఆకర్షింపబడ్డారు.

"ఓహో నిజంగా యోగీశ్వరులే!" అని మరొక్కమారు ఆ పాదాలపై పడి జనాభిప్రాయాన్ని వెల్లడిస్తున్నాడు – గంటం.

"అవును స్వామీ, మా కష్టాల్ని గట్టెక్కించడానికే ఆ భగవంతుడు మిచే మాగడ్డ త్రొక్కించాడు. యోగీశ్వరులు మీరు, నరుడు కన్ను తెరచి గాని కానలేని సత్యాన్ని మీరు కన్ను మూస్తే చాలు – చతుర్లోకాలు మీ మనోనేత్రాల ముందు బొంగరాల్లా తిరుగుతాయ్! మీకు తెలియని రహస్యాలంటూ వుండవ్ - తెల్లోళ్ళు మా మన్యంలో అడుగుపెట్టె మా భూముల్ని లాక్కొని ముఠాదార్ల కప్పగించి, మమ్మల్ని అష్టకష్టాలు పెట్టేస్తున్నారు– స్వామీ!"

"అవును! ఈ ముఠాదార్లు మనలాంటి బీదప్రజల్ని మ్రింగే కప్పలు మాత్రమే. కాని ఆ కప్పల్ని మ్రింగే పాములున్నాయ్ - వాళ్ళే తెల్లవాళ్ళు. ఈ ముఠాదార్లు లేనిదే- యీ తెల్లతెగ మనల్ని పరిపాలించ లేధు. దాని కసలు మనదేశంలో స్థానముండదు."

"వాళ్ళ కంటె వీళ్ళ ఘోరాలే పెరిగిపోయాయ్-స్వామీ! మన్యంలో మన్యానికే పొరుపులు పెట్టేస్తున్నారు."

"అసలు పొరుపులు, చీలికలు పెట్టడమే - బ్రిటిషు రాజనీతి కాని ఆ ఉచ్చులో పడ్డం మనది బలహీనత."

"ఇక దీనికి విరుగుడు లేదా స్వామీ?"

"లేకేం - రాచపుండుకు కూడా మందుంది. ఆ మందు మన కట్టుబాటు, మన తగవులు ముఠాదార్ల ముందుకు వెళ్ళకుండా చేయడం, పంచాయితీలు పెట్టుకొని మనమే ఆ తగవుల్ని పరిష్కరించుకోడం!"

మల్లు వుబ్బితబ్బిబ్బైపోయాడు.

"వహ్వా! యిది తారక మంత్రంలా వుందన్నా!"

గంటం అందుకొని–

"స్వామీ! మా మన్నెపోళ్ళ పక్షాన ఒక విన్నపం - తమరు మా గూడేనికి వచ్చేయాలి స్వామీ!"

"కాదు! యోగులకు కొండలే నివాస యోగ్యాలు."

"పోన్లే అన్నా! యిక్కడే ఆశ్రమం కట్టిపెడుదుము, - సోమికి!"

ఆ మాటకు రాజు ఎదురు చెప్పలేదు. చిరునవ్వు మాత్రం మగ్గంలో నాడిలా ఆ పెదాలమీంచి ప్రాకింది. ఆ జనానికి పెన్నిధి దొరికినట్లయింది.

16

నారాయణమ్మ గారికో లేఖ వచ్చింది.

"అమ్మా, మన్య సోదరులు కృష్ణదేవుపేట రెండేర్ల మొగలో నాకో ఆశ్రమాన్ని నిర్మించి పెడుతున్నారు. అక్కా, తమ్ముడు, నీవూ వచ్చి, నన్నాశీర్వదించాలి.''

ఆ లేఖను చిన్నకొడుకు సత్యనారాయణరాజు తల్లికి చదివి వినిపించాడు. పున్నమ చంద్రుడ్ని చూచి పొంగిన సముద్రమై పోయింది - ఆమె హృదయం. కనులలో పూదోటలు విరిశాయి. ఆ యింట మహానందం నెమిలిలా పురివిప్పి నాట్యం చేసింది. మాతృ మమత కట్టలు త్రెంచుకున్న సెలయేటిలా పరవళ్ళు త్రొక్కింది.

''పదబాబూ! నా పెద్దబాబునుచూచి చాలా కాలమైంది. సామాను సర్ది అక్కనూ, బావనూ కూడ ప్రయాణం కమ్మను.''

బయలు దేరారా నల్గురూ....

ధారకొండ పాదాలచెంత చెట్టాపట్టాల్ పట్టుకొని సయ్యాటలాడుతున్న రెండేర్ల మొగవద్దకొచ్చి పారవశ్యంతో ఆ దృశ్యాన్ని తిలకిస్తున్నారు.

ఆనాడు ధారపర్వత సానువులపై మహాకోలాహలంగా వుంది. ఆ కోలాహలంలో పాల్గొన్న కొండదొరలంతా అరమరిక లేకుండా కళ కళలాడుతున్న ముఖాలతో వికసిస్తున్నారు.

ఆ ధారకొండ, తన గర్భంలో దాచుకున్న నవరత్న కాంతులను వెలికి చిమ్ముతోంది. ఆ కాంతులను పుణికి పుచ్చుకొని మెర్సుస్తున్నారా జనం! ఆ మెరుపులలో, మహోత్సాహం వెల్లివిరుస్తోంది.

వాళ్ళకు ఆనాటినుండి ఆ రెండేర్ల మొగ ఆ ధారకొండ ఒక లాయలాసాలేని కైలాస పర్వతం, రాజు – అచట అవతరించిన ప్రత్యక్షదైవం.

వాళ్ళకు నమ్మకం - యోగులు అలిగితే గిరులుకూడా గిరున

తిరుగుతాయనీ, ఛాతీగాని విరిచి విల్లు చేబట్టితే భువి దద్దరిల్లి పోతుందని.

అటువంటి యోగీశ్వరుడు గలగలపారే రెండేర్ల తీరాన తాము నివసిస్తున్న మన్యంలో; పంట పొలాల చేరువలో తాము నిత్యం అధిరోహిస్తున్న గిరి శిఖరాలపై అధిష్టించబోతున్నాడు. మన్యమే ఏనాడో అటువంటి మహాపుణ్యాన్ని నోచుకోడానికి పెట్టి పుట్టి వుండాలి. అటువంటి పుణ్యాన్ని పంచుకుంటున్న ఆ మన్యం వాసుల మహోత్సవానికి మేరలేదు.

ఆ మహోత్సాహంలో ఎవరెవరు ఏం చేస్తున్నారో వారికే తెలియదు. మనిషికి ఉండేవి రెండు చేతులే అయితే ఇరవయ్యేసి చేతులతో శ్రమిస్తున్నారు. బారులు తీరి, క్రమశిక్షణ నలవరచుకున్న ఆధునిక జీవుల్లా పనిచేస్తున్నారు. ఒకడు కొండ దిగువ వెదురు నరుకుతున్నాడు.

ఆ నరుకుతున్న వెదురును లాటువేస్తున్న దొకామె. ఆ లాటులను, మోపులుగా కట్టుకొని మూపున ఎత్తుకొని మోస్తున్న దొకామె. ఇంకొకడు తాటిచెట్టెక్కి ఆకులు కొడుతున్నాడు. ఆ చెట్టు క్రింద ఒకడు కుప్ప వేస్తున్నాడు. ఆ కుప్పనుండి, దొంతర దొంతరలుగా ముంజేతులపై అంచె లంచెలుగా అందుకుంటూ చేరవేస్తున్నదో బారు! అలా వాళ్ళ చేతులపై ఆ ఆకులు నడుస్తుంటే నీలాకాశంలోని చలువ మేఘాలు ఆ పడుచుల్ని ముద్దు పెట్టుకుంటూ పోతున్నట్టు వుంది.

కొండపై తాటివాసాలు చెక్కుతున్నాడో కర్మజీవి. అవి ఎత్తుకొని ఆశ్రమ నిర్మాణం వద్దకు తీసుకొని పోతోందొకామె. ఆశ్రమం వద్ద తాటి బాజులు దించుతూ ఆశ్రమంపై వెదురు పేరుస్తున్నారు కొందరు. ఆ పేర్చిన వాటిపై ఆకుల్ని పరుస్తున్నారు కొందరు. అందరినీ దిగువనుండి గాము సోదరులు ఉత్సాహపరుస్తున్నారు. వాళ్ళు ధరించిన ఏటవాలు కోర తరపాగాల అంచులు ఆ కన్నుల పండువైన కాంతుల్లో, వీస్తున్న దక్షిణ పవనాల హొయలులో జండాల్లా రెపరెపలాడుతున్నాయి.

ఆ మహోత్సాహాన్ని మరపించే ధ్వని అంతలోనే వినిపించింది. పనిలో నిమగ్నులైన వారంతా ఒక్కసారిగా అటు చూశారు. వారి హృదయాలు గగుర్పొడిచాయి.

అదే ధ్వని ఒకనాడు విశ్వామిత్రుని వెయ్యేండ్ల తపస్సును మంచులా కరిగించి వేసింది. పురూరవుని కిరీటాన్ని, రాజ దుస్తుల్ని, వజ్ర

77

వైడూర్యహారాల్ని అవతలికి పారవేయించి, దిగంబరుని గావించింది. ఋష్య శృంగుడ్ని శృంగభంగుడ్ని చేసింది. భస్మాసురుని వానిచేతుల్ని వాని నెత్తినే పెట్టించి భస్మీభూతుడ్ని చేయగలిగింది. ఐతే ఆ ధ్వనిలో వీరం దరూ కామోద్రేకం చెంది భంగపడ్డారు.

నేడీధ్వని అట్టిది కాదు.

పవిత్రమైన చిరుగజ్జల మోహన సవ్వడి, నిర్మల మేఘగర్జనం మధుర మధుర మురళీ నిస్వనం, మానవహృదయ స్పందనలలో పైకుబి కిన ఓ సంతోష తరంగం.

ఆ ధ్వనికి ఉత్తేజితులై అటు చూసేసరికి- ఓ కొండ కోనపైన తార కలా రత్తి ! చణం చణమని మరొక్కమారు ఆమె చరణ మంజీరాల మువ్వలధ్వని! ఆ ప్రక్కనే - తారకా నాయనిలా ప్రత్యక్షమైన గోవిందు! మళ్ళా అదే! "చణ చణం చణ!" అందరి హృదయాల్ని దోచుకున్నాయా ధ్వనులు. ప్రసాంత ప్రవాహం నుండి ఆ జనసాంద్రం కెరలుతూ తేలి యాడే తరంగాలై కేరింతలు కొడుతూ, కేళి విలాసంతో రంగులరాట్నాల్లా తిరుగుతుంటే ఆ దృశ్యాన్ని చూస్తున్న గాము సోదరులకు, రాజుకూ పది గడియలు వూపిరి సలుపలేదు.

అయింది - రత్తిచెంచు నృత్యం, గిర్రున తిరుగుతూ, రాజు పాదా లపై పడింది.

"సుఖీభవ!"

-ఆశీర్వదించాడు - రాజు.

దిక్కులు పిక్కటిల్లాయి.

"అల్లూరి రామరాజుకి జై!"

"బాబూ!" కొండదిగువనుండి; హోరెత్తివచ్చిందా ధ్వని - కనుల ఎదుటే జేజేల నందుకుంటున్న కన్నకొడుకునుగాంచి ఉప్పెనలా హృదయ ముప్పొంగి వచ్చిన కంఠధ్వని అది.

ఆ పిలుపు చెవిన బడి పులకితుడైన రాజు తన రెండుచేతుల్తో చుట్టూ గుమిగూడిన జన ప్రవాహాన్ని రెండు పాయలుగా చేస్తు, కాస్తముందు కొచ్చి కొండదిగువకు చూశాడు—

"అమ్మా!" కెవ్వున కేకేశాడు - బిడ్డ.

"బాబూ!" మరల కొండ దిగువనుండి మాతృ స్వరం.

తన వక్షోజాల్లో ఏనాడో యింకిపోయిన క్షీరం మరల చివ్వున చింది నంతటి ధ్వని ఆ కేకలో యిమిడిపోయింది. అవును ఎన్నడో పోగొట్టు కున్న తన వజ్రాలమూట దొరికింది.

రాజు "అమ్మా! అమ్మా!- అని నినదిస్తూ రివ్వు రివ్వున పరుగెత్తు కెడుతుంటే, ఆ పరుగును వెనుక వస్తున్న ఆ జనం అందుకోలేక పోయారు. రాజు తన శరీరాన్నే మర్చిపోయాడు.

దానమిచ్చిన బలిచక్రవర్తిని మహావిష్ణువు, వ్రేలుడంత వటుడై వచ్చి ఆకాశమంత ఎత్తుగ పెరిగిపోయి పాతాళానికి త్రొక్కివేశాడు. అది స్వార్థం.

కాని ఇది మాతృ మమత. ఆ మన్యం ప్రజల దృష్టిలో ఆకాశ మంత ఎత్తుగ పెరిగిపోయిన రాజు, వ్రేలుడంత వటుడైపోయాడు.

అదీ ఆశ్చర్యం! ఆ జనం నవనాడులూ, అందుకే పొంగిపోయాయ్.

కడకు ఓ పొన్నచెట్టుక్రింద యిరువురూ కలుసుకున్నారు—

"అమ్మా!" అన్నాడు బిడ్డ.

"బాబూ!" అని తన వేడి కౌగిలిలో పొదుగుకుందా మాతృదేవి.

ఒక్కసారిగా చుట్టూవున్న జనం నిశ్చేష్టులైపోయారు. ద్రవీభూత మైన ఆ హృదయాలు, తమకు తెలియకుండానే ఆనందబాష్పా లొలి కించాయ్. కుసుమించిన పొన్న పువ్వులు జలజలా ఆ తల్లీ కొడుకులపై రాలాయ్.

17

నాణేనికి ఒకవైపు బొమ్మా, మరోవైపు బొరుసూ ఉన్నట్టే, జీవితా నికికూడా ఒక వైపు ఆనందం మరోవైపు విచారమూ ఉంటాయ్. ఇది సార్వత్రిక సత్యం. కాదంటారా! వాస్తవ జీవితాన్నుండే ఆ సత్యాన్ని గ్రహిద్దాం. రండి—నా వెంట !

అది శిశిరం. వసంతాగమం ఆలస్యమవుతున్నందు కనుకుంటా - అలిగి ప్రకృతికన్య తన ఏడువారాల నగల్నీ, చీని చీనాంబరాల్నీ నేలకు

విసిరికొట్టినట్టు, ఆ అడవంతా రాలి గలగల లాడుతున్న ఆకులలములతో నిండి ఉంది. ఎర్రని పువ్వులతో ఆ అడవికే అలంకార ప్రాయమగు మోదుగుచెట్లు కూడా బోడిగా ఉన్నాయ్.

అప్పుడప్పుడే తెల్లవారుతోంది. ఆ ప్రత్యూషాన్ని ఆటంక పరచడం కోసం- మంచు మరీ దట్టంగా కురుస్తోంది. రెక్కలపైపడ్డ మంచును విదళించుకుంటూ పక్షులు కలకలారావం చేస్తున్నాయ్. ఆ కలకలారావం మధ్య కంసాలిపిట్ట ముక్కుతో ఓ మానును పొడుస్తుంటే వచ్చే ధ్వనుల్లాంటివి కొన్ని దూరానికి వినవస్తున్నాయ్.

ఆ కారడవిలో ఓ మద్దిచెట్టును గొడ్డలితో నరుకుతున్నాడు—గోవిందు. కరకరలాడుతూ ప్రొద్దు పొడుస్తోంది. అలసిపోయాడు. ఆకలావురు మంటోంది, ప్రేగులు కొరుక్కుతింటున్నాయ్. ఇక నరుకు ఆపుజేసి, నుదుటిపైనున్న చెమటను బొటనవ్రేలితో నేల చింది గొడ్డలి ఓప్రక్క పారవేసి, శ్రమ బడలికను తీర్చుకోడానికి వొళ్లువిరిచి "రత్తీ !" అని కేకేశాడు.

రత్తి నుండి సమాధానంలేదు.

మరల కాస్త ముందుకొచ్చి నోటికి అరచేయి ఏటవాలుగా పెట్టి - "రత్తీ!" కేకేశాడు.

దూరంగానున్న రెండు పొదరిళ్ళ ముంగిట గళ్ళున శబ్దమైంది —

"వొత్తుంటి మామోయి?"

"దీని సిగ తరగ ! ఆకలావు రావురు మంటూంటే యింకా ఎక్కడుంటివే!" అంటూ భ్రుకుటి ముకుళించాడు.

గోవిందుకేంతెల్సు? ప్రియురాలికి మగనిపై ఎంత మనసుంటుందో?

చద్ది తేవడంలో ఆలస్యమయిందనే కాని ఆ చద్దిలో ఏ మేమి కలిపి తీసుకువస్తుందో అతని కేమెరుక ?

ఆ చద్దిలో ఆమె మనసునంతా పిండి పోసిందేమో ? వలపునంతా వొలక బోసిందేమో? చద్దిలో తెచ్చే నంజులో తన సొగసునే నూరిపోసిందేమో ! కాకపోతే—యింతాలస్య మెందుకవుతుంది ?

కాని చూస్తుండగానే, ఘల్లుఘల్లున గజ్జల రవళితో రత్తి గోవిందు ముందు ప్రత్యక్షమైంది. ఆమెను చూడగానే - గోవిందు ముఖం మంచు ముక్క కొట్టినట్లయింది. చల్లబడిపోయాడు.

గబగబ చద్దితట్ట దింపపోయాడు, ఆపుచేసింది—రత్తి!

ఒకప్పుడు ఇలాగే ఆపుచేసింది—రత్తి!

గోవిందు తన తండ్రితో వున్నప్పటి సంగతది. తండ్రి తనను చింతపండు, తేనె, చింతపల్లి సంతలో అమ్ముకు రమ్మన్నాడు. ఒక్క వెడితే సరదా ఏముందని కాస్త దూరమొచ్చి రత్తినికూడా చాటుగా బండిపై ఎక్కించుకొని మరి బయలుదేరాడు.

తెచ్చిన సరుకును సంతలో అమ్మేశాడు. సంత తిరునాళ్ళలా ఉంది. సరుకు అమ్మేక రత్తితో సర్దాగా సంతకు బయలుదేరాడు. సంత విచిత్రంగా సాగుతోంది.

ఆ చిత్ర విచిత్రాలుచూస్తూ చివరికి వూరుచివర తమ బండి దిగవిడిచిన చోటుకొచ్చి, జువ్విచెట్టు నీడనున్న గడ్డిమేటిపై యిద్దరూ కాళ్ళుపీకి కూలబడ్డారు. రత్తి ఆనాడు తను ప్రత్యేకంగా తెచ్చిన చద్దిముంత గోవిందు ఎదుట పెట్టింది. గోవిందు తాకబోయాడు. రత్తి ఆపుచేసి-“నాకో కోరిక” అంది.

“ఏం టది?”

“ఓ ఎర్రచీర కొనిపెట్టు మామా!”

అబ్బ రత్తికి ఎర్రచీరంటే ఎంత మక్కువ! సంతకెళ్ళి ఆ ఎర్రచీర కొనితెచ్చిన పిదపగాని చద్దిముంతపై గుడ్డ తొలగించలేదు.

ఇప్పుడు కూడా సరిగ్గా ఆ చద్ది దగ్గరే ఆపుచేసింది; ఏం కోరుతుందో మరి?

“యింత ఆలస్యమెందుకైందో తెలుసా?” అని చిలిపిగా గోవిందు కళ్ళలోకి చూచింది. తట్టలో చద్దిముంతకు కట్టిన గులాబీగుడ్డను విప్పింది. గోవిందు సంతోషానికి మేరలేదు.

“రత్తి! కోరుకో ఏం కోరుకుంటావో!”

ముందూ వెనుకలు ఆలోచించకుండా భక్తుడ్ని చూచి వరమిచ్చే బ్రహ్మలా అనేశాడు.

కాని రత్తి పెద్ద కోరిక కోరలేదు. పగడాల్లా మెరుస్తున్న పెదాల్ని గోవిందు నోటికి అందించింది. "ఊ-ఒక్కముద్దు!" అంది. అంతే "ప్చ్" అన్న మధుర శబ్దం.

ఒక నిట్టూర్పుతో చద్దిముంత అతని ముందు పెట్టి తట్టతీసి-

"సరే! నీవు చద్ది తిని నాలుగు పేళ్ళుకొట్టు, నే నీ లోగా నాలుగు తునికిపండ్లేరుకొస్తును" అంటూ మోకాళ్ళకు తట్టను తాడిస్తూ గెంతుతూ వెళ్ళిపోయింది.

గోవిందు చద్ది గబగబాతిని, మరల నడుం గుడ్డకు కట్టి చద్దితిన్న పిదప వచ్చిన ఏనుగు బలంతో గొడ్డలెత్తి ఆ చెట్టుపై బలంగా నాటువేసాడు. అంతకంటే బలంగా అతని వీపుపై హంటరు ఛెళ్ళుమంది. కర్కశుడైన-ఫారెస్టు రేంజరు హంటరది.

"అమ్మ!" అంటూ గోవిందు కెవ్వున అరిచాడు.

అలా చెళ్ళున కొట్టి అడిగాడు - "కనపడ్డంలేదా ? చెట్టుకా సర్వే నెంబరు" అని-ఎవడన్నా మనిషన్నవాడు కొట్టకముందు అడుగుతాడు-వీడు కొట్టింతర్వాత అడిగాడు-అదీ మనిషికి వీడికి తేడా!

తమాయించుకొని గోవిందు రెట్టించాడు:

"మా తాత ముత్తాతలనుండి లేని ఈః సర్వే నంబరేంటి దొరా!"

"చెట్టు మీ తాతముత్తాతలదే" అంటూ చిందులు త్రొక్కి తనవెంట ఉన్న గార్డును ఆదేశించాడు.

"ముందు వీడ్ని చెట్టుకు విరిచికట్టు!"

గార్డు కట్టడానికి ముందుకొచ్చాడు, గోవిందు వాడి మానవత్వానికి అర్జీ పెట్టుకున్నాడు—

"మన్యంలో ఎవడన్నా ఓ చెట్టు కొట్టుకున్నా, ఓ పంట పండించు కొన్నా, ఒకర్ని అడిగేవాళ్ళమా దొరా?"

"అందుకే మీ కిప్పుడు కళ్ళు నెత్తి మీది కొచ్చాయ్. ఊ ! చూస్తా వేంటోయి-కట్టు చెట్టుకు? పోలీసుకు రిపోర్టు చేసి వెధవని లాకప్‌లో పారే యించు!" అని హుంకరిస్తూ నాలుగడుగులు వేశాడో లేదో కర్మకాలి, తునికి పళ్ళేరుతున్న రత్తి వాడి కళ్ళపడింది.

"చూడవోయి! ఆదెవతో!"

చెట్టుకుకట్టి గార్డు అటు వెళ్ళాడు. రత్తినిచూని రేంజరుకు ఫిర్యాదు చేశాడు.

"అది వాడి పెళ్ళాం అయివుండాలి సార్!"

దున్న యీనిందంటే దూడని కట్టెయ్యమన్నట్టు - ఆజ్ఞాపించాడు; "లాక్కురా! ముండని!"

గార్డు తటాలున రత్తిని రేంజర్ కాళ్ళపైకి విసిరాడు. ఆమె ఏరు కొచ్చిన తునికిపళ్ళన్నీ తట్టతోసహా నేలపై దొర్లాయి. రత్తిని చూచి గోవిందూ, గోవిందును చూచి రత్తి కెవ్వు మన్నారు. వాళ్ళ నోళ్ళు మూయించడానికి చెళ్ళుచెళ్ళున కొట్టసాగారా అడవి అధికార్లిద్దరూ!

ఆ ధ్వనులు కోదండ కమండలధారియైన దూరం నుండి వస్తున్న రాజు చెవిని, మరొకవైపునుండి అడ్డుగావున్న పొదలను నరుక్కుంటూ వస్తున్న గాముసోదరుల చెవుల్నీపడాయ్. వారి కళ్ళు దిక్కుల్ని వెతికాయ్. అడుగులు అతి వేగంగా పడుతున్నాయ్!

"బ్రతకాలని లేదేం-ముండ!" అంటూ రేంజర్ రత్తి జుట్టుపట్టుకొని ఆ తలను నేలకు కొట్టి, బూటుతో తట్టి హెచ్చరించాడు—

"జాగర్త! త్రొక్కి నారదీస్తా! యికనుండి యీ అడవిలో పూచికైనా సరే ముట్టారా తల తెగుతుంది-"

గోవిందు రోషకషాయత నేత్రుడై ఉరిమాడు; "దొరా"

మరల తమాయించుకొని:

"మూణ్ణాల్లుగా పస్తులుంటిమి దొరా!"

"మన్నుతినండ్రా బ్రూట్స్!" అంటూ చెళ్ళున కొట్టాడు....రేంజర్.

ఆ కొట్టింది-గోవిందు రక్షణ కొచ్చిన గంటంకు తగిలింది.తగిలినా గంటం చలించలేదు. రత్తి గోవిందులు మాత్రం "మామా" అని గంటం వక్షంపై వాలారు. వాళ్ళకు పోయిన వూపిరి వచ్చినట్లయింది. కాని కూడానే వచ్చిన మల్లు- పళ్ళు కొరికి—

"దొరా" అని గద్దించాడు.

గార్డు కలుగజేసుకున్నాడు.

"నోరుముయి"

"మూస్తాంరా, మా మన్యం పొదుగుకోసి పాలు త్రాగు తుంటరి."

రేంజర్ గార్డును పురిగొల్పాడు—"ఊ"

"ఊ రమ్మను" సవాలు చేశాడు మల్లు.

"రావాలే" హుంటరెత్తాడు, రేంజర్.

ఆ భీభత్స దృశ్యాన్ని గాంచి రత్తి ఆక్రందించింది. హడలిన రత్తిని సమాలిస్తూ అన్నాడు—గంటం;

"భయపడకమ్మా దీనులకు దేవుడే దిక్కు."

ఆ సత్యసంధుని మాటకు — ప్రభావాన్వితమై ఒక్కుమ్మడిగా కొండలూ, మేఘాలూ, బద్ధలైనట్టు తెళ పెళార్భటులతో ఆ ప్రదేశమంతా భీకరాకృతి ధరించింది.

గంభీర ముఖవర్చస్సుగల ఓమూర్తి వచ్చి వాళ్ళముందు ప్రత్యక్ష మయ్యాడు—

అంతా ఒక్కసారిగా - రామరాజుకి జై, అన్నారు; దుష్టద్వయానికి చిరుచెమట్లు పట్టాయి. కళ్ళు మిరుమిట్లు గొలిపాయ్. శరీరాల్లో తేళ్ళు పాకాయ్. ఆ పీడితుల్లో రేచులూ, రోచులూ లేచాయి.

గంటం - వుప్పొంగి—

"చూచారా భద్రాద్రిరాముడు!"

మల్లు కట్టె విరచినట్లు అందుకున్నాడు—

"మీలాటి రాచ్చసుల్ని కూల్చుండే ఆ రఘురాముడు!"

"ఓకేర్! అధికారం మా చేతుల్లో వుంది!"

రాజు మందహాసం....చేశాడు—

"నీ అధికారాన్ని అంగలార్పించే అలగా జనశక్తి వీళ్ళ చేతుల్లో వుంది - తెల్సా?"

రేంజర్‌కు ఆ మాటలు శూలాల్లా గ్రుచ్చుకున్నాయి.

"ఎవరు నువ్వు!"

"కనబడ్డంలేదూ"

"జాగ్రత్త! యీ అలగాజనాన్ని అణచివేయగల శక్తి మాకుంది!"

"ఆ శక్తిని తుదముట్టించగల అభేద్యమైన ధైర్య సాహసాలు వీళ్ళ

కంచు కవచాలని తెలుసుకో. ఇంతకీ వీళ్ళు గర్జించే సింహాలు, మీరో మొరిగే కుక్కలు."

గార్డుకొచ్చింది - ఉక్రోషం;

"మాటలు తిన్నగా రానియ్ స్వామీ, యీదొరలీ మన్యంలో అడుగు పెట్టబట్టే, ఎర్రటి ఏగాడనేది చూస్తున్నాం. అందుకే మన్యపోళ్ళ కింత పొగరు?"

ఉద్రేకంలో రాజు చేతిలోని కోదండం పెళ్ళున విరిగిపోయింది. పట్టరాని కోపంతో గార్డును మెర మెర చూస్తూ - గర్జించాడు.

"ఆంధ్రుడవైపోయావ్! మన్యంలో పుట్టి మన్యం ఉప్పుతింటూ మన్యాన్నే దూషిస్తావే - మూర్ఖుడా!"

గార్డు హడలిపోయి రేంజర్ వెనుక నక్కాడు. రేంజర్‌కూ దడ పుట్టింది. కాని అణుచుకొని — "హంటరెత్తాడు; చాలించు నీ సాధూ వేషం!"

వెంటనే కాకుల్లా పట్టుకున్నారు గంటం, మల్లు, గోవిందులు.

"సాధూపైనా దౌర్జన్యం?"

"ఏదీ చెయ్యెయ్!"

"వెయ్! చూస్తాము!"

పిడుగుల్లా వెలువడ్డ ఆ మాటలకు రేంజర్ కంపించిపోయి నిలువునా నీరై పోయాడు. ఆ నీరై పోయిన రేంజర్ చేతిలోని హంటర్ని మలు లాక్కొని—

"హే! మన్యం తలుచుకుంటే మొల్రాడున్న మగోడే కాదు కిరీట మున్న చక్రవర్తి కూడా ఎగిరిపోతాడు - జాగ్రత్త!"

గార్డు యిక నిలువలేకపోయాడు. "రండి సార్! పోదుము" అని తోకముడిచాడు.

అతడికంటె ఘనుడు ఆచంట మల్లన్న అని తోక ముడ్చడంలో గార్డును మించినవాడు....రేంజర్.

"పద!" అంటూ గార్డు అడుగులో తనూ అడుగు లేశాడు.

రాజు మందహాసం చేశాడు.

గాము సోదరులూ, రత్తీ, గోవిందులూ ఆ దుష్టద్వయాన్ని చూచి విరగబడి నవ్వారు.

తన కమండలంలోని పవిత్రోదకంతో రాజు సేధ తీర్చి సాగనం పాడు - అ కోయ దంపతుల్ని.

ఆ చల్లనయ్యపై ఆ మన్యవాసులకు మమకారం మరింత ఇనుమ డించింది. రాజును వారు తమ ఆరాధ్య దేవతగా ఒక్కసారి అరమోడ్పు కన్నులతో చూశారు. ఇకా మన్యం ఏ పుంత తొక్కుతుందో మనం చూడాలి.

18

ఏవో భారమైన ధ్వనులు వినిపిస్తున్నాయ్. ప్రపంచమే ప్రసవిస్తు న్నట్లు, ప్రణవమే ప్రభవిస్తున్నట్లు, మహాపారావార పరీతమైన సమస్త ధరామండలాన్ని మోస్తున్న ఆదిశేషుడు దాన్ని ఒక భుజాన్నుండి మరో భుజంపైకి మార్చుకుంటున్నట్టు వెలువడుతున్న ప్రగాఢమైన ధ్వనులవి.

ఆ ధ్వనుల్లోంచి ఓంకారం ఆవిర్భవించిందేమో? కాకపోతే ఆ ధ్వనుల్లో అంత భారం అంత బాధ ఎందుకు ప్రస్ఫుటిస్తుంది?

నిజానికా ధ్వనులు ఆదిశేషునివి కావు పుడమితల్లి పడుతున్న పురుడు నొప్పులుకావు. ఎవరైతే తమ కర్మజలంతో భూతలాన్ని స్వర్గంగా మానవుని దేవతగా, మట్టిని బంగారంగా మార్చేస్తున్నారో ఆ కర్మజీవుల నిశ్వాస ధ్వనులవి.

దుర్గమమైన అటవీ పరీతమైన కొండలతో నిండిన నర్సీపట్నం.— చింతపల్లి ఘాటురోడ్డుపని ప్రారంభమైంది. లమ్మసింగి వరకూ వ్యాపించిన ఒకే ఒక కొండపై నేడు పని జరుగుతున్నది. అది ఎనిమిది మైళ్ళ పర్యంతమైనకొండ. పాముమెలికల్లా ఉండే పదకొండు మలుపులతోకూడిన రోడ్డు అది. అది పూర్తయిందా? గడుమన్యమని పేర్గాంచిన ఏజెన్సీ వస్తు సంపదంతా ఆ రోడ్డుపైనుండి దొర్లించుకు పోతారు దొరలు!

ఆ పదకొండు మలుపుల్లోంచే అపారమైన ధ్వనులు వెల్వడుతు న్నాయ్. వందలాది మన్యం జీవులు అక్కడే తమ స్వేదాన్నంతనూ ధాత

వోస్తున్నారు. నల్లరాళ్ళతో కూడిన ఆ కొండలను త్రవ్వుతూంటే కణేళ్ కణేళ్ మనే కంకాళధ్వానాలు విస్తరిస్తున్నాయి. ఆ కష్టజీవుల మేనపోసిన ముచ్చెమటలపై సూర్యకిరణాలుపడి త్రుళ్ళుతున్నాయ్.

పుడమితల్లి పొత్తిళ్ళ తొక్కుతున్నట్టు బాష్టియన్ బూట్ల చప్పుడు వినవస్తున్నది. మధ్య మధ్య ఊ! అని ఇన్‌స్పెక్టర్ గద్దిస్తున్నాడు.

అవును అది నిర్బంధ దాస్యం, ఆ కండలు కరిగే పనికి మన్యవాసు డెవడూరాలేదు. వారికి ఎక్కువ కూలి యిస్తామని ఆశపెట్టి మన్యంలో పలుకుబడిగల పడాలుకు కంట్రాక్టులో భాగం ఇస్తామని మభ్యపెట్టి ఉచ్చు పన్ని పశులను పట్టినట్టు లాక్కొచ్చారు-కూలీలను. అందుకే ఎర్రటోపీల వాళ్ళు యమకింకరుల్లా కూలీలను అదళించి మరీ పనిచేయిస్తున్నారు.

ఇన్‌స్పెక్టరు ముస్లమాన్. తనను బాష్టియన్ ఆజ్ఞాపిస్తోంటే తను పోలీసులను ఆజ్ఞాపిస్తున్నాడు.

ఊ! లాఠీల్కి ఆడించి జల్దీ చేయించావాలి.

అచ్ఛా సాబ్.

లాఠీలు ఆడుతున్నాయి! అమ్మ ! అమ్మ! అన్న కూలీల ఆక్రంద నలు మిన్ను ముట్టుతున్నాయి. ఆరవ మలుపులో ఓ బీభత్సమైన దృశ్యం తాండవిస్తున్నది. అది చాలా ఎత్తైన ప్రదేశం. అచటినుండి, అచటకు పది హేనుమైళ్ళ దూరాన ఉన్న నర్సీపట్నమే కనబడుతున్నదంటే అదెంత ఉన్నత ప్రదేశమో ఊహించుకోండి! అచ్చటే రోడ్డురోలరు నిలచింది. దిగువ కూలీలు బండలు బ్రద్దలు గొడుతున్నారు. పైన కూలీలు కంకర పోస్తున్నారు. ఆ రోలరును జగన్నాథ రథాన్ని లాగేట్టు వందలాది కూలీలు అతి భారంగా లాగుతున్నారు. దాని ముందువరసలో రత్తి గోవిందు లున్నారు. పాపం పంట పండించుకోటానికి నోచుకోకపోయి, చెట్టుకొట్టు కోడానికి నోచుకోకపోయాక, రోడ్డు పనికిరాక ఏం చేయగలరు? ఆ రోల రును లాగుతున్న కూలీలు ఏ మాత్రం పట్టు విడిచినా రోలరు క్రిందికి దొర్లి పోతుంది. దిగువ బండలు బ్రద్దలుకొట్టే వందలాది కూలీల కళేబరాలు దాని క్రిందపడి నలిగిపోతాయ్.

బ్రతుకుకోసం అంత సాహసకార్యానికి పూనుకున్నారు - ఆ శ్రమ జీవులు; ఆ లాగుతున్న భారాన్ని మరచిపోవడానికి భద్రాద్రి రామయ్యను

తలచుకొని పాటలు పాడుకుంటూ ముందుకు లాగుతున్నారు;

ఐలాసా!........

అబ్బె! కదలడంలేదు! చేతులు మార్చారు భుజాలు మార్చారు కూలీలు.

ఐలాసా!........

అబ్బె! అంగుళం మేరైనా జరగడంలేదా ఇనుపగుండు. ఊపిరిని బిగబట్టి, నరాలను పొంగించి, మరల లాగారు—

ఐలాసా!........

ఊహు! కదలటం లేదు. తాడు జారిపోతున్నది. కంఠంలోకి కొన ఊపిర్లు తెచ్చుకొని, ఆ బండ వెనక్కి దొర్లకుండా నిలబెట్టడమే వారి శక్తికి మించిన పనై పోతున్నది.

దాన్ని గమనించలేదు కిరాయి పోలీసులు. కూలీలు దొంగెత్తు వేసి రోలరును ముందుకు లాగడం లేదని ఊహించారు. "ఊ"అని ఛెళ్ళున ఓ పోలీసుకంఛా విదళించాడు. గోవిందు వీపుపై రక్తం తేలిపోయింది. జారి పోతున్న పట్టును తటాలున విడిచిపెట్టేశాడు.

"గోవిందూ" అంటూ వెనుకనున్న రత్తి తన పట్టును విడిచిపెట్టి రివ్వున గోవిందు చెంతకొచ్చింది.

ఏదైనా ఎత్తు ఎక్కడం కష్టంగాని పల్లానికి దొర్లిపోవడమెంత ? అందుకే పెద్దలన్నారు—ఒక మనిషి కీర్తిని తెచ్చుకోవడమంటే ఓ బండ రాతిని కొండపైకి ఎక్కించడం లాంటిదని! పతనం చెందడ మంటారా? ఆ బండను కొండపైనుండి చిటికెన ్రవేలితో కదిపితేచాలు - అధఃపతనమై పోతుంది.

అంతే పట్టుసడలేసరికి ఆ రోలరు పల్లానికి దడదడ లాడుతూ దొర్లి పోయింది. దిగువనున్న కూలీల్లో హాహాకారాలు బయల్దేరాయి. రెప్పపాటులో ప్రక్కకు తప్పుకున్నారు - కూలీలు, కలకలం మితిమీరింది. ప్రమాదా న్నుంచి కాపాడ్డానికి కొందరు కూలీలు విఫల ప్రయత్నాలు చేశారు. దొర్లుకొస్తున్న రోలరుకు అడ్డుగా పలుగులు, గడ్డపారలూ పెట్టారు. ఆ పతనాన్నాపడం ఎవ్వడి తరం?

రోలరును అడ్డుకోడానికి ఒక ప్రక్క కూలీలు శతప్రయత్నాలు చేస్తోంటే, మరో ప్రక్క దాన్నుండి బ్రతికి బయటపడ్డానికి ఎందరో ఆందోళన చెందుతుంటే, ''ఊ! ఎవరు పనులువారు చేయండి!'' అని మరో ప్రక్క చావగొట్టడం ప్రారంభించారు-పోలీసులు.

ఆ దృశ్యాన్ని చంచలమనస్కుడై పడాల్ ఓ గుట్టపై నుండి చూశాడు. తనకు కంట్రాక్టులో భాగమిస్తానని ''మేస్త్రి'' అన్నారు. కూలీలకు దండిగా డబ్బు యిసామని భావగొడుతున్నారు. అది మోసం తప్ప వేరుకాదు. చలించాడు-పడాల్, పెద్దపెట్టున కేక పెట్టాడు;

"ఆపుచేయండి, పనులు!"

అతడి మాటకు ఎదురులేదు. అతడు ఊ-అంటే కూలీలకూ ఎదురులేదు. ఆజ్ఞాపించడమే తడవుగా ఎచట కూలీలు అచటే నిలిచిపోయారు. రోలరు దానికదే - క్రిందికి దొర్లిపోయింది. బాష్టియన్ గుండె లదిరాయి.

"పిళ్ళె! లెక్కచూచి బట్వాడాచెయ్!" అని ఆదేశించాడు. ఆ ఆదేశంలో కొన్ని సంకేతాలు నడిచాయి. వారి చూపుల్లో విషవలయాలు తిరిగాయి.

బాష్టియన్ ఆదేశించడమే తడవుగా పిళ్ళె పడాలుతో అన్నాడు.

"లెఖ్ఖ; ఫణం సిద్ధంగా ఉంటుంది. కూలీలను రమ్మను"

ఊకొట్టి కూలీలను పంపాడు పడాల్.

పిళ్ళె ముందు బారులు బారులుగా గుమిగూడారు జనం. తొలుత బట్వాడాకు గోవిందు చెయి చాపాడు. డబ్బులు పట్టుకుపోయి ఆ రేయల్లా హాయిగా గడప ఉబలాటపడుతున్న దానిలా రత్తి గోవిందు భుజంపై ఆని-అతడి చేతిలో పడ్డ డబ్బుల్ని లెఖ్ఖ పెట్టింది-అవి ఆరు కానులు.

"ఏమిటీ ఘోరం!" ఆ డబ్బుల్ని విసిరికొట్టాడు-గోవిందు.

అవును ఆరణాలిస్తామని తీసుకొచ్చి ఆరుకానులు చేతిలో పెడితే ఎంత బాధ కలుగుతుంది?

"ఎన్నడా ఘోరం సగంలోనే పని ఆపుచేస్తిరే మీది—ఘోరం కాదా !"

పడాలు సహనాన్ని కోల్పోయాడు, కాని అతడి ముఖం గంబీరాకృతి దాల్చింది—

"పిళ్ళై ఆరణాలు చొప్పున ఇచ్చెయ్"

బాష్టియన్ పకాలున నవ్వాడు.

"మా తిండి తింటూ మా యింటి వాసాలే లెక్క పెడుతున్నావే?"

"నహీ సాబ్, మనకి ఉప్పుతింటూ, మనపైకే జనాన్ని రెచ్చగొడు తున్న నమ్మకఖరాం" అంటూ ఇనస్పెక్టర్ పోలీసులను ఉసిగొల్పాడు.

"ఊ ? వీడ్ని ఖైదు చెయ్యండి !"

పోలీసులు మీదికొస్తున్నారు. గోవిందు ఎదురు తిరిగాడు.

"ఏదీ మా పడాలు మామను ఎలా ఖైదు చేస్తారో చూస్తనురండి!"

"ఊ వాడ్ని చెట్టుకు కట్టండి........ వెధవని!" హుంకరించాడు—బాష్టియన్.

రత్తి ముందుకొచ్చి అడ్డు నిలిచింది. ఇనస్పెక్టరు నిర్దాక్షిణ్యంగా రత్తి జుట్టుపట్టుకొని నేలకు కొట్టాడు.

ఇహ చెలరేగింది-అలజడి! జనం మిన్నుముట్టుతున్న కేకలు పెడుతున్నారు. పడాలును, గోవిందును ఆ జనంలో ఉన్న రేచుల్లాంటి ఎర్రేశునూ, కమ్మరిమూగడ్నీ అందరినీ చెట్లకు కడుతున్నారు.

నేలపై పడ్డ రత్తిని చెట్టుకు విరిచికట్టి, ఆమె పైట పట్టుకొని చర్రున లాగాడు-పిళ్ళై. వాడికి తెలీదు-తెలుగు పడుచు ఎలనాగ కన్యని పగబడితే ఏ లోకానున్నా ఆమె కాటుకు తప్పించుకోడం సాధ్యం కాదనన్నీ చరున లాగిన పైటను ప్రక్కకు విసిరాడు. అది పుట్టపై పడింది. అంతే ఆ పుట్టలోనున్న నాగేంద్రం బుసకొట్టుకుంటూ పడగవిప్పుకుంటూ పైకి వచ్చింది: "దొరోయ్" అంటూ బాస్టియన్ ప్రక్కకు పరుగెత్తాడు. బాస్టియన్ దాన్ని వెంటనే కాల్చివేశాడు. చచ్చిపోయింది - నాగేంద్రం. కాని విప్పిన దాని పడగ మాత్రం విప్పినట్టే ఉంది. అప్పటికైనా కాటు వేయగలను సుమా అని హెచ్చరిస్తున్నట్టు.

"పిళ్ళై! యీ కూలిమూకను చిత్రహింస చేయించు" హుంకరించాడు బాస్టియన్.

"అమాసార్!"

వాడి ఆగడాలకు అంతులేదు. పోలీసులు మగవాళ్ళను హింసిస్తూంటే వీడు ఆడవాళ్ళపై బడ్డాడు. బట్ట లూడపీకడంతో ఊరుకోలేదు.

బహిరంగంగా వారి మర్మస్థానాల్లో కారాలు కొట్టించాడు. తన కనిదీలా వాళ్ళ కడుపుల్లో కర్ర పెట్టి త్రిప్పి మరీ హింసిస్తున్నాడు.

బాస్టియన్ వికటాట్టహాసం చేశాడు !

"భేష్ ! ఇనస్పెక్టరు భేష్ ! మంచిపని చేశావ్! నీవు అజీజ్ ఖాన్ వి కాదు. అగ్గి దొరవి!" అని తూలుతూ వెళ్ళి ఇనస్పెక్టరు జెబ్బ చరిచాడు.

ఎందుకా "అగ్గిదొరని" బిరుదు?

చూడండి భయానకదృశ్యం! ఒక కొండదొరను తల క్రిందుగ చెట్టుకుకట్టి, క్రింద మంట పెట్టాడు. కిరాతకుడు. భూతల యమలోకాన్ని సృష్టించాడు! అహా! ఎంత కఠోరదృశ్యమది.

రగిలింది కార్చిచ్చు! అది అన్ని ప్రాంతాలకూ వ్యాపించింది—దావానలంలా పెదబొబ్బలు పెట్టుకుంటూ, అటు పెదవలస సంకాడ, రెంటాడల నుండీ, అటు అంతర్ల, లోతుగడ్డల నుండీ, నేల యీనినట్టు బరిసెలు, విల్లమ్ములూ చేబూని వస్తున్నారు జనం. త్రివిక్రముల్లా కొండల్ని ఎగబ్రాకుతున్నారు. ఆంజనేయుల్లా కొండల్ని దూకుతున్నారు. గాము సోదరులూ, ఆ చుట్టుపట్ల గొప్పవీరుడని చెప్పబడే మోడిగాడూ బాలయ్య, పడాల్ అంతా ఆ భీకర సంఘటనలు జరుగుతున్న ప్రదేశాని కొచ్చి విజృంభించారు. బాస్టియన్, అగ్గిదొర, పిళ్ళె, పోలీసు బలగమంతా చెట్టుకో మనిషిగా చెదిరిపోయారు. చెట్టుకు కట్టబడ్డ వారినందరినీ విప్పుకొని జనసందోహం రెండేర్ల మొగవైపుకు మరలింది.

లోకాన్నే కుటుంబంగా చూచుకునే ఆర్తత్రాణ పరాయణు తప ట్టున్నాడు. పాయలు పాయలుగా చీలి వియత్తలం వాణికేంతటి ఆక్రందన లతో వస్తున్న జనం రాజు ఆశ్రమాన్ని ఒక మహాసముద్రంలా చుట్టు ముట్టారు.

కొండపై కొండలా నిలిచిన రాజు రక్తపుటేరుల్లో యీదినట్టున్న ఆ రక్తసిక్త జనావళిని గాంచాడు. చిత్తమదిరింది.

గంటందొర రాజు చెంతకొచ్చి అన్నాడు;

"చూశారా స్వామీ అరజాలు ఇస్తామని అరు కానులు చేతిలో పెడితే నిరాకరించిన ఫలితం!"

"చాలు గంటం, చాలు. ఇక చెప్పకు. నేనీ కఠోరదృశ్యాన్ని చూడలేకపోతున్నాను" అంటూ, నీలకంఠేశ్వరాలయాభిముఖుడై ప్రార్థించాడు.

"మహేశ్వరా! దేవతలకోసం కాలకూట విషాన్నే, కంఠాన్ని నిలుపుకున్నావటనే, అమాయకులైన హింసితులైన నా ప్రజపై నీ చల్లని చూపుల్ని ప్రసరించవా తండ్రీ! వారి క్షేమం కోసం నా శిరస్సునైనా త్రుంచి నీ పాదాలముందు పుష్పంగా సమర్పించుకుంటా."

ఆ మానవతామూర్తి వాక్కులు విని పులకరించిన ప్రజలు రాజు ఎదుటకొచ్చి నేలచరిచి మరీ అన్నాడు.

"స్వామీ నేను మోసపోయి, ఆ దొరలపక్షాన నేటివరకూ నిలిచాను. ఇప్పుడు నా కళ్ళపొరలు తెగిపోయాయి. ఆజ్ఞాపించండి స్వామి! నేటి నుండి నేను మీవాడినే, యీ భూదేవి సాక్షిగా చెబుతున్నాను. దేనికైనా సిద్ధం నేను."

ఎర్రేశు, మోదిగాడు, మూగడు స్వామి పాదాలుపట్టి బ్రతిమాలుకున్నారు!

"సామీ, మన్నేనికి మీరు రామచంద్రులు! యీ దొరతనాన్ని దుంపనాశనం చేసే దారి చూపించండి పెభూ!"

ఆలోచనాముద్రుడైన రాజు వారికి ధైర్యం చెప్పాడు!

"కాలమే చూపుతుంది - నాయనా దారి! కాకపోతే కనులను కరిగించి కన్నీరూ, కండలు కరిగించి నెత్తురూ చిందిభూగర్భాల్ని వొలిచి, నడిఎండకు మెదడు కరుగుతున్నా ములుకుల్లాంటి రాళ్ళకు కాళ్ళు పగులుతున్నా, లక్ష్యపెట్టక రోడ్లనువేసే శ్రమజీవులపైనే యింత దౌర్జన్యాన్ని తలపెడతారా? ఆరణాలిచ్చేవరకూ ఆ పనులు ముట్టనే ముట్టవద్దు."

"నిక్కం స్వామీ నిక్కం ముట్టనే ముట్టం" దిక్కులు పిక్కటిల్ల నినదించారు - జనం!

అదే సమయానికి చెమటలు గ్రక్కుతూ శింగన్న అచటికొచ్చి కంగారుపడ్డాడు. అవును మరి బాష్టియన్‌వద్ద నౌకరు. ఇచట అతడి దౌర్జన్యానికి గురైన ప్రజలు ఏమైనా సందేహిస్తారేమో?

గంటం చూశాడతడ్ని. "రా శింగన్న మామా! రా !! వీరు మన పాలిటి దేవతలు" అంటూ రాజును పరిచయం చేశాడు;

"ఇడుగో రాజా, మా శింగన్నమామ! కర్మకాలి ఆ కిరాతకుడైన బాష్టియన్‌వద్ద వెట్టిచేస్తున్నాడు."

"ఏమిటీ యీ కాలంలో యింకా వెట్టా? తను తినగా పదిమందికి పెట్టగలిగిన శ్రమజీవే వెట్టిచేయడమా?"

శింగన్న దుఃఖాన్ని గుండెలోనే దిగమింగుకొని రాజుకు నివేదించు కున్నాడు;

"ఏం చేస్తును సామీ! నా పేనం నా కొడుకు లాగరాయి పితూరిలో చచ్చిపోనాన...."

రామరాజు ఆశ్చర్యచకితుడై ప్రశ్నించాడు.

"ఇంతకుముందో పితూరీ జరిగిందా?"

వయస్సులోనూ, అనుభవంలోనూ, పండిన గంటందొర చెప్ప సాగాడు!

"ఒకటా? అనేకం జరిగాయ్. మొదట నలభై ఏండ్ల క్రితం ద్వార బంధాల చంద్రయ్య యీ తెల్లోళ్ళపై పితూరీ లేపాడు. మహేంద్ర జాలాన్ని మరపించే విద్యలన్నీ ఉన్నాయతనివద్ద. మర్రి మొవ్వలో మొలిచే బిరిణెంక మొక్కను నెత్తిన పెట్టుకొని, పరులకు తను కనబడ కుండా, తను పరులనుచూస్తూ యుద్ధం చేసేవాడు. మన్యం కొండల్లో మొలిచే ఓషధులన్నీ అతడికి కరతలామలకం. అధర్వణ వేదాన్ని నూరుకు త్రాగాడంటే నమ్మండి. ఒకనాడు అడ్డతీగలపై అతడు దాడిచేస్తున్న సమ యంలో దొంగచాటుగావచ్చి తెల్లవాళ్ళాయనను చుట్టుముడితే మూడు పగళ్ళు, మూడురాత్రులూ, నిద్రాహారాలు లేకుండా వారితో పోరాడి మరీ ప్రాణాలు విడిచాడు.

"శెభాష్"

గంటం ఉద్రేకంగా చెప్పుకుపోతున్నాడు—

అంతేకాదు స్వామీ, చంద్రయ్యను మరపించే మరో పితూరీ జరిగింది. అదే కోయరాముడు పితూరీ. రాముడో చిచ్చులపిడుగు! చూడ్డానికి వేలుడంతమనిషి. అతడ్ని పట్టుకోడాన్కి మూడు చెరువుల నీళ్ళు

క్రాగేరు దొరలు! వాడు చేసేదల్లా పెద్దతలకాయనుకొట్టి, చిన్న తల కాయలకు పంచడమే. కాని అతడికి ఉంపుడుకత్తె ఒకతె ఉంది. అదంటే అతడికి ప్రాణం. అది కనిపెట్టారు దొరలు. వెంటాడారు—ఉంపుడుకత్తెను! మధుమైకంలో ఆమె పాదాలచెంత దొర్లుతున్నాడు రాముడు. టపీమని పట్టేశారు. కోర్టులో నిలబెట్టారు. తనను దొంగఛాటుగా వచ్చి పట్టుకున్న అధికారులపై రాముడా కోర్టులోనే ఉమ్మువేశాడు.

"లేకపోతే దొరకవా?" అడిగాడు న్యాయాధికారి.

"విడిచిపెట్టి చూడండి?" సవాలు చేశాడు – రాముడు. చెంగున లంఘించి లిప్తపాటులో కోర్టుబయట కురికాడు. మళ్ళీ రెప్పపాటులో కోర్టుముందుకొచ్చి ఖైదుచేసుకోమన్నాడు. న్యాయాధికారి హడలిపోయాడు.

"అటువంటి గుండె దండిగల వీరలు పుట్టినమన్యమిది."

"ఆహా, మన్యమే ఓ అగ్నిపర్వతమన్నమాట?"

"మరో అగ్నిపర్వతంకూడా పగిలింది రాజా! అదే లాగరాయి పితూరీ. సరిగ్గా ఆరేండ్ల క్రితం గరగండ మంగరాజు దీన్ని నడిపాడు. పొలంపుట్టా అంతా మందే నన్నాడతడు. చూపుకు పులి, వ్రేటుకు షిరంగి అతడు."

శింగన్న కనులు గిర్రున తిరిగాయి—

"అవును సామీ" ఆ లాగరాయి పితూరీలోనే నా కొడుకు చని పోయాడు. నా ఆడది ఆ బెంగతో మంచమెక్కింది. దానికోసం నా ఆరెక రాల పుట్రా యాభై దుడ్డుల కమ్మేసా. ఆ పేనం దక్కలే. అంతా ఐపోనాక యీ దొరదగ్గర వెట్టి చేస్తుంటిని సామీ? కొట్టికొట్టి చంపు తుండు. పీక పిసుక్క చద్దమనిపిస్తది. తమోర్ని ఏదో చేద్దామని కలకటేరుకు ఉత్తరం పంపిండు సామీ! భద్రం సామీ, వాడొట్టి రాచ్చసుడు!"

ఫక్కున నవ్వాడు - రామరాజు.

"ఎంత అమాయకుడివి శింగన్నా? కాలం మూడినవాడు పన్నే కుట్ర లవి, కాలంగల వాళ్ళం మనం కంగారు పడకూడదు. నువ్వక్కడే పని చేస్తుండు. ఈ మన్యం వాసులకి నీ సహాయం చాలా అవసరం. వెళ్ళు శింగన్నా!" అని శిరస్సు నిమిరి పంపాడు.

రక్తసిక్తుడైన అర్కుడు ఆ రక్తాన్ని కడుక్కోడానికా అన్నట్టు పశ్చిమాంబుధిలో మునిగాడు. రాజు అమృతవాక్కుల్ని విని చల్లబడిన జనసందోహం చీకటిలోమునిగి ఎవరిగూడేలకి వారలు ప్రయాణమయ్యారు. కాని రాజు బుర్రలో ఉష్ణతరంగాలు సంచలించ సాగాయ్.

19

మరునాడు ప్రాతఃకాలసమయం, ప్రకృతంతా ప్రశాంతంగా ఉంది. ఆశ్రమం చుట్టూరా ఉన్న వృక్షాలు భూదేవికి తలంబ్రాల్ని చల్లినట్టు పూలను నేలరాల్చాయ్. ఆశ్రమం లోపల పవిత్రమైన, అలికి ముగ్గులు పెట్టిన పీఠంపై పురుషోత్తముడైన శ్రీరామచంద్రుని విగ్రహం ముందు, సరస్వతీ నిష్యందనమైన రామాయణ పఠనం. ఒకప్రక్క భాస్కర్రావు, గాము సోదరులూ, పడాలూ, గోవిందూ మరోప్రక్క నారాయణమ్మ, రత్తి కూర్చుని ఉన్నారు! కాషాయాంబర ధారియై నిష్ఠాగరిష్ఠుడై ఆశీనుడైన రాజు పఠనం గావిస్తున్నాడు. మధ్య మధ్య నారాయణమ్మ పవిత్రాక్షతలను విగ్రహంపై చల్లుతోంది.

"ఇవ్విధంబున తపోధనులైన మునిపుంగవులనూ, తదాశ్రమవాసులైన జడధారులను యెల్లవిధంబుల యీ రాక్షస మూకలు వేధించుచుండ నొక్కనాడు విశ్వామిత్ర మహర్షి అయోధ్యాధీశుడైన దశరథమహారాజు చెంతకొచ్చి, ఆ మహారాజనుంగు పుత్రులైన రామలక్ష్మణులను రాక్షస సంహారార్థం తన వెంటపంపమని ఆదేశించ తన్మహారాజు మహర్షి ఆజ్ఞ కాదనలేక పుత్రులను వీడలేక 'హా, రామా! రఘుకుల శ్యామా!' యనుచు మూర్ఛనొంద...."

అక్షతలు జల్లుతున్న నారాయణమ్మ "బాబూ" అని స్పృహతప్పి పడిపోయింది. రాజు శీతలోదకాన్ని తల్లి ముఖంపై చల్లి శైత్యోపచారాలు చేయగా కాస్సేపటికి ఆమె కోలుకుంది. కోలుకొని కనులు నులుము కొంటుండగా, ఆతృతతో రాజు అడిగా డామెను—

"ఏంటమ్మా యిది?"

"ఏమో నాయనా ! నా కేదో అపశకునం కలిగింది!"

"ఎందుకమ్మా అపశకునం?"

ఆ తల్లి కంగారు గాంచి భాస్కర్రావు, గాము సోదరులు అంతా ఆమె చెంత కొచ్చారు.

కన్నీరు కారుస్తూ నారాయణమ్మ అంది-

"బాబూ! ఆ రామాయణ గాధకు మల్లె నీవూ నాకు దూరమై పోతా వేమోనని...."

ఆమె కనుల వెంట రాలుతున్న కన్నీటి బిందువుల్ని తుడిచి, రామరాజు ఓదార్చాడు;

"అదేమిటమ్మా, కాలం వెనక్కి పోదమ్మా! ఇక్ష్వాకులనాటి సంఘ టనలు కలియుగంలో ఎలా సంభవమనుకుంటున్నావ్?"

భాస్కర్రావు కలుగజేసుకొని—

"నీ భ్రమగాని, అపశకునాలు వాస్తవాలౌతాయా? లేమ్మా!" అని లేవదీశాడు.

ఆమెను అలా ఆశ్రమంలోనికి తీసుకెళ్ళి, బయట కొచ్చారో లేదో విభ్రమం గొల్పు దృశ్యమొకటి వారి కనుల బడింది.

కయ్యానికి కాలుదువ్వే కొత్రగేదెల్లా నలుగురు వ్యక్తులు నిరంకు శంగా నడచుకొస్తున్నారు. వారి కళేబరాలపై రాజదుస్తులు వ్రేలాడు తున్నాయ్. ఆ వెనుక కొందరు పోలీసులున్నారు!

ఆ వెనుక దూరదూరంగా వందలాది జనం, ఆ దృశ్యాన్ని తిల కించడానికి ఎగబడుతున్నారు.

ఆ దుస్తులనుబట్టి వారిలో ఒకడు డిప్యూటీ కలక్టరు ఫజులల్లాఖాన్ అని, రెండవవాడు డిప్యూటీ పోలీసు సూపర్నెంటు, స్వైన్ అనీ రామ రాజు గుర్తుపట్టాడు.

మిగిలిన ఇద్దరూ బాస్టియన్, అగ్గిదొరలు! వారు మన్యంలోని ఆబాలగోపాలానికి చిరపరిచితులే.

సూపర్నెంటుకు, కలెక్టరు రాజును వ్రేలెత్తి చూపుతున్నాడు. సూప ర్నెంటు తలను టకాయిస్తున్నాడు—ఆ టకాయింపులో తలబిరుసు కన బడుతున్నది.

ఆశ్రమాన్ని సమీపించారు, - వారు సమీపించగానే ఫజులల్లాఖాన్ రామరాజును ప్రశ్నించాడు;

"నీ పేరు రామరాజు కదూ?"

"అవును"

"నీ పినతండ్రి రామక్రిష్ణంరాజు కదూ?"

"అవును"

"ఆయన డిప్యూటీ కలక్టరు చేశాడు కదూ?"

ఆ ప్రశ్నలను విని, అందరూ ఆశ్చర్యపోయారు. రాజు మాత్రం ఆశ్చర్యపడలేదు. ఆయనకు తెలుసు — తన పినతండ్రికి యీయన స్నేహితుడని.

కాని యిక్కడ వారు స్నేహధర్మానికి రాలేదని ఊహించాడు - ముక్కుకు సూటిగా ప్రశ్నించాడు!

"ఇంతకీ మీరొచ్చిన రాచకార్యాన్ని సెలవీయండి?"

బాస్టియన్ ముక్కు రెమ్మ లెగురవేస్తూ—

"మన్యం జనాన్ని రెచ్చగొడుతూ రాచకార్యాల్ని నీవే నెరవుతున్నావు గదా!"

మల్లుకు కోపమొచ్చింది—

"ఆ రెచ్చగొడుతున్నది మీరే"

రాజు అతడ్ని ఆపుచేశాడు;

"అయ్యా! అరణాలు కూలియిస్తామని తీసుకెళ్ళి కూలీలనెత్తుటితో రోడ్డు పోయించుకొని, ఆరు కాసులైనా చేతిలో పెట్టక చర్మాలు చిట్లేలా చావగొట్టించారే - రెచ్చితే బాధ్యులెవరు?"

ఆ ప్రశ్నకు బాస్టియన్ కంగారుపడ్డాడు - అధికారై ఉండికూడా ఆ రోడ్డు కాంట్రాక్టులో తన భాగం ఎక్కడ బయట పడుతుందేమోనని. ఆ ధోరణిని పెడమార్గం పట్టించడానికి ప్రయత్నిస్తున్నాడు.

అంతలోనే సూపర్నెంటు కనులలో అగ్నికణాలను క్రక్కుతూ ప్రశ్నించాడు;

"స్ట్రైయిక్ చేయమని నీవు బోధించలేదా?"

దానికి భాస్కర్రావు సమాధాన మిచ్చాడు;

"అయ్యా, ముక్కుమూసుకుని తపస్సు చేసుకునే రాజుపై ఇటు వంటి నింద వేయటం భావ్యం కాదు."

"అయితే పంచాయితీలు పెట్టమని ప్రోత్సహిస్తున్నావట కదా?" అని డిప్యూటీ కలక్టరు రాజును ప్రశ్నించాడు.

తన రోడ్డు ప్రస్తావని తొలగిపోయినందుకు రొమ్ములపై కుంపటి దించి నట్లయింది బాస్టియన్కు.

రామరాజు కలక్టరు ప్రశ్నలకు నిర్ద్వంద్వంగా సమాధానమిచ్చాడు;

"అవును మంచిని ప్రోత్సహించడం తప్పుకాదు. భూమి గుండ్రంగా ఉందని చెప్పేట్టు పంచాయితీలు పెట్టుకోమని యీనాడు ప్రత్యేకంగా ఎవ్వరికీ చెప్పనక్కరలేదు. ఐదువేలేండ్ల క్రిందట మా రామరాజ్యంలోనే పంచాయితీలు ఉన్నాయ్"

వొళ్లు మండింది - డివెయస్పీకి—

"అయితే రాముడు మద్యం నిషేధించమన్నాడా?"

రామరాజుకీ ఉద్రేకం కలిగింది.

"లేదు, త్రాగి కైపెక్కిన రాక్షసుల్ని మర్థించమన్నాడు"

రాజు కంఠస్వరంలోని ఆ కరుకుదనం, ఆ తెల్లాఫీసరు చెవిని పడ్డానికి ముందుగా ఆశ్రమం లోపలున్న నారాయణమ్మ చెవిని పడింది. త్రుళ్ళిపడి లేచి బయటకు వచ్చింది. ఈ దృశ్యాన్ని తిలకించి నిలువునా నీరైపోయింది. తన భ్రమ వాస్తవం కానున్నదా?

తెల్లాఫీసరు నోరైతే ఆ సమాధానంతో మూతపడింది కాని అగ్గిదొర మరల వొత్తు ఎగదోశాడు.

"రిజర్వు హడవిల్కి కొట్టించడాన్ని మీకి హక్కు హెక్కడ్డీ?"

రాజు నవ్వాడు.

"మీరు పెంచని అడవుల్ని రిజర్వు చేయడానికి మీకు హక్కెక్కడిదో ముందు చెప్పండి."

నిజానికి రిజర్వు అడవుల్ని కొట్టమని రాజు ఏనాడూ బోధించ లేదు. అయినా ప్రజలెప్పుడైనా ఏదైనా తప్పిదం చేసివుంటే ఆ భారాన్ని తనే మోయడానికి సిద్ధపడ్డాడు.

ఆ ఉదారతకు కానుకగా ఉగ్రతను వెల్లడించారు - దొరలు;

98

"ఆ హక్కెక్కడిదో చెప్పడానికే వచ్చితిమి - ఊఁ యస్సై వెయ్యి బేడీలు" అని సూపర్నెంటు ఆజ్ఞాపించాడు.

అంతే, వెంటనే ఉక్కు గొలుసులు, యముని దున్నపోతు కాలి గిట్టల్లా కణేళ్ మన్నాయ్.

జనంలో గగ్గోలు బయలు దేరింది. మల్లు రివ్వున ముందుకు దూకాడు!

"ఏదీ ఎలా వేస్తారో వేయండి!"

డి. వై. యస్పీ అడిగాడు;

"వీడెవడు"

బాస్టియన్ బదులుచెప్పాడు : "ఒక త్రాగుబోతు"

గంటంకు కోపమొచ్చింది;

"నోరు సంబాళించుకోండి"

ఆ హెచ్చరిక తమ అధికార దర్పానికి పెద్దదెబ్బలాతోచి, ఫజులల్లా ఖాన్ అన్నాడు.

"కాకపోతే రవి గ్రుంకని బ్రిటిషు స్సామ్రాజ్య ఆజ్ఞని ధిక్క రిస్తాడా?"

రాజు మందహాసం చేశాడు;

"ఖాన్‌సాబ్, ఆ రవిని ఉదయించకుండానే చేయగలిగిన మహా పతివ్రతలు పుట్టిన దేశమిది – మరువకండి"

త్రాగిన కోతిలా గంతులేశాడు - సూపర్నెంటు;

"ఊఁ వెయ్ బేడీలు"

పశుబలం రాజుకు బేడీలు వేసింది. ప్రజలు ఉద్రేకపరవశులయ్యారు. ఐనా వారి ఉద్రేకాన్ని రామరాజు చల్లార్చివేశాడు. కాని మాతృ హృద యాన్ని ఎవరు చల్లార్చగలరు? రాజు ఆమెను ఎంత ఓదార్చినా ప్రయోజన శూన్యమైంది. ఆయనకు బేడీలువేసి కారులో ఎక్కించటానికి ఎప్పుడైతే ముందుకు లాగారో ఆ వెంటనే నారాయణమ్మ ఆ కసాయి సాహేబు కాళ్ళపై బడింది.

"ఒకరికి అన్యాయం తలపెట్టి ఎరుగని నాబాబును వొదిలిపెట్టండి.

బిడ్డను తల్లినుండి దూరం చేయకండి. నాబాబు లేకుండా నేనొక్కక్షణమైనా బ్రతకలేను. కనికరించండి" అని బ్రతిమాలుకుంది.

వెనుక విన్నాం వసుదేవుడు గాడిద కాళ్ళు పట్టుకుంటే ఆ వసు దేవుని మొరాలకించి, ఆ గాడిద అరవడం మానేసిందని. కాని వీళ్ళు గాడిదలకన్నా హీనులు. అందుకే ఆ తల్లి మొరను లెక్కచేయలేదు. రాజును ఎక్కించుకొని కారు చర్రున వెళ్ళిపోయింది. ఆ తల్లి బాబూ! అంటూ రెండడుగులు ముందుకేసి సొమ్మసిల్లి పడిపోయింది.

కాస్త తెప్పరిల్లాక కిరాతకుని వలలో బిడ్డ చిక్కుకుపోగా, తల్ల డిల్లిన తల్లి పక్షిలా రెపరెపలాడుతూ కొట్టుకుని తను పట్టుకున్న వారి పట్టు విడిపించుకుంటూ—

"నన్ను వొదలండి! నా బాబును విడిపించుకోనివ్వండి" అంటూ లేచి ఆవేదనతో ముందుకు పరుగెత్తింది.

ఆ బాధను అర్థంచేసుకొని నీరైపోయిన గంటం-ప్రాధేయపడ్డాడు.

"అమ్మా! నీ బాబును మా శిరస్సు నిచ్చైనా నీ కళ్ళముందు పెడతాం నీ వెళ్ళకు తల్లీ."

ఆ మాటల్ని ఆమె అసలు వినిపించుకునే స్థితిలోలేదు, వినిపించు కోలేదు. అలాగే అందరినీ విడదొక్కుకుంటూ వెళ్ళిపోయింది.

ఆమెను పిన్నవయస్కుడైన సత్యనారాయణరాజు, అల్లుడూ, కూతురూ వెంబడించారు.

వెంటనే గంటం రోషకషాయత నేత్రుడై—

"ఇక మనం ఒక్క క్షణంకూడా ఆలస్యం చేయకూడదు. రామరాజు లాంటి పవిత్రమూర్తే మనకు దూరమయ్యాక, మనం బ్రతకడమే వృధా! ఏమైనా సరే మనరాజును విడిపించుకోవాలి. వాళ్ళు చీకటికొట్టులో పెట్టినా కారడవుల్లో ఖైదు చేసినా, కడకు పాతాళంలో దాచినా విడిపించుకోవాలి. అంతవరకూ మన్యంలో పుట్టిన ఏ వ్యక్తి, ఒక్క మెతుకు గాని పచ్చి మంచినీళ్ళుగాని ముట్టడానికి వీలులేదు. రెప్పలు కోసుకుని కునుకునైనా ఆపుకోవలసినదే. మన బ్రతుకులో పడ్డ నిప్పు రాజి రగిలి ఆ నిప్పుపెట్టిన దొరలనే దహించు గాక! .... ఏమంటారు" అని పిడికిలి బిగించి అడిగాడు.

గంటంలో ఆనాటి రోషావేశం మన్యవాసులు తమ దైనందిన జీవితంలోనే ఎన్నడూ చూడలేదు. తొణకని కుండ బళ్ళున బ్రద్దలై ప్రవహించినట్టయింది. ప్రశాంత సాగరం తన ప్రశాంత గంభీరం నుండే బడబాగ్నులు ప్రజ్వలింప జేసినట్టు భగ్గున మండిపోయి మేఘంలా పటాలున గద్దించాడు. ఆయన ప్రశ్నకు ఆ జనం—

"అల్లూరి రామరాజుకీ జై!" అని దిక్కులు పిక్కటిల్లేలా భూనభోంతరాళాలు దద్దరిల్లేలా పిడికిళ్ళు బిగించి ముష్టి ఘూడించి మరీ నినదించారు. ఆ నినాదానికితోడు, నీలకంఠేశ్వరాలయంలోని కంచు గంట "జయం! జయం!" అంటూ "గణ్ణణా" కొట్టుకుంది. ముందుగా గాము సోదరులు చెట్టాపట్టలు పట్టి బరిలోకి దిగారు. ఆ వెనుక జనం ఆ జనం లోంచి విప్లవావేశం ! అదో కోలాహలం. ఆ కోలాహలం కదిలిపోతూంటే వారిచ్చే నినాదాలు విచ్చుకత్తుల్లా గాలిలో దూసుకుపోతుంటే ఆ ప్రజా ప్రవాహంలో మధ్య నదులు, సెలయేళ్ళు కలిసినట్టు అనేక మంది కొండ దొరలు కనిపిస్తున్నారు. ఆ కొండదొరల్ని దీవించి పంపుతున్న దా మన్యం. ఓ తల్లి బిడ్డకి నుదుట కుంకుమ తిలకం పెట్టి ఆశీర్వదిస్తున్నది. మరో యువకుని భార్య మూలనున్న విల్లమ్ములు భర్త భుజాల కమర్చి, చిరునగవుతో ఉద్బోధిస్తున్నది. అలా ప్రవాహం గోదావరి పరుగును, క్రిష్ణవేణి ఉరకను తనలో యిముడ్చుకొని, విల్లమ్ములు, బల్లెములు, పలుగులు ధరించి ఆ కారుచీకటిలో కాగడాల వెలుతురులో మిట్టలు, గుట్టలూ, గుహలూ, లోయలూ, ఏర్లూ దాటి మహోత్తుంగ తరంగ డోలికలై పొంగులు వారుతూ సాగుతోంది.

ఆ ప్రవాహంలో ఒక్కొక్క వీరుని ముఖస్పందనం చూస్తోంటే మహేంద్ర మర్వతాన్నైనా జీలుగుబెండులా విరిసి వెయ్యగల బలసంపన్నుడు - మానవుడన్నది ధృవపడుతోంది.

వాళ్ళు పట్టిన కాగడాలు నేలపై నక్షత్రాల్లా మిల మిల మెరుస్తూ వున్నాయ్. మహా సంబరంతో వురకలు వేసుకుంటూ పోతోందా శివ సాగరం.

నిజంగా అంతే, అసలు ఏ కొండ కోనలోనో పుడుతుంది నీటి బొట్టు. అది ఏ కొండ కనుమ గుంటలోనో పడి మడుగై స్రవించి,

నెలయేరై, నదీ సంగమం చేసి, ఆఖరికి మహాసాగరంలా మారిపోతుంది. అలా మారినప్పుడు ఆ మహాసాగర తరంగాల్ని ధిక్కరించేవాడు ప్రపంచంలో దొరకడు. ధిక్కరించాడా, ముంచెత్తి పారేస్తుంది--అంతే ప్రజా వెల్లువ కూడా;

20

కెరలిన సముద్ర కెరటాలకు మల్లె, క్రిష్ణదేవుపేట రెండేర్ల మొగ నుండి బయలుదేరిన మన్యవీరుల దండు తెల్లవారే సరికల్లా నర్సీపట్నం పొలిమేరలోకి వచ్చింది. వచ్చి నల్ల త్రాచులా బుసలుకొడుతూ ఆ పొలిమేర గట్టుపై నుండి తన వేయి పడగల్ని విప్పి తేరిచూసింది - రాజునెక్కడ దాచారోనని!

అర్కుడు పసిగట్టలేనిది గంటం పసిగట్టగలడా? కాని అతడికి కృష్ణదేవుపేటలోనే తెలిసింది-రాజును తీసికొచ్చి నర్సీపట్నంలో దిగ్బంధం చేస్తారని.

"పదండి! మన రాజును పోలీసుస్టేషనులో దిగ్బంధం చేసి ఉండొచ్చు. ఆయనను విడిపించుకొని మరీ వద్దాం — మారువేషాల్లో బయలుదేరండి!"

"అంటే?" మల్లు ప్రశ్నించాడు.

"మోసానికి మోసం సాధూవేషం తమ్ముడు!"

అవును ఒకప్పుడు రాణి రుద్రమను శత్రువులు మాయోపాయంతో చుట్టుముట్టి చెరబట్టాలని వస్తూ మార్గమధ్యంలో శ్రీశైల మల్లిఖార్జుని గుడిలో మకాం చేశారు. అది కనిపెట్టాడు- గన్నారెడ్డి. భీతినెరుగని తెలుగు యోధుదతడు. అతడు రుద్రమ సేనాని కాడు, సైనికుడూ కాడు - కాని ఒక తెలుగురాణి పతనం కాకూడదన్న పట్టుదలతో సన్యాసివేషం ధరించి శ్రీశైలం జొచ్చి, యాత్రికులవలె వున్న శత్రుమూకలకు విషం కలిపిన తులసితీర్థ మిచ్చి చంపివేశాడు.

అలాగే రాజును ఖైదు చేసి దొంగచాటుగా తెచ్చి దిగ్బంధం చేసిన తెల్లదొరల మోసానికి మోసమే విరుగుడనుకున్నాడు - గంటం!

అలా మారువేషాలు వేయించి, ఆయుధాలు ఊరి పొలిమేరలో నున్న ఒక శమీవృక్షం తొర్రలో దాచి తిన్నగా ఊళ్ళోకి తీసుకుపోయాడు.

రామభద్రుని పనుపున జానకికోసం లంకచొచ్చి, ఇల్లిల్లూ గాలించిన ఆంజనేయునికి మల్లె కళ్ళు పొడుచుకొని మరీ ఆ మన్య వీరులు వెదుకుతున్నారు. వెదకి వెదకి వేసారి నేరుగా స్టేషను ప్రహరీని సమీపించారు. మూరకో మనిషిగా చుట్టూ ఆవరించారు. ఉద్దండులనదగ్గ పడాలు గాము సోదరులు, ఎర్రేశు, మూగడు, మోదిగాడు లోపలకు ప్రవేశించారు. దారిలో ఎర్రటోపి ఎదురైంది.

"ఆగు!" అని ఉద్రేకం పట్టలేక నిలవేశాడు - మూగడు.

"ఎవరు మీరు!?"

"అది తరువాత చెబుతాం - ముందు రామరాజును విడవండి!"

"రామరాజు యిక్కడ లేడే?"

"ఏయ్ అబద్ధమాడుతుంటివి - నాలికను చీలికలు చేస్తును నిజం చెప్పు!" మల్లు హుంకరించాడు.

హడలిపోయాడు - పోలీసు, "బేర్" మని అరిచాడు. లోపలనుంచి అతడికి సహాయంగా మరో పోలీసు పరుగెత్తుకొచ్చాడు. అతడి రెండు జబ్బల్నీ ఇద్దరు యోధులు పట్టేశారు;

"పదండి లోనికి మా రామరాజు ఇచట ఉన్నాడో లేడో వెతుక్కోనివ్వండి!" అని గంటం గద్దించాడు;

నోరెత్తకుండా వాళ్ళు లోనికి తీసుకెళ్ళి లాకప్ కొట్టును చూపించారు. ఎక్కడా రామరాజు లేడు. హతాశులై బయటికొచ్చేశారు - మన్యం వీరులు. రాళ్ళతో చప్పుడు చేసి ప్రహరీని పరివేష్టించి తిరుగుతున్న సహవీరులను పిలిచారు. అందరూ కలిసి కచ్చేరీ ముఖంగా బయలుదేరారు.

ఏమో, అక్కడగాని దాచారేమో?

కచ్చేరీలోకి పోలీసులు ముందే కబుర్లు చేరవేశారు — "మన్యం వీరులు విరగబడుతున్నారు జాగ్రత్త" అని.

"దోపిడీ దండు వస్తున్నది ఖజానాను దోచుకోవచ్చు. అంతా రక్షణకు సిద్ధపడండి!" అని అచటనే ఉన్న బాస్టియన్ పరివారాన్ని హెచ్చరించి తుపాకి చేతబట్టి బయటకు వచ్చాడు.

మన్యవీరులు వస్తున్నది ఖజానా దోపిడీకి కాదన్న సంగతి ఆ మూర్ఖుడికి ఎలా చెపితే బోధపడుతుంది.

గంటం ముందుకొచ్చి సూటిగా అడిగాడు.

"మా రాజును ఎక్కడ దాచిపెట్టారో చెప్పు!" అని.

"రాజు?" అని రెట్టించి వికటాట్టహాసం చేశాడు - బాస్టియన్.

"చెబుతావా చెప్పవా?"

"రాజు ఇక మీ రాజుకాదు మునిసీఫ్- మా రాజు!" ఫిరంగిగుండుకు బ్రద్దలై త్రుళ్ళిన కొండపఱుకులా, అతడి గుండె విడి తునక రాలి నట్టయింది.

"ఏమన్నావ్" పళ్ళు కొరికాడు - గంటం.

"అవును, అతడి తల్లివచ్చి అతడ్ని స్వయంగా తీసుకుపోయింది. పోయి చూడండి పైడిపుట్ట! అచల దొరతనం ధర్మం చేసిన భూమిని దున్నుకుంటూ తల్లి చెంగట ఆడుకుంటూ ఉంటాడు."

"నిజమా బాష్టియన్?" గంటం నేత్రాలు విస్ఫులింగా లయ్యాయ్.

"నేను మీ శత్రువును, నా మాట నమ్ముతారా? అచటకు పోయి మీ మిత్రుడ్నే చూడండి?"

అగ్గిపై గుగ్గిలంలా మండిపోయాడు గంటం. ఇక పడాలు, మల్లు లాంటి వీరుల మనస్థితిని వేరే చెప్పాలా? ఉద్రేకం పొంగి పొరలి పడాలు అనేశాడు;

"ఇదే నిజమైతే అతడూ మా శత్రువే ఇంతవరకూ మా నెయ్యాన్ని చూసాడతడు. ఇక కయ్యాన్ని కూడా చూస్తాడు!"

"పదండహే! రాజు—భద్రాద్రి రాము డనుకొంటిమి-అతడి సంగతిక అమీతుమీ తేల్చుకుందుము" అన్నాడు—మల్లు.

పదండంటే పదండని బయలుదేరిందా దండు! బాష్టియన్, కచ్చేరీ మెట్లపై నడుంపై చేతులాన్చి విరగబడి వికటాట్టహాసం చేస్తుంటే, ఆ ధ్వనులకు కాలుతున్న పెనంలో పడి వ్రేగిపోతున్న చేపల్లా విలవిల కొట్టుకుంటూ బయటపడ్డారు.

ఆ అమృత హృదయాల్లో హాలాహలాన్ని మండించాడు—నీచుడు. అరమరికలేని ఆ మన్యం వీరుల్లో ద్వేషాన్ని రేకెత్తించాడు. ఆ దండు

నేరుగా పొలిమేరలోన శమీవృక్షం చెంతకొచ్చింది. ఆ తొర్రలో దాచిన ఆయుధాల్ని చేబట్టింది.

"పదండి! శత్రువునైనా కనికరించి విడువ వచ్చు కాని రాజులాంటి నమ్మక ద్రోహుల్ని క్షమించకూడదు. సహించకూడదు" అని పడాలు వారి నందరినీ పురిగొల్పాడు.

పుట్టింది - యాదవకులంలో ముసలం. ఆ ముసలం ఆ యాదవ కులాన్నే నాశనం చేస్తుందో లేక త్యాగపరిపూర్ణుడైన రామరాజు కుమారుని సత్యవ్రతానికి ప్రణమిల్లి, ఆ దొరతనం మీదికే దూకుతుందో చూడాలి?

21

మన్యసీమ కంతటికీ సింహద్వారమనదగ్గ ఏలేశ్వరానికి పద్దెనిమిది మైళ్ళలో ఉంది - పైడిపుట్ట గ్రామం. ఈ పైడిపుట్ట గ్రామానికి మరో పద్దెనిమిది మైళ్ళ దూరంలో భారతీయ ప్రకృతి వైచిత్ర్య చిద్విలాసమంతా కొట్టొచ్చినట్టు కనబడే దుమ్ముకొండ ఉంది. ఈ కొండపై జలధారలు నిత్యం విశృంఖల విహారం చేస్తుంటాయి. చంద్రకాంత శిలాఫలకాన్ని మర పించు రాతికొండ అది. ఈ కొండ గొడుగులా దొలచబడి ఉంటుంది, అలా దొలచబడ్డ గొడుగుక్రింద దాదాపు అయిదారు వేలమంది జనసమూహమైనా తలదాచుకోవచ్చు. అందులోనే జ్యోతిర్లింగ మొకటి ఉంది. దానిపై గంగా బిందువులు ఒక్కొక్కటిగాపడి నిత్యం పునీత మొనరిస్తుంటాయి - ఆ బిందువు లెచటనుండి స్రవిస్తున్నాయో ఎవరూ కనిపెట్టలేకపోయారు. పాండవులు వనవాస సమయంలో ఇచట మజిలీ చేసినట్టు ఆ కొండ ఫల కంపై పాండవ శిల్పాలు అగపడుతున్నాయి–భీమసేనుడు శివభక్తుడు, గదా? అపుడీ శివలింగానికి నిత్యం పూజలు సల్పి ఉంటాడనటానికి సందేహం లేదు. ఈ ప్రాంతాలచుట్టూ నివసించే మన్యవాసుల కుఠారాలు ఉంఢవు, కికారణ్యమయ మేమో-ఆ తరుపత్ర స్నిగ్ధచ్ఛాయల్లోనే, గోచీలు మాత్రమే ధరించి కాపురాలు చేస్తుంటారు. ఏ వ్యాఘ్రమైనా తమపైకి విరుచుకుపడిందా దాన్ని హతమార్చగల శస్త్ర విద్యాపారీణులు వారు. అంచేత అది వారిపైకి దుముకదు. వారి జీవితాన్ని అశోభాయమానమైన

ప్రకృతి సౌందర్యాన్ని మరోసారి తిలకిద్దాం. ప్రస్తుతం పైడిపుట్టకు ప్రయాణ మవుదాం.

ఈ పైడిపుట్టను నిత్యం కావలి కాస్తున్నట్టు, చుట్టూ కొండలు, వాటిలో సమతలంగానున్న ఓ కొండపై ఉసిరికచెట్టు నీడలో ఆశ్రమం ఉంది. అక్కడ వ్యవసాయం సాగిస్తున్నాడు-మన రాజు. ఆ విషయంలో శత్రువైనా బాష్టియన్ చెప్పింది–సత్యం! అయితే ఆ వ్యవసాయం ఏమి టన్నదే ప్రశ్న!

అది ప్రత్యూష సమయం. ఇంకా చీకటి మసక సరిగ్గా కనబడు తోంది. ఆశ్రమంలో నిద్రిస్తున్న మాతృదేవి పాదాలను కనుల కద్దుకొని కమండలం చేతబట్టి రామరాజు బయటికొస్తున్నాడు. ఆ ఆశ్రమానికి ఎదుట మరో కొండ ఉంది. దానిపై అతడు నిత్యం తపస్సు చేస్తుంటాడు. అందువల్ల దాన్ని మన్యవాసులు "తపస్సు కొండ" అని పిలుస్తున్నారు. ఆ కొండపైకి బయలుదేరినవాడల్లా, బయటికొచ్చి నిలిచిపోయాడు. ఆ మసక చీకటిలో కొండ దిగువ నుండి నడివయస్కుడైన ఓ వ్యక్తి తన చెంతకే వస్తున్నట్టు కనబడింది."

"ఎవరావ్యక్తి?"

ముందుకుసాగాడు. ఆ వస్తున్న వ్యక్తి రివటలా ఉన్నట్టు ఆ ప్రత్యూషపుపవనాలకు జువ్వికర్రలా ఊగుతున్నాడు. అతడి అడుగులు వేగంగా పడుతున్నాయి. రామరాజు దగ్గరపడగానే "రాజా" అని ఆత్ర తగా పిలిచి ఏదో చెప్పబోతున్నాడు.

"ఉ.....ష్.....ష్. నెమ్మది, అమ్మ లేస్తుంది."

ఆ నడివయస్కుడు మెల్లగా రామరాజు చెవిలో ఏదో చెప్పాడు. ఆ వార్త విన్నంతనే ఆయన ముఖంలో ఆశ్చర్యం ఆనందం ఒక్క సారిగా పెల్లుబికాయి. ఆ నడివయస్కుని రెండు భుజాలుపట్టి ఉద్వేగంతో అన్నాడు.

"అయితే నా తపోవ్రతమిక సమాప్తమైంది — రుద్రయ్యా నే నీ కమండలాన్ని విసర్జిస్తున్నాను." అని చేతిలోని కమండలాన్ని విసరి వేయగా, అది గిర్రుగిర్రున తిరుగుతూ ఏ కొండలోయలోనో అదృశ్య మైంది.

రుద్రయ్య మద్రివీడు మునసబు. రామరాజంటే అమితమైన భక్తి. పైడిపుట్ట ఆశ్రమానికి ఏం కావలసినా యితడే పంపేవాడు. ఇప్పుడు మరో గొప్ప వార్తను తెచ్చి రామరాజు చెవిలో వేశాడు. ఆ వార్త కోసమే రామరాజు ఎదురుచూస్తున్నాడు. తన ఉద్రేకాల్నీ, ఆవేశాల్నీ అణచుకొని తపోవ్రతంలో మునిగా డంతవరకూ!

"సరే, నేను సెలవు తీసుకుంటాను."

"అలాగే రుద్రయ్యా. నీ మేలును మరువలేను. తప్పక ఋణం తీర్చుకుంటా."

వెళ్ళిపోయాడు - రుద్రయ్య.

రామరాజు తన వుంగరాలజుట్టు వెనక్కి విదళించి సింహంలా ఆశ్రమంలోని కొచ్చాడు. తల్లి పెరటిలో ఉంది. తను మూలపెట్టిన విల్లమ్ములను తీశాడు-బయటకువచ్చి ఉసిరికచెట్టు నీడలో అప్పుడప్పుడే ప్రసరిస్తున్న సూర్యదేవుని కెంజాయలో ఉద్వేగం కొద్దీ నారి-బిగించి మ్రోతను పరిశీలిస్తున్నాడు. అనగా మీకో ధర్మసందేహం బుర్రలో మెరవొచ్చు— జనం బాధల నరాన్ని బిగించి వారి ఉద్రేకం ఒక మహోద్యమంగా పొంగ సిద్ధంగా ఉందా? లేదా? అని మీటి చూసుకుంటున్నాడేమోనని.

వియత్తలం అదిరేలాంటి ఆ నార్మ్రోతను విన్న తల్లికి ఆ సందేహం మీకన్న ముందుగానే కలిగింది. పడుతున్న సూర్యకాంతులకు చిందులు త్రొక్కుతున్నట్టున్న రాజు ముఖం చూచి ఆమె అడిగింది;

"నిత్యం తపస్సు కెళ్ళే యీ సమయంలో విల్లమ్ములు తీసే వేంటి బాబు?"

తల్లి భయాన్ని గమనించాడు - రాజు.

"విల్లమ్ములు లేకపోతే కారడవిలో ఉండలేమమ్మా! మృగాలు తిరుగుతాయి మృగాలు."

ఆమెకర్థంకాలేదా మాటలు. "మృగాలు" అని రెండుమార్లు నొక్కి చెప్పిన ఆ మాటలకు విస్తుపోయి, అలా చూస్తూనే ఉండిపోయింది. పాపం మృగాలంటే, తెల్లమృగాలని ఆమెకెలా అర్థమౌతుంది!

"రోజూ లేని మృగాలు ఈః పొద్దెలా వచ్చాయి బాబు?" సందేహ నివృత్తి కాక మళ్ళీ అడిగింది.

"వస్తాయని నా నమ్మక మమ్మా!"

"ఏమిటో నీ పనులు నాకగమ్య గోచరంగా ఉన్నాయ్"

"ఎలా ఉన్నా నీ ఆశీస్సులుంటే చాలమ్మా!" అన్నాడు-అర్ధోక్తితో.

తల్లి ఆశీస్సులుంటే ఏ పనైనా చేయగలననే నమ్మక మాయనకు. తల్లి ఆశీస్సులతోనే భీముడు బకాసురుని చంపాడు.

రాజు మాటల్ని వినగానే "బాబూ" అని ఆప్యాయంగా ఆ తల్లి చేతుల్ని చాపింది. "అమ్మా" అంటూ రాజు ఆ ఆప్యాయతను అందుకున్నాడు. ఓ క్షణం వారుభయులూ గాఢ మమతాపాశంలో పడుగు పేకల్లా బందీకృతులై పారవశ్యంలో మునిగిపోయారు. ఆ సమయంలో తల్లి చెవిలో రుద్రయ్య చెప్పిన వార్త వేశాడు;

"అమ్మా! హృద్రోగ పీడితుడైన కలక్టరు ఖాను తను బ్రతికి ఉన్న కాలం మేరకైనా తన పరువు నిలిపి పొలంతీసుకుని వ్యవసాయం చేసుకోమనిగదా చెప్పాడు. అందుకు అంగీకరించమనిగదా నీవూ, నా పిన తండ్రీ వొత్తిడి చేశారు?"

"అవును."

"సరేనని నేను మీకు మాటిచ్చాను. తపోవ్రతంలో మునిగి నేటి వరకూ ఆ మాటను పాలించాను. కాని....అమ్మా! ఖాన్ హృద్రోగంతో మరణించాడు. నా తపోవ్రతం పూర్తయింది. ఇక నా ఆవేశాలను ఎవ్వరూ అణచలేరు..." అని చెంగున ముందుకెళ్ళి నభోతలంలోకి చూశాడు. అతడి తీక్షణ దృక్కులకు ఆకాశం వ్రక్కలైనట్టు దూది పింజల్లా చెదిరిపోయి ఉన్నాయ్ - మేఘాలు!

"బాబూ" అని భయాందోళనతో పిలిచింది.

అతడికా మాటలు వినబడలేదు. అంతకన్న పెద్ద ఎత్తున, మరో అలజడివచ్చి అతడి చెవిని పడింది. తన దృష్టిని అడ్డతీగలపై వున్న కాలిబాటపై ప్రసరించాడు. అబ్బో? భూమినీ, ఆకాశాన్ని ఏకం చేస్తూ కెంధూళి కమ్ముకొని ఉంది. ఆ కెంధూళిలో కొండలు ప్రతిధ్వనించు పద ఘట్టనలు వినిపిస్తున్నాయి. నిశితంగా చూశాడు. వారి చేతుల్లో ఆయుధాలు కనబడుతున్నాయి. అత్యాశ్చర్యచకితుడైయ్యాడు.

ఎవరది? పోలీసులా? అయితే ఆ తలపై ఎర్రటోపీలేవి? మరి

మన్యవాసులా ! కావచ్చు. మధ్యమధ్య ఆ తలపాగాల వెనుక ముడి వేసి ఉన్న ఆ జుట్టూ చూస్తుంటే అలాగే కనబడుతున్నారు. అతడి ఆలోచనలు పలువిధాల పరిభ్రమించ సాగాయి. వారెందుకొస్తున్నట్టు? తనకోసమా? అయితే తనను తమ మధ్యకు మరల ఆహ్వానించుటకా? అటులైన వారి చేతుల్లో ఆయుధా లెందుకు?

అచటినుండి ఉసిరికచెట్టు చిటారుకొమ్మనెక్కి మరీనిశితంగాచూశాడు.

వారు నా సహచరులు! అరుగో నాకు కుడిఎడమ భుజాలు గాము సోదరులు. అడుగో నా బొందిలోని ప్రాణం - పడాల్....గోవిందు, రత్తి, మూగడు, బాలయ్య పడాల్, మోదిగాడు, ఎర్రేశు . . . ఆహా నేడెంత పర్వ దినం! నా వ్రతం పూర్తయిన రోజునే నేనే మిత్రుల కలయికకు ఆతృత చెందుచున్నానో వారలే ఆడబోయినతీర్థ మెదురైనట్టు వస్తున్నారు.

వారు దగ్గర పడ్డకొద్దీ మరల సందేహం:

నన్నాహ్వానించ వస్తుంటే ఆ చేతుల్లో పళ్ళూ పూవులు ఉండాలిగాని ఆయుధాలెందుకు? వారి ముఖాల్లో ఆ రోషాగ్ని భుగభుగ లెందుకు?

చెట్టుదిగి కొండపై నుండి క్రిందికి దొర్లిపోయే పణుకులా గంటం, పడాల్, మల్లూ అంటూ పేరు పేరునా పిలుస్తూ ఉరుకుతున్నాడు. తటాలున ఓ కొండపణుకు నెక్కాడు. ఆ జనసమూహానికి మకుటాయమానమై ముందువస్తున్న గంటాన్ని గాంచి, "గంటం" అని అమాంతంగా ఆలింగనం చేసుకున్నాడు.

"నా వ్రతం పూర్తయింది. పైడిపుట్ట పొలాన్ని, ఆశ్రమాన్ని నేడే విసర్జిస్తున్నా! తెల్ల ప్రభుత్వానికి వ్యతిరేకంగా మన్యంలోని అణువణు వునా అణగి మణగి ఉన్న ప్రతిశక్తినీ మేల్కొలిపి రంగంలోకి దించవల సిన శుభసమయం ఆసన్నమైంది. శ్రమ నిష్ఫలమయే యీ బానిస బ్రతు కులకిక స్వస్తిచెప్పి స్వాతంత్ర్య పోరు నడపడానికి సిద్ధంకండి: ఇక మన శోకాలు అంతం కావాలి. ముట్టించండి - జ్వాలాతోరణం! వాడ వాడలా శృంగనాదం పూరించండి పదండి;

తోకతొక్కిన కోడెత్రాచులా బుసలుకొట్టే రామరాజు వాగ్ఝరీ ప్రవా హాన్ని గాంచి, ఆ మన్యవీరులంతా నిరుత్తరులై పోయారు. కృష్ణదేవు పేటలో అరెస్టుచేసినప్పుడు ఎదురు తిరిగిన తమను వారించిన రాజు, చింత

పల్లె ఘాటురోడ్డు పనిలో బాష్టియన్, పిళ్ళే, అగ్గిదొరలు చీల్చినప్పుడు కూడా శాంతించమని బోధించిన రాజు, తామెవరిసంగతి అమీతుమీ తేల్చుకోవాలని వచ్చారో, ఆ ''నమ్మకద్రోహి రాజు" .నేడిలా మాట్లాడుతుండడాన్ని గాంచి, జనసమూహమంతా విభ్రమాశ్చర్య చకితమై పోయింది. సప్తహయముల రథంపై నిల్చిన సూర్యునిలా మెరుస్తున్న—రామరాజు కుమారుని ముఖమండలాన్ని గాంచి వారి నోళ్ళు పడిపోయాయి — కాని ముందుకొచ్చి అనేశాడు;

"మీ మాటలో మాకు నమ్మకం పోతదిసోమీ! చేరడు పొలానికే శక్కుర్తి పడితిరే!"

ఆ మాటకు రాజు ముఖంపై కత్తివ్రేటు పడ్డట్టయింది. వెంటనే శత్తి చేతులు జోడించి మొర పెట్టుకుంది;

"మా పుస్తెల్ని దొరలు తెంచుతుంటే ఇలా చేయడం నేయమా సామీ ?"

రాజు నరాలు పొంగాయి. ముఖంలో నెత్తురుబికింది. రెండు పిడికిళ్ళూ బిగించి;

"లేదమ్మా లేదు మీ మాంగల్య సంరక్షణకోసం...."

అనబోతున్న ఆ మాటను మధ్యకు త్రుంచివేసి, మల్లు చీత్కరించాడు;

"పదండ హే! ఎనక్కిపోదుము — యీ పల్లపోల్ని నమ్ముకుంటే నోట మట్టికొడ్తురు!"

పదునైన బల్లెం కొనను గుండెల్లో దించినట్టయింది - రాజుకు ! మల్లు వెనక్కు అడుగువేయగా గంటం అతడి నడుంపట్టి, ఆపుచేసి ముందు కొచ్చాడు. వాక్శుద్ధిగల గంటం నోటవచ్చే కడమాటకోసం రాజు చూస్తున్నాడు.

"రాజా! దైవముఖంచూసి చెప్పండి-మిమ్మల్ని నమ్మమంటారా?"

రాజుకు రోమాంచమైంది. భూమిని తటాలున చరిచి, పిడికెడు మట్టి పట్టి ప్రతినగావించాడు.

"గంటం! ఇదిగో నేనీ మట్టిపైనే పుట్టాను. ఈ మట్టి సాక్షిగానే చెబుతున్నాను. ఈ తుచ్ఛులైన దొరలపై తిరుగుబాటుకు సమయమాసన్నం

కా లేదని నేనింతవరకూ వ్యవధి తీసుకున్నాను. ఈ వ్యవధిలో అమ్మ కిచ్చిన మాట చెల్లించడానికి యీ వ్యవసాయం సాగించాను. నా వ్రతం ముగిసింది. ఆ దొరతనాన్ని తుదముట్టించే శుభగడియలిక సమీపించాయి. దాన్ని దగ్ధం చేయడానికి నా పాంచభౌతిక శరీరాన్నే సమర్పించ సిద్ధంగా ఉన్నాను. ఇదే నా ప్రతిన, దీన్ని తప్పాను? మన మల్లు దొరన్నట్టు, ఈ మట్టి నోట కొట్టుకుపోతాను" అంటూ పిడికిటనున్న మన్నును ఎగరబోశాడు. ఆహా! ఆ ఎగిరిన మన్ను సూర్యకాంతిని అచ్ఛాదించుకొని, ఆ మన్యవీరులను బుగుల్కొలిపే బుక్కాగుండ చందమైంది.

ఆదేరోజు అనగా 14-6-22 న సీతారామరాజు దుచ్చెర్తి ముఠాదారు చెక్కా లింగం దొరకు పైడిపుట్టలో తన కిచ్చిన యాభై ఎకరాల భూమిని వొదులుకుంటున్నట్టు దానిని మీ యిష్టం వచ్చినవారికి యిచ్చుకోవచ్చునని ఉత్తరం రాశాడు.

ఆయన త్యాగ నిరతికి మణిదీపమైన ఆ ఉత్తరాన్ని చూడగానే పులకాంకితుడైన పడాలు "అల్లూరి రామరాజుకీ జై" అని నినదించాడు. అందరూ ఒక్కుమ్మడిగా దిక్కులు పిక్కటిల్ల జేజే నాదాలు సలిపారు. గంటం ముఖంలో మందహాసం తొణికిసలాడింది. అమాంతంగా రాజును కౌగలించుకున్నాడు;

"తెలియక మిమ్మనరానిమాట అన్నందుకు క్షమించు రాజా!"

"లేదు గంటం. అలా అనకు!"

"కాదు నోటికొచ్చినట్టల్లా కూసుంటిమి-మీరు ఛమించానంటే?"

క్రిందికి చూశాడు - రాజు - చుట్టూ పాదాలుపట్టి మల్లు, మూగడు, రత్తి విడవడంలేదు. చిరుహాసంతో వారిని లేవనెత్తి భుజాలు తట్టి రెండు చేతులనూ పైకి చాచాడు. భూస్వర్లోకాల రెంటినీ పొదిగి పట్టుకోగలంతటి మహావీర స్వరూపందాల్చి, ఉత్తేజపరిచాడు;

"ఇక మండించండి మీ మహోష్ణహృదయాలు; చిందించండి - మీ కవోష్టరుధిరాలు! నా ఆశయం తెల్లదొరలను తరిమివేసినప్పుడే సిద్ధిస్తుంది! పదండి!"

కదిలింది—ఆ పీడిత జగన్నాథ రథం. ప్రథమ శ్రేణిలోనిల్చి దానికి సారథ్యం వహించి, హోరున వీస్తున్న పెనుగాలిని కత్తిలా చీల్చుకుంటూ

ముందుకు సాగుతున్నాడు – రామరాజు. ఆయన త్యాగనిరతికి దాసోహమైన ఆ మన్యంవాసుల ఆనంద కోలాహలానికి పట్టపగ్గాల్లేవ్.

22

అదునూ, పదునూ గమనించి సారథ్యం చేయగలిగిన విజ్ఞుడైన విప్లవకారుడ్ని విజయం విధిగా వరిస్తుంది.

విప్లవోద్యమాల చరిత్రల్ని ఆకళింపు చేసుకున్న రాజు అదే అదునని రగిల్చాడు - విప్లవాన్ని! ఆ కొండదొర లందర్నీ గాముకొండ లోయలోకి తీసుకొచ్చాడు.

రాజు-రాజరాజేశ్వరీ ఉపాసకుడు. తను ప్రారంభించబోయే మహా విప్లవానికి వారికి పోరాట శిక్షణా ఇవ్వాలి.

దట్టీలు బిగించి, దండకడియాలు ధరించి ఆయుధాలు చేబూని, ఒక్కొక్క వీరుడూ, ఒక్కొక్క మదకరీంద్రంలా, ఒక్కొక్క కొదమ సింగంలా రణోత్సాహులై విన్యాసాలు జరుపుతున్నారు.

చుట్టూ నిటారైన కొండలు, కొండల మధ్య కాహళ, భేరినాదాలు. కొండలపై దర్పంగా నుంచున్న ఓ కోయ యువకుడు చేతినున్న బల్లెం ఎడమ చేతికి వాల్చి, పూరించి కుడిచేత్తో శృంగనాదం గావిస్తున్నాడు.

గాము సోదరులూ, పడాల్ వెంటరాగా రాజు ఆ విన్యాసాలమధ్య ప్రత్యక్షమయ్యాడు. ఆయుధపాణులైన కొండదొరలు బారులుదీరి శరీరాలు జలదరించేలా జయధ్వానాలు గావించారు. రాజు ముఖంలో వీరత్వం నాట్యం చేసింది.

"ఆహా! ఒకనాటి నిస్తేజమైనజాతి నేటికిగదా, కణకణమండుతూ త్రేతాగ్ని నిప్పులా రాజుకొంది? ఒకనాటి నిద్రాణమైన జాతి నేటికిగదా, బుసలు గొడుతున్న త్రాచులా నిలువెత్తు లేచింది! ఇక భారతీదేవి చెక్కిళ్ళు జాలువారిన కన్నీటి జాడలు చెరగిపోతాయ్! ఎవడైతే తన కండబలంతో కొండల్ని సైతం పిండిగొట్టి, లోకాల కన్నదానం చేస్తున్నాడో, ఆ కర్షకుడే కను ల్లెరనచేసిన లోకాలు కరిగిపోక మానవ్!" అని సంభావించుకున్నాడు.

తన ప్రక్కనున్న గంటాన్ని చూచి ఆ ఆనందం ఆపుకోలేక అన్నాడు;

"గంటం, ఇంతమంది వీరులు, జూలు విదళించిన సింహాల్లా గర్జిస్తే రవి గ్రుంకని బ్రిటిషు సామ్రాజ్యమేకాదు, రవి ఏలే నభోంతరాళం కూడా తునాతునకలై రాలిపోదంటావా?"

కాదంటాడా గంటం? అతడికీ అదే విశ్వాసం ఉంది. తన్మయత్వంలో తలూపాడంతే!

"పదండా గుహలోకి! శత్రుసంహారీ, మిత్రసహాయీ ఐన రాజరాజేశ్వరీదేవి దీవన లందుకుందాం."

అంతా అటువైపుగా ఓ అడుగు ముందుకేశారో లేదో ఘల్లు ఘల్లున గజ్జెల చప్పుడు! రాజరాజేశ్వరీదేవే అక్కడ ప్రత్యక్షమైనదా అనిపించే మంత్రముగ్ధమైన మోహన ధ్వని అది.

సీతారామరాజు ఆశ్చర్యంగా అటుచూశాడు. ఆయన కింకా అర్థం కాలేదు. గంటాన్ని అడిగాడు;

"ఏమిటా కోలాహలం"

"మహోత్సాహం రాజా!"

"అనగా"

"ఇదిగో ఇటే వస్తున్నది."

"ఎవరూ?"

గోవిందు సమాధానమిచ్చాడు

"ఇంకెవరు? దేవిపూజకు కాలికి గజ్జకట్టిన నా రత్తి!"

"భేష్!"

వెంటనే గుహంతా మ్రోతెక్కి పోయింది. చెంగున గంతేసింది రత్తి ఆ మధ్యకు. రాళ్ళుకూడా నాట్యం చేయగలిగేంతటి మనోహరంగా తన చరణ మంజీరాల్ని కదుపుతోంది. ఆమె పాదాలతోపాటు, కొప్పు లోంచి దిగజారిన సిగలుకూడా ఆమె భుజాలపై తూలుతూ నాట్యం చేస్తున్నాయి. రానురాను ఆ రెండు పాదాలకూ అనేక పాదాలు వొంత కలిపాయి. ఆ కొండ గుహలో ప్రతిధ్వనులు చెలరేగాయి. రత్తి మెడ లోని పూసల సరాలు, ఆమె వక్షోజాలపై పడి బంతుల్లా గెంతుతున్నాయి.

ఆమె పైట ధ్వజస్తంభానికి కొట్టుకునే కేతనంలా రెపరెపలాడుతోంది. ఆమె బొంగరంలా తిరుగుతూంటే, ఆమె ధరించిన రంగుల లంగా గొడుగులా పురివిప్పుతోంది. అందరిపాదాలూ ఒక్కసారిగా ఆగిపోయాయి. రివ్వున తిరుగువచ్చి సారంగంలా రత్తి రాజు పాదాలను పట్టుకుంది.

"రత్తీ! నీలాంటి వీరాంగనలే కొందరున్నా మనదేశానికి దురవస్థ లుండక పోనమ్మా లే!"

"సామీ!" అంటూ లేచి, రత్తి తన బొడ్డునున్న కొడవలిని చర్రునలాగి, బొటనవ్రేలు దానిపై నొక్కి ఆ చిందించిన నెత్తుటితో రాజు నుదుట తిలకం దిద్దింది.

పులకాంకితుడైన రాజు;

"మనకు విజయం తథ్యమమ్మా?" అంటూ రాజరాజేశ్వరీదేవి ఎదుటకెళ్ళి ఆమె పాదాలను కనులకద్దుకుంటూ ప్రార్థించాడు;

"తల్లీ, మేమంతా నీ బిడ్డలం. పిండితే పాలుగారే మన్యాన్ని నెత్తురుటేరుల ముంచెత్తుతున్న తెల్ల ముష్కరులతో తలపడ్డాం. మన్యం పాడిపంటలను కొల్లగొట్టే బందిపోటుల నెదుర్కొంటున్నాం. పైశాచిక కృత్యాలతో మానవత్వాన్నే మంటగల్పుతున్న నరహంతకులతో పోరు తున్నాం. ఇదిగో యీ రుధిరం సాక్షిగా —" అంటూ చర్రున పక్క నున్న పడాల్ మొలకున్న బాకులాగి, దానికి బొటనవ్రేలిని కోసుకొని.... "నీ పాదపద్మముల సాక్షిగా, భారత స్వాతంత్ర్యం కోసం నా ప్రాణాన్ని తృణంగా బలివ్వగలనని శపథం చేస్తున్నానమ్మా. నీ శక్తిని నాకు ప్రసాదించు తల్లీ!" అని రుధిరంతో ఆమె నుదుట తిలకం దిద్దాడు.

అలా రాజు శపథం చేసినప్పుడు ఆగుహలో జేగంటలు మ్రోగాయి. ఆ గంటా నాదాలలోనే ప్రతీ మన్య వీరునిచే శపథం చేయించి, వారి బొటనవ్రేళ్ళ రుధిరంతో దేవికి తిలకాలు దిద్దించాడు.

దీక్షా కార్యక్రమం సమాప్తమైంది. "మన్యం పితూరీకి" అని పిడికిలి బిగించగానే సమాధానంగా "జై" అని బృందనాదం మార్మోగింది. ఆ మధ్యనుంచి, మహోద్రేకపూరితుడైన రాజు ముందుకొచ్చాడు. ఆయన ముఖాన్ని విశ్వరూప సందర్శనంగా భావించిన గంటం;

114

‘‘అబ్బ! మీ ముఖంలో నెత్తురుజృంభిస్తోంది రాజా” అని పొంగి పోయాడు.

పడాలు అందుకొని – “నెత్తురేకాదు గంటం, జరాసంధుని చీల్చిన నాటి భీమసేనుడు, హిరణ్యకశిపుని పేగులుతోడిన నాటి నరసింహుడు, లంకను దహించిన వాయుపుత్రుడు-సాక్షాత్కరిస్తున్నారు.”

మల్లుకు వొడలు గగుర్పొడిచింది;

“అవును, పుట్టుకే రాజుపుట్టుక!”

“నిజంగా మీరు యోగులు కాదు, మా విముక్తి కి కంకణం తాల్చిన మహావీరులుగాని.”

రాజు జోక్యం చేసుకొని;

“పడాలూ, మనజాతే వీరజాతి! వీరులుగా పుట్టాం. వీరులుగా చస్తాం” అని పరశురామునిలా పరాక్రమించాడు.

ఇప్పుడు అగ్గిలో దూకమన్నా దూక సిద్ధంగా వుంది మన్యం. ప్రక్కనున్న గంటాన్ని పిలిచి సాలోచనగా అడిగాడు.

“గంటం ఇక్కడకు పోలీసు స్టేషనున్న దగ్గర ఊరేది?”

“చింతపల్లి”

“ఎన్ని మైళ్ళు!”

“ఆ ఎగువనున్న రంపుల్ ఘాటీ దిగితే ఎనిమిది మైళ్ళు!”

అంతె, గంటం జబ్బచరిచి స్థిర మనస్కుడై ఉద్ఘాటించాడు:

“పదండి చింతపల్లి స్టేషనుమీదికి!”

“ఎందుకు?”

“పిచ్చివాడా! వేటితో యీ కొద్దిమంది దొరలు — కోటానుకోట్ల మానవజాతిని, వేలమైళ్ళ దూరంనుంచి వచ్చి పరిపాలన చేస్తున్నారో, అవి అక్కడ ఉన్నాయ్....”

“అనగా?”

‘‘తుపాకులు!”

పటాలు గ్రహించాడామాటను.

“అవును!పదండి! తుపాకులు చేబట్టనిదే యీతెల్లదొరలు లొంగరు.”

"పదండి! పదండి!" అన్న గర్జనలు గుహనంతా క్రమ్ముకున్నాయ్. బిగ్గరగా "అల్లూరి సీతారామరాజుకి జై" అని గొంతులన్నీ ఒక్కమారుగా ఘంఢ్రించాయ్. కొండపైని కోయయోధుడు శృంగనాదం చేశాడు.

"జయం పదండి!"

కదిలాడు రాజు, అతని వెనుకే ఆ తాడిత జనశక్తి కదను త్రొక్కింది. వారి గర్జనకు ఆకాశం చిల్లులుపడి మేఘపటలం చెదిరి, బెదిరి ఉరమసాగింది. ఆ మానవశక్తి అశ్వశక్తిగా మారిపోయి ప్రేలనున్న ఫిరంగి గుండులా దూసుకుపోయింది.

23

గడుమన్యమని పేర్గాంచిన గొలుగొండ తాలూకాలో చెప్పుకోతగ్గ గ్రామం—చింతపల్లి, గండు దోమలకి కాణాచి, చావసిద్ధమైతేనే చింతపల్లి త్రొక్కమని సామెతుంది. ఎత్తైన కొండపై వెక్కిరిస్తున్నట్టు ఉంటుంది. ఆ కొండ నానుకొని సెలయేరొకటి ప్రవహిస్తున్నది. పులులు పట్టపగలే నీళ్ళు త్రాగుతా యందులో. మనిషిగాని త్రాగాడా–మలేరియా మహమ్మారి ఇట్టె పట్టుకుంటుంది.

చుట్టూ చింతచెట్లు. ఆ మధ్యనుంది—పోలీసు స్టేషను. స్టేషను లాకప్‌లో ఖైదీలు కొందరు బందీకృతులై ఉన్నారు. ఒక ప్రక్క రైఫిల్ స్టాండు ఉంది. మధ్య ఓ టేబులూ, టేబులుపై ఫైళ్ళు క్రౌర్యానికి చిహ్నంగా ఓ పులితలా ఉన్నాయి. పైన గార్దభ వర్చస్సుతో వెలిగిపోతున్న బ్రిటిషరాజూ, రాణీబొమ్మ ఉంది. స్టేషను ప్రాంగణంలో నుంచొని ఓ కానిస్టేబులు పహరా కాస్తున్నాడు. అతడు ధరించిన డొప్పటోపీపై "202" నెంబరుంది. ఒకనాటి విశాఖపట్టణం సభలో ఆవేశంపట్టలేక వందేమాతరం అని అరచి ఖంగుతిన్న కానిస్టేబుల్ అతడే. అలా అన్నందుకు అతనికి పడ్డ శిక్ష – గడుమన్యంలో మూడేండ్లు డ్యూటీ.

మంచుతెరల్ని చీల్చుకొని సూర్యుడప్పుడప్పుడే ముఖం చూపుతున్నాడు. టకటకా బూట్ల చప్పుడు వినిపిస్తున్నది. ఆ చప్పుడు స్టేషను

ఎదుట ఓ చింతచెట్టును సమీపించేసరికి అమ్ము ఒకటి దూసుకుంటూ వచ్చి రు
నొచ్చి చెట్టును గ్రుచ్చుకొంది బూట్ల చప్పుడాగింది. అమ్ముకు గ్రుచ్చబడి
ఉన్న ఓ లేఖను చూచి నిస్తబ్ధుడై పోయాడు—పోలీసు ఇనస్పెక్టరు. అతడి
కనులు గబగబా ఆ లేఖపై పరుగెత్తాయి.

"పట్టపగలు యీ స్టేషనుపై దాడి చేస్తున్నాం ధైర్యముంటే ఎదు
ర్కోండి:

ఇట్లు,

అల్లూరి సీతారామరాజు.

22-8-1922"

అతడి శరీరంలో జ్వరులు ప్రాకాయి. అచటి నుండే రంకెలేసు
కుంటూ, వెడుతున్నాడు;

"హరే టూనాట్ టూ టూనాట్ టూ హేమిచేస్తున్నావ్‌బే—దేఖా
యే చిట్టి?"

ఆ లేఖను అందుకున్నాడు—కానిస్టేబులు. కాళ్ళు కొట్టుకున్నాయి.
నోట రాకరాక వచ్చాయి మాటలు;

"సార్! మన ప్రాణానికి గండమేసార్. అల్లూరి సీతారామరాజంటే
చిచ్చుల పిడుగుసార్!"

"హెమీ చెబుతావ్‌బే. ఆ పిడుక్కి పాతివేస్తాన్,"

"అదేంటిసార్, ఇది వర్షాకాలం కదా సార్?"

"హైతే?"

"పాతితే మొక్కలు మొలవ్వూ?"

"చుప్‌రహా. బద్మాష్! నీకి హర్జంటుగా నర్సీపట్నం జాకే...."
ఆలోచన తట్టక తలగోక్కుంటున్నాడు. కానిస్టేబిలు మూతి బిగించుకు
నుంచున్నాడు. అతడిపై మరల కస్సుమంటూ...."నోటిలో హేం పెట్టు
కున్నావ్ బే. కొయ్యలాగ!"

"ఇప్పుడేకదా సార్, చుప్‌రహో అన్నారు?"

"హేడిశావ్—నర్సీపట్నం జాకే దో లారీ రిజర్వు ఫోర్సుకి తీసు
కురా జా!"

"ఎస్ సార్" అంటూ అతడి చేతిలో పనైనట్టు వెళ్ళిపోయాడు.

"హరే ఉండు బే. చిట్టీ ఇస్తాన్''

ఉత్తరం రాసి కానిస్టేబుల్ చేతిలో పెట్టాడు. అతడు వెళ్ళిపోగానే ముచ్చెమటలు పడ్డ కళేబరాన్ని కుర్చీకి జేరవేశాడు.అంతలోనే చుట్టూ వికటాట్టహాసాలు విన్పించాయ్. త్రుళ్ళిపడి లాకప్‌లోకి చూశాడు—అబ్బే, ఖైదీలు కాదు. కలవరం హెచ్చింది. తటాలున లేచాడు. టేబుల్ సొరుగు లాగాడు. వెంటనే టేబిల్‌పై బాకు దిగింది. హడలిపోయాడు-ఇన్‌స్పెక్టరు? చెవులకు అర్థచంద్రాకార కుండలాలు, పిపున విల్లమ్ములు, మొలను విచ్చుకత్తి, వెడల్పాటి తలుపుచెక్కలాంటి ఛాతీ, ఆ ఛాతీపై పులిగోరు పతకం ధరించిన పడాలు వాని పాలిటి యమునిలా ప్రత్యక్షమయ్యాడు.

"ఏమిటి తీస్తున్నావ్?" హుంకరించాడు.

"హెవడవ్ నీవ్!"

"సరిగ్గా ముహంలోకి చూడు:"

"ఓ! నమ్మఖరాం అంటూ తటాలున టేబిలు సొరుగులోంచి రివాల్వరు లాగాడు. ఆ రివాల్వరును లాక్కుందామని పడాల్ ఇటు తిరిగాడు. అటుప్రక్క మల్లు, అతడి చేతిలోని బల్లెం ఇన్‌స్పెక్టరు ఎదురొమ్ములపై నిలిచింది. ఆ వెంటనే అట్టహాస మొకటి వినిపించింది. తుపాకి ధ్వనిలా వచ్చి, ఓ యువకుడు నడుంపై చేతులాన్చి ఎదుట ప్రత్యక్షమయ్యాడు. కాకీ దుస్తులు ధరించాడు. వక్షంపైకి గడ్డం వ్రేలాడుతోంది. ముఖంలో శరచ్చంద్రకాంతి తొణికిస లాడుతోంది. స్టేషను నలువైపుల నుండి అల్లూరి సీతారామరాజుకీ జై అన్న నినాదాలు మిన్నుముట్టాయి:

"మల్లూ, దించు బల్లెం!"

పడాలు కలుగజేసుకొని

"రాజా! వీడే అగ్గిదొరంటే! మన జనాన్ని చెట్లకు తలక్రిందులుగా వ్రేలాడగట్టి, మంటపెట్టిన ముష్కరుడు."

"ఏం సాహెబ్, ఇదంతా మీ మహమ్మద్ ఖురాన్‌లో రాసిపెట్టాడు కదూ" అంటూ కనులెర్రజేసి, గర్జించాడు—

"ఊ రివాల్వర్ టేబిల్‌పై పెట్టు"

సహం చచ్చిన అగ్గిదొర, వొణుకుతున్న చేతితో రివాల్వరును పెడుతున్నాడు. తటాలున దాన్ని అందుకొని లాకప్‌లో నున్న ఖైదీల వొంక జూచి—"వీరిని నీవే బంధించావు కదూ."

"హచ్చా"

"ఎందుకు బంధించావు?"

ఏదో అనబోతున్నాడు—అగ్గిదొర. వాడినోట మాట రాకుండానే త్రుంచివేశాడు—రాజు.

"అసలు బంధించవలసింది, మా దేశాన్ని కొల్లగొడుతున్న మీ దొరల్ని. నేరస్తులు మీరు—ఊ వీళ్ళను విడిచిపెట్టు."

తాళాలు తీసి, లాకప్‌ను తెరచాడు. పంజరంలో పక్షుల్లా బిలబిలా ఆ అమాయకులు బయటకొచ్చి సీతారామరాజు పాదాలకు ప్రణమిల్లారు.

"ఊ! నీ మందూ మార్బలమూ ఎక్కడ? చూడు పడాల్"

"ఊఁ చూపించు;" పడాల్ అతడ్ని లోపలికి లాక్కెళ్ళాడు. మల్లు స్టేషనంతా గాలిస్తున్నాడు. అతడిదృష్టి రాజురాణీ బొమ్మమీద పడింది. "హు! రాచరికం" అంటూ ఒక్కపోటు పొడిచాడు. భళ్ళున బ్రద్దలైంది. సీమలోని బొమికల బ్రిటిషు సింహాసనం కుదుళ్ళు కదిలాయ్!

ఆకలిగొన్న సింహాల్లా విప్లవకార్లు స్టేషనులోకి చొచ్చుకొచ్చారు. ఆకలిగొన్న సింహం, లేళ్ళు విహరించే ప్రదేశానికొచ్చి, నేలానించి గర్జిస్తే చాలు — లేళ్ళు సొమ్మసిల్లి పడిపోతాయి. ఆ పడిపోయిన వాటిని నోట కరచుకొని ఎత్తుకుపోతుంది సింహం.

అలా పడాలు లోపలనుండి, తుపాకుల్ని మందుగుండు సంచుల్ని పటాకత్తుల్ని బయటకు ఇస్తుంటే, వారు భుజాలపై వేసుకొని మోసుకుపోతున్నారు. పదకొండు తుపాకులు, పదమూడు వందలతొంభై రౌండ్లకు సరిపోయే పది మందుగుండు సంచులు, పన్నెండు గొలుసులు, అయిదు పటాకత్తులు, పధ్నాలుగు బయ్‌నెట్లు, తొమ్మిది ఇనుప కడ్డీలూ లెక్కకొచ్చాయి.

వాటిని లెక్కించిన గంటం అన్నాడు;

"ఆహా! అన్నమో రామచంద్రా అని అఘోరించే అన్నార్తులకు ఆహారమా తుపాకులు!"

"ఆ ఆహారాన్నే దోచుకోవచ్చిన దొరలపై ఇంకనూ శ్రమా గంటం పదండి మరో స్టేషనుపైకి" ఆజ్ఞాపించాడు రాజు.

ఈ అగ్గిదొరకు అగ్గి ముట్టించి మరీపోదుము మల్లు నేలమట్టాడు కోపంతో.

"మల్లూ మన శత్రువు సీమదొరని మరచిపోకు, ఆదొరల ఆయువు పట్టు - స్టేషనులు. పదండి.''

రణ కోలాహలంతో దండు మరలింది. మిరిమిట్లు గొలిపిన ఓ మెరుపు మెరసి మాయమైంది. కళ్ళు నులుముకొని కలియచూశాడు అగ్గి దొర. ఎదుట చీకటిలో అంతకు క్రితమే కాళ్ళకు బుద్ధిచెప్పిన వాళ్ళలో ఒకడు తిరిగొచ్చి భూతంలా నిలిచాడు. అగ్గిదొరకు పిచ్చెత్తిపోయింది.

''హేక్కడికి పోయారుబే ఫూల్స్?'' అని అరచి చెడాలున కొట్టి, నేలపై బోర్లపడ్డాడు. నిజానికక్కడ చీకటిలేదు, భూతమూ లేదు, జవానూ లేదు. అదంతా అతడి భ్రమ! భయం అంతే.

24

అటు గోదావరి గట్టున భద్రాద్రి, ఇటు సీలేరు దిగువను చింతపల్లి మధ్య అక్కడక్కడ కోటబురుజుల్లా పోలీసుస్టేషన్లు. మన్యం ధనాన్ని, జనాన్ని, నిలువు దోపిడిచేస్తున్న సీమదొరలశక్తి యీ బురుజుల్లోనే ఉంది. మీరు కథల్లో చదువుతుంటారు — పూర్వం రాక్షసులు ప్రాణాలు ఏ బొందెలోనో ఉండేవట. ఆ బొందె గొంతు నొక్కితే ఇక్కడ రాక్షసుడు గుటుక్కుమనేవాడట. అందుకే మన్యందండు యీ బురుజులపైకి ఎగబ్రాకుతున్నది. ఆ కొండ దిగితే క్రిష్ణదేవుపేట....

ప్రొద్దు పొడిచింది. రాజు ఆరుణార్కునిలా ధారకొండపైకి వచ్చి నిలబడు. అతడి చెవులను కొన్ని కొండల ప్రతిధ్వనులు చిల్లులు పొడుస్తున్నాయ్. దిగువకు చూశాడు. అది వర్షర్తువేమో తాండవనది విలయ తాండవం చేస్తూ ఉత్తుంగ తరంగాలతో పొంగిపోతోంది. ఆ హోరును కూడా చీల్చుకొని ఆ ప్రతిధ్వనులు వెల్వడుతున్నాయి. రాజు నేత్రాలు నెమలి కన్నుల్లా కొండకోనలను వెదుకుతున్నాయి. ఇప్పుడు ఆ ధ్వనులు దిగరగా వినిపిస్తున్నాయి.

''రాజా! రాజా!''

''ఎవరది?''

అతి నిశితంగా, సన్నగానున్న ఓ కాలిబాటలోకి చూశాడు. గుండెలు కవికిపోతున్నాయ్. చెమటలు గ్రక్కుతున్నాడు. పరుగున వస్తున్నందు వల్ల ననుకుంటాను—అతడి ముఖం అదురుతోంది.

"శింగన్నా?" అని పిలిచి, రెండడుగులు ముందుకేసి ఓ పొద చాటున మాయమయ్యాడు రాజు.

''రాజా!" అని శింగన్న మరల సమాధానమిచ్చేసరికి "శింగన్నా!" అంటూ, అతడి చెంగటనే నిలిచి, అతడి హృదయాన్ని, తన వక్షంపైకి అదుముకున్నాడు—రాజు.

''ఇంతాతృతగా ఎందుకొస్తున్నావు శింగన్నా?''

''ఆతృతని మెల్లగా అంటుంటిరా? రాజా! మీరు చింతపల్లి స్టేషను కొట్టేస్తిరని అగ్గిదొర బాష్టియన్‌కు ఫిర్యాదు చేసిండు. ఆ వెధవనాయాలు, దండు వెంటబెట్టుకొని క్రిష్ణదేవుపేట వస్తుండు భద్రం రాజా''

సన్నగా నవ్వాడు రాజు!

"గొప్పవార్త నందించావు శింగన్నా. నీవు వెళ్ళిపో! ఆ తరువాత కార్యాన్ని మేం చూసుకుంటాం!''

శింగన్న ఉడుతాభక్తిగా మన్యం ఎడల తన విధిని నిర్వహించినా నన్న తృప్తితో, రాజు ముకుళిత హస్తాన్ని చుంబించి మరీ వెళ్ళిపోయాడు.

రాజు చర్రున కొండనెక్కాడు. తీవ్రలోచనాపరుడై ఆకసంలోకి చూశాడు. రాజరాజేశ్వరీదేవి అతడి వక్షాన్ని అధిష్టించి కుక్కుట స్వరూపిణై అతడి అంతర్వాణిలో ప్రవేశించి, కొక్కొరోకో అని కూస్తున్నది. రాజు వక్షం ఉబుకుతున్నది. ముఖంలో అగ్నికీలలు జ్వలిస్తున్నాయి. సింధూరం కొట్టినట్టుగా ఆ ముఖం మారిపోయింది. తన దేవి తనను మేల్కొలుపుతున్నది. ఆ సమయంలో ఏ కార్యాన్ని తలచినా జయం సిద్ధిస్తుంది. కూత ఆగాక, వక్షమణిగాక తూర్పుదిశను క్రిందకి చూసి పిలిచాడు;

"మల్లూ! మోదిగా"

మల్లు సమధానానికన్నా ముందు మోదిగాని ప్రళయ కంఠస్వరం "ఓహ్హోయ్!" అని వినిపించింది. నోటికి అరచేతిని ఏటవాలుగా పెట్టి పెద్దగా అరుస్తూ ఆ మరుక్షణమే రామదూతలా సీతారామరాజు పాదాల ముందు వాలాడు. ఆ పక్కనే మల్లు!

"లెండి. తల్లి ఆదేశమైంది. క్రిష్టదేవుపేట స్టేషన్ను కొట్టే కార్యాన్ని మీకు అప్పగిస్తున్నాను. మోదిగా నీవు మిరపకాయ టపా పట్టుకుపో! మల్లూ నీవు లోపల ప్రవేశించి, ఆయుధాల్ని బయటకు విసురు. వాటిని మనవాళ్ళు మోసుకు తెస్తారు. అనంతరం..."

మల్లు చెవిలో ఏదో బాసచేశాడు - రాజు. అంతే, వారుభయులూ భూమి చరిచి, రాజు పదపద్మాలనుపట్టి, ప్రమాణంచేసి తరలిపోయారు. వాళ్ళలా వెళ్ళగానే! రాజు, మిగతా వీరులతో కొండదిగి, తాండవగట్టును చేరుకున్నాడు.

మల్లు తన చేతిలోనున్న లాఠీని త్రిప్పుకుంటూ గ్రామంలో ప్రవేశించాడు. మిరపకాయటపా పట్టుకున్న మోదిగాడు శృంగనాదం లాంటి కంఠ ధ్వనితో గ్రామాన్ని పెడబొబ్బ లెట్టిస్తూ ముందు నడుస్తున్నాడు.

క్రిష్ణదేవుపేట ఆనాడు అట్టుడికిపోయింది. వీధులన్నీ నిర్మానుష్యమై పోయాయ్. ఆబాలగోపాలం గుండెల్ని అరచేతిలో పెట్టుకొని ఎవరి ఇళ్ళల్లో వారే తలుపులు బిగించుకొని కూర్చున్నారు.

బొంకుల మోదిగానిది నల్లజేవలాంటి శరీరం. పిక్కలు మెలి తిరిగిన బలిష్టమైన కాయం. ఓ ఇనుపగుండులా మిరపకాయ టపా పట్టుకొని స్టేషన్లో చొరబడ్డాడు. దాన్ని చూసేసరికి పోలీసులకు చిరుచెమట్లు పటాయి. ఎచ్చటనున్నవాళ్ళచ్చటే నిట్రాటలై పోయారు. స్టేషను ప్రాంగణంలో ఓ పోలీసుపై మల్లు మీసాలను మెలిద్రిప్పుతున్నాడు .మల్లు ఓ అగ్గి జల్లు అని తెలియక కానిస్టేబుల్ అన్నాడు:

"లోపల అడుగు పెట్టావా కాల్చేస్తాను."

అంతే ఉగ్రుడైపోయాడు.

"రా! కాల్చు, కాల్చరా. నీవు తుపాకి ఎత్తేటప్పటికే నీ కళేబరం కైలాసానికి వెళ్ళిపోవునురా!"

తుపాకి ఎత్తబోయి ఆపాడు - కానిస్టేబుల్.

"తూ, ఇలాయియ్ తుపాకి! విప్పు గుడ్డల్ని!"

కానిస్టేబుల్ విప్పిన దుస్తుల్ని, ఆ తుపాకినీ పట్టుకుపోయాడు మల్లు.

అంతలోకి ఎక్కడనుంచో తుఫానులా విరుచుకుపడ్డాడు - పడాల్. పోలీసు స్టేషనులో మోదిగానికీ, కానిస్టేబుళ్ళకి ముష్టియుద్ధం జరుగుతోంది. చేయెత్తు మనిషి పడాల్. ఆ కోరమీసాలు, అగ్నిగోళాల్లాంటి కన్నులూ చూస్తే పగతుర గుండెలు చెదరిపోవలసిందే!

"ఏమిరా, పారిపోతారా, ప్రాణాన్ని పోగొట్టుకుంటారా?" ధన్‌మని కాల్చాడు తుపాకి.

డైనమో ప్రేల్చినప్పుడు రాతికొండ ఎలా తునాతునకలై ఎగిరిపోతుందో. అలా స్టేషన్లోని కానిస్టేబుళ్ళంతా దొరికిన దారినల్లా చెల్లాచెదరై పారిపోయారు.

మోదిగాడు లోపల్నుంచి, తుపాకుల్ని, విచ్చు కత్తుల్ని, మందు గుండు సంచినీ మోసుకొని ప్రాంగణంలో కాళ్ళు బారచాపి, నిటారుగా నిలిచిఉన్న పడాల్ ముందు పడవేశాడు.

"ఊఁ! లెక్కపెట్టి, మన వీరుల కందజెయ్."

"ఇవిగో తుపాకులు ఆరు, బయ్‌నెట్లు పద్నాలుగు, అయిదు పటాకత్తులు."

"సరే, యీ దుస్తుల్ని మన వాళ్ళను ధరించమను."

"అలాగే?"

మోదిగాడు ఆమోపును మూపుపై వేసుకొని వెళ్ళిపోయాడు. పిమ్మట పడాల్ చుట్టూ ఓసారి తన చూపుల్ని ప్రసరించాడు. గాలిలోకి ఓ గుండు కాల్చాడు. ఎవ్వరూ లేరు. పెద్దపెద్ద అంగలు వేసుకుంటూ, తన సహచరులు మాటుకాసిన తాండవ తీరానున్న తంగేడు వనంలోకి మాయమైపోయాడు.

అప్పటికే బాస్టియన్ బృందం కృష్ణదేవుపేటకు రానున్నదనే వర్తమానం చేరింది. కలకలం బయలుదేరింది. సీతారామరాజు వారిని ఉద్బోధిస్తున్నాడు.

బాస్టియన్ బృందాన్ని నేనీతావుకు రప్పిస్తాను. మీరంతా యీ తంగేడు మొక్కల చాటునే మాటు కాయండి. వాళ్ళు రాగానే అదరించి, బెదిరించి ఆపైన దండించి తలలు మోడ్పించండి? ఓటమి నెరుగని జాతి మనది. ధనువు పట్టామా, తిరుగులేనిది కావాలది. మన్యం పేరు యావ దాంధ్రలో మ్రోగిపోవాలి.........

సుదూరంగా ఏదో శకటమొస్తున్న ధ్వని వినబడింది.

"ఊ. ధరించండి, ఆయుధాల్ని. మొక్కకో మనిషిగా మొక్కవోని ధైర్యంతో ఆవహించండి."

అందరూ, సీతారామరాజు ఆజ్ఞను శిరసా వహించారేగాని,ఆ తంగేడు వనంలోని బాస్టియన్ దండును ఎలా రప్పిస్తారని అడగలేదు. నక్షత్రాల్నైనా నేలపైకి రప్పించగల శక్తి స్తోమతులుగలవాడు - రాజనే విషయం వారికి తెలుసు.

రాజు మల్లుకు సైగచేశాడు. అంతక్రితమే అతడికి బాసచేసి ఉన్నాడుగదా? వాటితో మల్లు సిద్ధంగా ఉన్నాడు.

"ఓ సైయ్యే" అంటూ ఓ మూట తీసుకొచ్చి రాజు కందించాడు. దాన్ని అందుకొని, రాజు తన సహచరులను విడిచిపెట్టాడు.

గ్రామ వాసులను మరింత భయభ్రాంతులను గావిస్తూ అట్టహాసంగా గ్రామంలోకి రిజర్వు పోలీసులారీ ఒకటి ప్రవేశించింది. బాస్టియన్ లారీనుండి క్రిందికి దిగాడు. వాడి వెనుక అగ్గిదొర, ఆ వెనుక మోకాలికీ, బోడితలకూ ముడిపెట్టె సంతానం పిళ్ళే. స్టేషనులోకి చూశాడు. వరదపాలైన కొంపలా కనపడింది స్టేషను, బయట కొచ్చాడు. అటు శరభన్నపాలెం, ఇటు కాకరపాడు పోయే కూడలిలో కానిస్టేబుల్ ఒకడు కనబడ్డాడు.

"సరే, వాడ్ని అడుగుదాం, పదండి"

లారీకదిలింది. కూడలిలో కానిస్టేబుల్ ఎడమకు సంకేతమిస్తున్నాడు. బాష్టియన్ కీలుబొమ్మలా నుంచున్న కానిస్టేబుల్ని అడిగాడు.

"మనవాళ్ళెక్కడ"

"పారిపోయారు"

"మరి నిన్ను వాళ్ళేం బాధించలేదా?"

"బాధించకేం సార్. నేను వాళ్ళతో శతసంగ్రామం సాగించి,కడకు తరిమివేశాను."

"భేష్! అయితే వాళ్ళెటు పారిపోయారు"

"ఆ ఏటివైపు!"

ఏటివైపుకే లారీ పోనివ్వమని ఆజ్ఞాపించాడు బాష్టియన్. లారీ కదిలింది. ఆఖరున లారీని ఎక్కుతున్న పిళ్ళె చూపులు వెనక్కిపడ్డాయ్, నిలువుగుడ్లేశాడు. పక్షవాతం వచ్చిన వాడిలా చేతుల క్రిందకు పడిపోయాయి-ఓ క్షణం ముందు ఆ కూడలిలో చూసిన పోలీసు ఇప్పుడక్కడ లేడు. అది వింత! లోపల్నుంచి బాష్టియన్ గద్దించాడు.

"ఎక్కవేం పిళ్ళె"

"అమా సార్" తటాలున ఎక్కాడు.

లారీ మలుపు తిరిగి, తంగేడువనం చెంతకొచ్చింది.

"హాండ్సప్!"

గుండెలదరిపోయే పొలికేక! తాండవ తన ఉద్రిక్తమైన కెరటంతో ఆ లారీని ఎత్తుకుదేసినట్టయింది. పోలీసులంతా లారీ దిగారు. చుటూ మన్యందండు;

బాష్టియన్ హుంకరించాడు:

"ఊ! కాల్చండి"

తుపాకులెత్తారు పోలీసులు, బోధిసత్వునిలా బెత్తమూపుకుంటూ ప్రత్యక్షమయ్యాడు–సీతారామరాజు.

"హు! తెలుగుగడ్డపై పుట్టి, తెలుగు నెత్తురును పంచుకొని మీతోటి తెలుగు బిడ్డలపైనే తుపాకులు కాల్చసిద్ధమౌతారా?'' అని ఉద్బోధించాడు వారికి.

రంకెలేస్తూ గద్దించాడు బాష్టియన్.

''కాల్చరేం?"

తుపాకుల్ని పొజిషన్‌లో పెట్టి ట్రిగర్లను కదిపారు - పోలీసులు.

"ఉహు! పేలడంలేదు సార్!"

"ఏడిశారు కాల్చండి?"

"సీతారామరాజు మంత్రం చేసినట్టున్నాడు సార్ ! పేలడంలేదు''

"ఛీ, పిరికిపందల్లారా," అని చేతిలో తుపాకి లాక్కుని కాల్చబోయాడు-బాష్టియన్.

"ఊఁ, తుపాకుల్ని కింద పారేయండి" ప్రళయఘోష వచ్చింది - రాజు గళంలోంచి.

మన్యం వీరులు ఫెళఫెళ గాలిలోకి కాల్చారు. అంతే! పోలీసులు తుపాకుల్ని క్రిందపారవేశారు. సురక్షితంగా వారిని లారీ ఎక్కించి వెనక్కి మళ్ళించివేశారు.

లారీ పోతుంటే సీతారామరాజు మందహాసం చేస్తున్నాడు. గంటం దొర గాఢంగా ఆయన్ని గుండెకు హత్తుకొని అన్నాడు;

"ఆహా! రాజా? నీ అండ ఉండగా మాన్యానికి అపజయంలేదు."

"ఆ అర్థమయిందా రాజుగారి మహిమ? క్షణం క్రితం పోలీసూ ఇప్పుడు సన్యాసి ఐపోయిండు?"

ఆ మల్లుదొర మాటల్ని విని అందరూ నిశ్చేష్టులైపోయారు. ఓ క్షణానికి తేరుకొని, కూడలిలో కానిస్టేబుల్ని తలచుకొని, కడుపు చెక్కలయ్యేట్టు ఒక్కటే నవ్వు.

25

మదకరి మృగరాజు పంజాకేగా మావటి అంకుశానికి లొంగదు. ప్రజాజీవనాన్ని కల్లోలపరిచే బ్రిటిష్ మత్తేభ కుంభస్థలంపైకి ప్రాకి ఆంధ్ర సింహుడు ఒక్కొక్క పోటుపొడుస్తుంటే-ఘీంకరిస్తూ అది నేలకు కృంగిపోతున్నట్టుగా ఒక్కొక్క స్టేషనే పడిపోతున్నది.

మూడవనాటికల్లా రాజవొమ్మంగి స్టేషనుపై విరుచుకుపడ్డారు-విప్లవకార్లు. ఈసారి మిరపకాయటపా మోసుకెళ్ళింది -గోకిన ఎర్రేశు, రివటలా ఉంటాడేమో కనుమూసి తెరచినంతలో ఎంతటి సాహసకృత్యమైనా చేసి, లేడికంటె వేగంగా పరుగెత్తుకుపోగలదిట్ట అతడు. ఇన్‌స్పెక్టరు ఆటురైటర్ రూంలోకి వెళ్ళివచ్చేలోగా, తటాలున స్టేషనులో ప్రవేశించి టేబిలుపై మిరపకాయ టపానుంచి, దానిపై బాకు గ్రుచ్చి మరీ మటుమాయమైపోయాడు.

"మాకు కావలసినవి తుపాకులు. అందుకై యిపుడే మీస్టేషనుపై దాడిచేస్తున్నాం. వాటిని అప్పగించుతారో కాదని పోట్లాడుతారోతేల్చుకోండి.

ఇట్లు

అల్లూరి సీతారామరాజు"

దాన్ని చూడగానే ఇన్స్పెక్టరు దడెత్తిపోయాడు. పోలీసులను పిలుద్దామని ప్రయత్నించాడు. గుండె గొంతుకలోకొచ్చి కూర్చున్నదేమో మాటే పెకలిరాలేదు. ప్రక్క లాకప్‌లోంచి ఓ ఖైదీ గలగలా నవ్వి చెణుకులా విసిరాడు.

"కొన్ని మంచినీళ్ళు త్రాగండి దొరా! మాటైనా వస్తుంది"

నిజమేమో ననిపించాయా మాటలు;

"అవును. ఎక్కడ నీళ్ళు ఎ....ఎ....ఎక్కడ?"

"ఇవిగో!"

ఆత్రంతగా లాకప్ కటకటాలచెంతకెళ్ళాడు—ఇన్స్పెక్టరు.

"ఊఁ! తీసుకోండి!"

ఊచలు అడ్డున్నాయనే వాస్తవం కూడా వాడికి తట్టలేదు. ఆ ఊచల సందులోంచి చేయిచాపాడు. వికటాట్టహాసంచేస్తు ఆ ఖైదీ కుండను క్రింద పారవేశాడు. అది భళ్ళున బ్రద్దలైంది.

"యూ...ఫూల్ ...."

ఖైదీకి చుర్రుమంది. పనసకాయ దొరికినప్పుడే పెట్టాలి తద్దినం! అందుకున్నాడు;

"ఎవడు ఫూల్? అక్రమంగా, పగవానికైనా వొద్దని కోరుకునే ఈః దుర్గంధమైన చీకటి కొట్టులో నన్ను పారేశావ్! వొంటికి నీళ్ళు లేవు. చలికి కంబళిలేదు, కడుపుకు కూడులేదు, మట్టి చిప్పలో పెట్టే ఆ పిడికెడు మెతుకుల్లో బెడ్డలు సగం! వేసే పులుసులో చచ్చిన బొజ్జింకలు! మలమూత్ర విసర్జనకూ, మంచినీళ్ళు త్రాగడానికి ఒకేరకమైన ముంతలు! చుట్టూ దుర్వాసన ఛీ!ఛీ!....ఇందులో ఒక్కక్షణమైనా నీ వుండగలవా? మూర్ఖుడా?"

"నోరుముయ్!"

"అహ్హ హ్హ హ్హ! మూయడానికి లాగరాయి పితూరీ కాదులే. సకల మన్యాన్నే రగుల్కొలిపిన రాజు పితూరీ. మిమ్ములను మిడతల్లా మాడ్చివేసే అగ్నిహోత్రమిది!"

"చెబుతానుండు నీ సంగతి...." అంటూ కాలుకాలిన కోతిలా గంతులేస్తూ టేబిలువద్ద కొచ్చాడు. టేబిలుపైని మిరపకాయటపా. మరల కళ్ళలో సూదులు గ్రుచ్చుతున్నట్టు అగుపించింది....

"ఏయ్ శరబయ్యా...." అని కంగారు కంగారుగా పోలీసును పిలిచాడు.

"అదేంటి దొరా. అట్టా బెదరుతుండ్రూ?" అంటూ శరబయ్యకు బదులు ఓ గొల్లవాడు ప్రత్యక్షం!

నెత్తిన గడ్డిమోపు, చెవివెనుక సగం కాల్చిన చుట్టపీక, ముక్కుకు కాడ, చెవులకు పోగులు, చంకను ముల్లుకర్ర, పొడుగాటి గడ్డం!

"ఎవడ్రా నువ్వు?" ఇనస్పెక్టరు హుంకరించాడు.

"నేనెరికనేదేంటి దొరా, నేనే మీ జానిసోడి తమ్ముడ్ని!"

"ఆ గెడ్డం ఏమిటిరా!"

"ఇదా, భద్రాద్రి రామయ్య మొక్కు దొరా!"

"నీ అన్న రాలేదేం?"

"వాడొల్లు అగ్గిలా ఉండది దొరా!"

"మరి తేనెకుండ తెస్తానన్నాడు?"

"ఇచ్చిండు. నేను దాన్ని ఇంటికి తీసుకుపోయి, తమమ్మోరికిచ్చిణ్ణు."

"అమ్మోరా ఇడియట్"

"నేదు దొరా, మా మన్నెపోళ్ళ మాటలంతేలే దొరా"

"సరేగాని అమ్మగారికి కంచెకోడి మాంసంపై పోయిందిరా?"

లాకప్‌లోనున్న ఖైదీకి వొల్లు మండింది. హద్దుపద్దూ లేకుండా నేల నాలికిన నూనెను పిండినట్టు ఆ మన్యపోళ్ళ వద్ద లంచాలు పిండే వాడి దాహాన్ని సహించలేక విసిరాడు.

"అమ్మోరికి మేకపోతుపై పోలేదూ?"

దానిపై గొల్లవాడన్నాడు;

"వాడెవరు దొరో౻. మా అఖండుడిలా ఉంటడే."

"ఉంటాడు-ఉంటాడు. వాడి చర్మం వొలిపిస్తా, సరే నువ్వు పోరా, పో, రాజు దాడికొస్తున్నాడు."

ఎలుకకు ప్రాణపోకడా, పిల్లికి చెలగాటంలా, ఇనస్పెక్టరు రాజు దాడివల్ల ప్రాణానికివచ్చే ముప్పును తలచుకొని కంపించిపోతుంటే, గొల్ల వాడికదో హేళనగా వుంది.

"అదేంటి దొరా, ఆ పితూరీ రాజుగోరా నేనిప్పుడు చూసిణ్ణు, వాగుదగ్గర నీళ్ళేసుకుంటుండూ, అదీగాక రాజు గుంటడులా ఉంటడే చేతిలో కర్రకూడా లేదు. ఆ గుంటడుకోసం ఇంక దడెందుకు దొరా"

"ఛీ నువు ముందు బయటికి పోరా" మెడపై చేయివేసి గెంట బోయాడు.

మేఘావృతమైన ఆకాశం ఉర్మినట్లు బయట పెద్ద పెట్టున ధ్వని— "అల్లూరి సీతారామరాజుకి జై" అని. ఇనస్పెక్టరుచేయి ఎత్తినది ఎత్తినట్టే ఉండిపోయింది. స్టేషనులోకి ఆరుగురు ఒక్కసారిగా ప్రవేశించారు. పడాలు సింహగర్జన చేశాడు;

"ఏయ్ చేయివేయరా! ఆగిపోయావేం?"

ఇనస్పెక్టరు నాలుక తడబడుతోంది! శరీరమంతా కుదుపుతున్నట్టు ఒకటే దడ.

"ఒక్కపోటు పొడిస్తే...." మల్లు ముష్టి ఘూడించబోయాడు.

"ఆగు మల్లు!" గొల్లవాడు ఆజ్ఞాపించాడు. అంతే మల్లు ఆగి పోయాడు. ఇనస్పెక్టరుకు అప్పుడు అర్థమైంది. త్రినేత్రుడు చెప్పినా వినని మల్లు ఓ గొల్లవాడు చెప్పినంత మాత్రాన ఆగిపోయాడంటే, ఆ గొల్ల వాడే సీతారామరాజనుటకు సందేహ మేముంది?

"క్షమించండి" అని కాళ్ళపై బడ్డాడు;

"క్షమ? పజలపైబడి తోడేళ్ళలా వేధించుకు తిన్నప్పుడులాగ లేదే?" గంటం గసిరాడు.

"ఇవన్నీ వొట్టి పురిటి నొప్పుల కబుర్లన్నా!" మల్లు యీసడించాడు.

"కాదు నిజంగా అంటున్నా. నన్ను క్షమించాలి రాజా!" కాళ్ళుపట్టుకొని వొదలడంలేదు.

రాజుకు తెలుసు ఉల్లి మల్లి కాదని, కుక్క చెప్పేగాని చెరకు ముట్టదనీ, పంది బురద నొదలి పన్నీట మునగదనినీ్న! అయినా తనకు కావలసినవి తుపాకులు;

"సరే ఎక్కడ నీ తుపాకులు?"

అతడి కళ్ళు తుపాకుల స్టాండును చూపించాయి. పడాలు ఆస్టాండు లోని తుపాకుల్ని వశపరచుకున్నాడు.

"ఏం ఎనిమిదే ఉన్నాయి?"

"నా స్టేషను స్ట్రెంగ్తే యింతసార్!"

"సరే, రికార్డు తగులబెట్టండి" రాజాజ్ఞాపించాడు. మల్లు టేబిలు సొరుగులన్నీ వెదికి రికార్డును బయటకుతీసి భోగిమంట వేశాడు.

"అహ్హహ్హహ్హా! రాజు పితూరీ అంటే మిడతల్లా మాడ్చివేసే అగ్ని హోత్రమని నేను చెప్పలేదూ?" లాకప్‌లోంచి ఖైదీ ఆనందం పట్టలేక ఇనస్పెక్టరును ఎత్తిపొడిచాడు.

రాజు అటుచూచి—"ఎవరూ?"

"వీరయ్య దొరని."

ఆ పేరు వినేటప్పటికి గంటందొర మేను పులకరించింది. చర్రున లాకప్ ఊచలవద్దకొచ్చి "వీరయ్య దొరా!" అంటూ తుపాకి మడమతో తాళం కప్పను ఛళ్ళున విడగొట్టి, బయటకులాగి, సీతారామరాజుకు ఎరుక పరచాడు.

"రాజా! నేను మునుపు మీకు లాగరాయి పితూరీ గురించి చెప్పానే ఆ పితూరీలో పోరిన యోధుడీ వీరయ్యదొర. ఆ పితూరీని దొరలు అణి చేసి, ఇతడ్ని భార్యాబిడ్డల నుండి వేరుచేసి విశాఖపట్నంలో దిగ్బంధంచేసి కుటుంబానికి యిస్తానన్న భత్యంకూడా ఎగ్గొట్టారు....

దానిపై వీరయ్య దొర కొనసాగించాడు;

"ఆ కుటుంబం కన్నీరు నేను చూడలేక మన్యంలో అడుగు పెడితే అరెస్టు, యీ నరక కూపంలో పారవేశారు. మీ చలవవల్ల నేడు విముక్తుడ్నయ్యా...." అంటూ రాజు ముఖంలోకి చూశాడు. ఆ విశాల నేత్రాల్లో

మెదిలే కారుణ్యరేఖలు, ఆ లలాట ఫలకాన మెరిసే క్రాంతిరేఖలు చూచి సమ్మోహితుడై వాడలెల్ల ఉప్పొంగి శపథం చేశాడు;

"స్వామీ!నన్ను విముక్తుడ్ని చేసినందుకు మీ ఋణం తీర్చుకుంటా. ఈ క్షణంనుంచే మీ పితూరీలో కలిసిపోతున్నా, నా శక్తినంతా ధారబోస్తా. కొనఊపిరున్నంత వరకూ, చివరిరక్తం చుక్క రాలునంతవరకూ యీ దొరలతో పోరాడి తీరుతా!

"భేష్ వీరయ్యదొరా! మన్యం పౌరుషాన్ని నిలబెట్టావ్, గంటం! మనకు మరో సారథి దొరికాడు. నుదుట సింధూరతిలకం బెట్టి తుపాకి చేతి కివ్వండి!" అని వెన్ను చరిచాడు.

విజయ చిహ్నంగా పడాల్,ధనాలున గాలిలోకి తుపాకిని పేల్చాడు. లోనా,బయటా, నినాదాల కోలాహలం నిర్గళ ఝూంకారాలూ చెలరేగాయ్.

రాజు ముందు నడుస్తున్నాడు. ఆ వెనుక మార్తాండ తేజస్వులై మన్యం దండు కదిలింది. రోజుకొక్క స్టేషను, స్టేషను తర్వాత స్టేషను కొల్లగొట్టే ఆ పొగలూ, సెగలు గ్రక్కుతున్న పితూరీ విప్లవ కెంజాయలు, ఆంధ్రావనంతటా అలముకుంటున్నాయ్. నారసింహునిలా మన్యం విజృంభించి తూర్పు కొండలపై రక్తచందనం పూసి గంగసింధూరం కొట్టినట్ల యింది.

అప్పటికే దేశంలో సహాయ నిరాకరణోద్యమ జ్వాలలు చల్లారి. నిరాశానిస్పృహలతో ఊరవతల మటుమణిగిన మాలపల్లి చందంగా ఉంది దేశం! అట్టి మన దేశానికి వేగుచుక్కలా నిలిచాడు-రాజు! అతడు పట్టిన కంచు దివిటీ కాంతి జ్వాజ్వల్యమాన అరుణ కాంతులను వెదజల్లుతూ, ఒక్కసారిగా దేశం నలుమూలలకీ విస్తరిల్లింది.

26

ఛీ!ఛీ! వాట్ ఎ బ్లడిషేమ్! బ్రిటిష్ ఎంపైర్ కే అవమానం! ఓ బాష్టియన్, డజనుమంది కోయవెధవలను అణచలేకపోయినావా? మన్యమునకు ఛీఫ్ ఆఫీసరుగా ప్రమోట్ చేసితిమిగదా నిన్ను. ఇందులకేనా? ఆ పితూరీని మొగ్గలోనే ఎందుకు త్రుంచలేకపోయినావ్?"

జిల్లా కలక్టరు బ్రేకన్‌దొర, చేతులు వెనక్కి కట్టుకొని తన ప్రక్క భయకంపితుడై నోటమాటరాక అటూ ఇటూ తిరుగుతున్న బాష్టియన్‌పై చిందులు త్రొక్కుతున్నాడు. అతడి ముఖం సిగ్గుతో ఎర్రబారిపోయింది.

"వాళ్ళు హఠాత్తుగా వచ్చి మెరుపుదాడి చేసిపోతున్నారు సార్!"

"ఆ మెరుపుదాడికి నీ కళ్ళు చిమ్మచీకట్లు క్రమ్ముకున్న వన్నమాట! ఏమి,మాట్లాడవేమి? వొళ్ళు మరచి ఉంటివా బాష్టియన్? మూడు స్టేషనులు, రోజుకొక్క స్టేషన్ కొట్టివేసినారే? ఆ స్టేషనులలో ప్రాణతుల్యమైన తుపాకులనే ఎత్తుకుపోయినారే? నీకు చేతగాకపోతే మాకు ఎందుకు మెసేజ్ పంపలేకపోయినావ్?"

"ఆ అవసరం లేకుండా రిజర్వు ఫోర్సును తీసుకెళ్ళి దాన్ని అణచి వేద్దామనుకున్నాను సార్!"

"ఎందుకు అణచి వేయలేకపోయినావ్?"

"సీతారామరాజు మాయల్లో వాళ్ళు పడ్డారు సార్!"

"ఏమి నాన్సెన్స్ చెపుతుంటివి?"

"అవునుసార్! కాల్చమని నేను ఉత్తర్వు చేయగా తుపాకులే ప్రేల డంలేదన్నారు సార్?"

"వాట్? ఈ విషయం మా కింతవరకూ ఎందుకు చెప్పలేదు?పిలువు సూపర్నెంటుని!"

ప్రక్కనే ఉన్న సూపర్నెంటు తటాలున బ్రేకెన్‌ఎదుటకొచ్చాడు.

"వింటివా! ఆ పోలీసులపై ఏమిచర్య తీసుకొంటివి?"

"సస్పెండు చేశాను సార్. ఆపైన దొరవారి ఉత్తర్వులకోసం ఎదురు చూస్తున్నా సార్.?"

"వాళ్ళంతా తెలుగువారేనా?"

"అవును సార్!"

"వాళ్ళను వెంటనే డిస్మిస్ చేయుము! ఇక ముందు తెలుగు వాడి నెవడినీ, ఏజన్సీకి పంపవద్దు!"

"అలాగే సార్!"

"వాట్ బాష్టియన్, ఆ తిరుగుబాటుదార్లలో ముఖ్యులెవరో చెప్ప గలవా?"

"సీతారామరాజు, గాము సోదరులు" జ్ఞప్తికి తెచ్చుకుంటున్నాడు.

"సరే కాగితంపై పెట్టుము."

బాష్టియన్ బయటికి వచ్చాడు. వరండాలో గుండెలు కొట్టుకుంటుం డగా తచ్చాడుతున్న ముఠాదారు లింగన్న సంతానంపిళ్ళె, అగ్గిదొరల చెంత కొచ్చాడు. తిరుగుబాటుదార్ల జాబితాను తయారుచేయ వారితో సమా లోచనలు ప్రారంభించాడు.

అదే సమయంలో బ్రేకన్ చెన్నపట్నం గవర్నరైన వెల్లింగ్టన్ దొరతో ఫోను సంభాషణకి దిగాడు.

"........యస్ సార్! నేను కలెక్టర్ ఆఫ్ గోదావరి సార్! రంప ఏజన్సీ అంతటా పితూరీ చెలరేగింది. .... యస్ సార్. అచటనుండే స్పెషల్ ఫోర్సు పంపాలి సార్, ఇచట రిజర్వు ఫోర్సుదామోసం చేశారు. సార్, యస్....మీరన్నది కరక్టుసార్, మోసాన్ని మోసంతోనే ఎదుర్కొ వలెను. వింటున్నానుసార్, వెరీగుడ్ సార్ జయపూర్ రాజా ఏనుగుల్ని రప్పించటం అవసరమే సార్. స్పెషల్ ట్రెయిన్ కూడా రేపు బయలు దేరుతుందా, సార్ విన్నానుసార్ అలాగేసార్. మస్టగా చేస్తాను సార్ థేంక్ యూ సార్!"

ఫోను దించేశాడు. జేబురుమాలు తీసి, ముఖమల్లా పట్టిన చెమటను తుడుచుకుని బెల్ మ్రోగించాడు.

"ప్యూన్"

ప్యూన్‌కు బదులు ఆ బెల్ మోతకు బాష్టియన్ ప్రత్యక్షమయ్యాడు.

"ప్రిపేర్ చేసినావా లిస్టు?"

"యస్ సార్!"

"చూడవిచ్ ఊ! ఇమ్మీడియట్‌గా దండోరా వేయించుము. సీతారామరాజును పట్టి అప్పగించినవానికి పదివేలు. పడాల్, గంటం, మల్లు లనుపట్టుకుంటే అయిదువేలు, ఎర్రేశు, మూగడు, మోదిగాళ్ళను అప్పగిం చిన వారికి తలో వెయ్యి రూపాయలూ రివార్డు ఇచ్చెదమని ప్రకటించుము. కొత్తన్న పడాల్, బాలయ్య పడాల్‌ల మునసబుగిరీలను రద్దుచేసివేయుము. దొరతనం ఆజ్ఞలను ధిక్కరించినవారి భూములను లాగుకొనెద మని చెపుము: ఊ, హర్రియప్ మనుషలను త్రొక్కించుటకు జయపూర్

రాజానుండి ఏనుగులు వచ్చును. రేపే చెన్నపట్నం నుండి మిలటరీ ఆఫీసర్లతో సైనికులతో స్పెషల్ ట్రెయిన్ బయలుదేరు చుండెను....ఇక యీ పితూరీ ఛిన్నాభిన్నమై తీరును. మీరు వాళ్లు దగ్గర పెట్టుకొని పని చేయనిచో డిస్మిస్ చేసివేయబడుదురని హిజ్ ఏక్సలెన్సీ గవర్నరు ఉత్తర్వు తెలిసినదా?"

"చిత్తం సార్."

"సరే, బొమ్ము, సీతారామరాజును బంధించుటకు నీ చాకచక్యము నంతా ప్రదర్శించుము. అతడు దొరికినచో మిగిలినవార్ని ఇట్టే మాడ్చి వేయుదుము."

"అలాగే సార్"

శాల్యూట్‌చేసి సూపర్నెంటు, బాష్టియన్ గది బయటకొచ్చారు వాళ్ళ ప్యూన్ వెళ్ళాడు.

"ఫూల్, ఎక్కడికి పోయినావు. తెమ్ము మంచినీళ్ళు."

తలపట్టుకుని కుర్చీలో కూలబడ్డాడు - బ్రేకన్.

ఆ పట్టుకున్న తలలో పెళపెళార్బటులు కుక్కల్లా మొరుగు తున్నాయ్, తాము సాగించనున్న దారుణ హింసాకాండకు అవి నాందీ వాచకాలేమో! భారతీదేవి బానిసబంధ విముక్తికై సర్వం సమర్పణ గావించ సిద్ధమైన ఓ ఉత్తమ భారత స్వాతంత్ర్య యోధుని పొట్టన పెట్టుకో చూస్తున్న దుశ్శకునాలేమో?

ఏమైనా వీచనుంది - ప్రళయ ప్రభంజనం! చెలరేగనుంది చావు, బ్రతుకుల స్వాతంత్ర్య సమరం! ఇది సత్యం.

27

ప్రకృతినుండి గాలినైనా నీటినైనా వేరుచేయవచ్చునేమో గాని తల్లినుండి పుత్రమమతను వేరుచేయడం ఆ హరిహరాదుల తరంకూడా కాదు. తన మమతకే అంతరాయం కలిగినపుడు ఆ తల్లిలోని మాతృత్వం విజృంభించి విలయాన్నే సృష్టించగలదు.

పెడిపుట్టలో తనబిడ్డడు తనను ఏనాడు విడిచి వెళ్ళాడో, ఆనాడే

నరసాపురంలో మరిది ఇంట అడుగుపెట్టిన నారాయణమ్మను పీడకలలు వెంటాడుతున్నాయ్. నిద్రాహారాలు లేవు. నిరంతరావేదనతో నిరశ్రురోదనం గావిస్తున్నదామె. గాలి వార్తలు వింటూంటే గుండె చెదరిపోతున్నది.

ఇక భరించలేకపోయింది. తన మరది ఉన్నతోద్యోగి గనుక అతడు పూనుకుంటే తన పుత్రుడు తనకు దక్కుతాడనే గాఢ నమ్మక ముందామెకు.

ప్రత్యూషాన్నే లేచి పూజాదికాలు పూర్తిచేసుకొని, ఆఫీసుకెళ్ళ బోతున్న మరిదిని బ్రతిమాలుకొంది;

''మరిదీ, నేను చచ్చి నీ కడుపునపుడతా! నా బిడ్డడ్ని కాపాడవ్? ఆ సర్కారు ప్రమాదంనుండి రక్షించవ్?''

''అదేంటొదినా, నీ బిడ్డ నా బిడ్డ కాడా; వాడికోసమనీ ఎందుకలా శుష్కించిపోతావ్?'' ఏదో ఉపశమనానికి అన్నాడు రామకృష్ణంరాజు. ఆ మాటలో బరువులేదని నారాయణమ్మ గ్రహించింది.

''నేను శుష్కించిపోను; నా బిడ్డడికే ప్రమాదం సంభవించదని మాట యివ్వు!''

"అది నా చేతిలో పనికాదు వదినా?''

''ఇదేనా నాబిడ్డ నీబిడ్డని అన్నావ్! మీ సర్కారుకు చెప్పు! నా గుండెకోసి, పూవుల్లోపెట్టి యిచ్చుకుంటాను. నా బాబును నాకు అప్ప గించమను."

నిలవేసి అడిగింది. రామకృష్ణంరాజు తప్పించుకోడానికి ఇక దారి లేదు. నిజాన్ని వెలిబుచ్చాడు;

"వదినా, ఒక్క ముక్క చెబుతున్నాను విను! వాడికోసం నేనూ ఎంతగానో కుమిలిపోతున్నాను. కాని వాడు చేసేపని సర్కారుపై తిరుగు బాటమ్మా, నేను ఆ సర్కారు సేవకుడ్నే గదా, ఏమని చెప్పగలను."

ఆమె యిక సహనాన్ని కోల్పోయింది.

"అయితే ఇంతకాలం నీవు కార్చినవి మొసలి కన్నీరన్నమాట! నీ బిడ్డే నా బాబు ఐ ఉంటే తలకొడతావా, ఏంటి నా బాబు చేసిన నేరం. నిన్నూ నన్నూ, యావద్భారతజాతినీ కన్న భారత జనని చెర విడిపించ ప్రయత్నించడమే వాడు చేసిన మహాపరాధమా?

లేచి విజృంభించింది.

"....సరే కానివ్వండి! నా బిడ్డపై అందరూ కసి తీర్చుకోండి? నాకి ఇంట ఒక్క క్షణంకూడా స్థానంలేదు. నా బాబు ఎక్కడుంటే అక్కడ ఉంటాను. వాడు శ్మశానంలో ఉంటే నేను...."

"వదినా?" చలించాడు రామకృష్ణంరాజు, "నేను వినలేను వదినా నీ కఠోర వాక్యాలు, నేను నిస్సహాయుడ్ని."

"అవును నిస్సహాయుడివి—నిస్సహాయుని ఇంట ఉండడం నాకూ శ్రేయస్కరం కాదు. నీవీ మడిమాన్యాలతో హాయిగా తులతూగు.... అతడితోనే నా సర్వస్వమూ...." అశ్రురుద్ధమైంది-ఆమె కంఠం, చర్రున పూజామందిరంలో ప్రవేశించి, ఆ పరంధాముని వేడుకొంది.

"ప్రభూ! నీకైనా జాలిలేదా? నా బిడ్డను రక్షించలేవా? అవును ప్రాణికోటెల్లా నీ బిడ్డలే? ఎందరిని రక్షించగలవ్. నా బిడ్డడు నీ దృష్టిలో మహాసముద్రంలో ఒక బిందువు లాంటివాడు. నాకో - అతడే సర్వస్వం- అతడు లేని బ్రతుకే నిరర్థకం! నిష్ప్రయోజనం!"

అంతే, బయటకొచ్చేసింది. ఆమె సాహసానికి నిర్విణ్ణుడై అట్టే సింహద్వారంకడ నిల్చి చూస్తున్నాడు-రామక్రిష్ణంరాజు.

చుక్కానిలేని నావలా, దారిగానని ఎడారిలో అడుగు పెట్టిందామె. ఎటుపోతున్నదో ఆమెకే తెలియదు. ఏదైనా సాహసించనంతవరకే. సాహసించిన వారికి ఎవీ అడ్డురావు! మునగనంతవరకే చలి మునిగాక ఏదీ లేదు!

28

"టంగ్ ! టంగ్ ! టంగ్ !"

చెన్నపట్నం సెంట్రల్ స్టేషన్‌లోని టవర్‌క్లాక్ ఏడు గంటలు కొట్టింది. ఒంటికన్ను రాకాసిలా ధూమాన్నెగజిమ్ముతూ, రొప్పుతూ రోదుతూ కదిలింది-ట్రెయిన్. ఆ పెట్టెలో శిరస్త్రాణాలు-స్టెన్‌గన్‌లూ ధరించి మైలురాళ్ళులా కూర్చున్న సైనికులున్నారు. దడదడలాడుతూ భూతలం అదరిపోతోంది. ఆ అదురుకు ఆంధ్రులు చెన్నపట్నంలో ప్రతీ

యిటుకలోనూ తమ రక్తం నింపి నగర సౌందర్యానికే వన్నె చేకూర్చిన అధునాతన భవంతుల పునాదులన్నీ పెట పెట లాడిపోతున్నాయి. ఆ పెట పెట లాడిపోతున్న భవంతుల్ని వాటి కర్మకు వాటిని విడిచిపెట్టి నెల్లూరు చేరుకుంది-ట్రెయిన్.

ఒకానొకప్పుడు తీవ్ర మత యుద్ధాల కతన ఆంధ్రదేశం కదన రంగంగా మారిపోతే యీ నెల్లూరుసీమ నుండే "హరిహర" భేద మర్థ రహితమని మత సామరస్య శంఖారావం గావించాడు - కవిబ్రహ్మ.

యతిప్రాసంలేనిస, ంస్కృత కవిత్వారణ్య మందున్న మహాభారతం లోని పదిహేను పర్వాలకు ఆంధ్రత్వంనేర్పి, సరస్వతీ నిష్యందనం గావించి, తన కవితావిభవంతో కేళిసల్పిన దిక్కడే! ద్రౌపదిని చెర బట్టిన కీచకుని తీరని ద్వేషంతో భీమసేనుని గదాదండానికి బలిచేసి నెత్తురు కక్కించి, మగువ పాతివ్రత్యాన్ని వేనోళ్ళ కీర్తించిన దిక్కడే. ఈ సీమ లోనే ఖడ్గతిక్కన తెలుగు సాహస పరాక్రమవిక్రమాలకు పతాకగా నిల్చి; కదనరంగంలో విశృంఖల వీరవిహారం గావించి వీరస్వర్గ మలంక రించినాడు.

అట్టి స్థలాలను త్రొక్కుకొస్తున్న రైలును చూసేసరికి పెన్నకు కోపమొచ్చింది. ట్రెయిన్ వంతె నెక్కేసరికి తన ఉద్రిక్త కెరటంతో పైకిలేచి, దాని మొహాన్నఉమిసింది. శకటానికి సిగ్గేమిటి? తుడుచుకొని ముందుకు పోయింది.

నెల్లూరు సీమకు ఆనుకునేఉంది-రాయలసీమ. సిరికిపరదా పద్ధతిని తొలగించిన రతనాలసీమ అది. ఈనాడు కఠినదరిద్రానికి కాణాచియై నిరంతర క్షామంచే రాళ్ళసీమగా మారిపోయినా ఒకనాడు కళింగాన్ని జయించి, రాయలు తుంగభద్రలో తన కత్తి కడిగిన రోజుల్లో దాని నడి వీథుల్లో మాణిక్యాలు కుప్పలుపోసి అమ్మేవారట. ఆంధ్రకవిత మూడు పువ్వులారు కాయలుగా విలసిల్లిన కాలమది. పచ్చని పందిళ్ళలో మంగళ హారతు లందుకున్న కాలం. ఆనాడు తెలుగుకైత బంగారు గజ్జలతో గళ్ళుగళ్ళున నాట్యంచేసి శృంగార వి౹వంతో చెలగాటమాడి, దక్షిణాధీశుని మదకరీంద్రమాపి, కేలూతతో అంబారీ ఎక్కిన కాలమది. అప్పుడు దాని రాజధాని హంపి! రండి చూడండి! ఇదిగో ఇది హాస్పేట ఇక్కడకు

సరిగ్గా ఎనిమిదిమైళ్ళ దూరంలో హంపి! మీకి మార్గమంతా కరకు తుర కల ధాకాల ధాటికి ప్రక్కలై శిలాఖండాలు కనబడుతాయ్ ! బ్రిటిష్ ధార్తరాష్ట్రులు పిండి పిండి ఓ ప్రక్కకు విసిరివేసిన చెరకు పిప్పి పరచి నట్లుంది గదూ-యీబాట?

కాని యీ బాటలోనే ఆనాడు దారికిరి కెలంకులా కెంపుల అంగళ్ళు ఉండేవి. ప్రపంచంలో ఐదు ఖండాల వణిక్ప్రముఖులూ ఇచటకొచ్చి వజ్ర వైఢూర్యాల్ని కొనుక్కున్నగాని, వారి దేశాలకు కాంతిలేదు.

సరే ఆ బాటకేం జగద్విఖ్యాత యశోప్రభాత హంపిని దర్శిం చండి. పూర్వం దర్శించిన ఓ పోర్చుగీస్ దేశస్థుడన్నాడు.

"ఒక పర్వతాగ్రమెక్కి నలుదిక్కులా గాంచినపుడు యీ పురం జగత్ప్రసిద్ధమైన రోమునగరాన్ని మరపిస్తున్నది" అని. ఊహించండి - దాని సౌందర్యం.

చూడండా విరూపాక్ష దేవళం. ఇది రాయల కుల దేవాలయం. దీని స్తంభాలు మ్రోయిస్తే సప్తస్వరాలు పల్కుతాయి. అలా పలికించగల వానికి వాణి ప్రసన్న మయ్యేదట.

ఇదే హేమకూటం. చూడండా వినాయకుని విగ్రహం. ఒకే ఒక రాతి బండను దొలిచి చక్కగా చెక్కిన శిల్పమది. ఆ వినాయకుని బొడ్డులో వేలుపెట్టి చూడండి-ఎంత నునుపుగా ఉంటుందో! మీకు తటాలున తలంపు కొస్తాడా - ఆంధ్రశిల్పి!

దాన్ని విడిచి ఆనాటి విజయనగర వైధగ్ధ్యాన్ని దిగ్దిగంతాలకు చాటిన గజశాల చూద్దాం. గజశాలనుకూడా శిల్పాన్ని పొదిగించిన ఆ రాయలు మనకళ్ళముందు మెదులుతాడు.

రాయలు ఏర్పరచిన రంగవల్లిలోనే అష్టదిగ్గజాలని ఖ్యాతినొందిన మహాకవులు కవితా విన్యాసాలను గావించారు. తెలుగు విన్నాణం రాణదేరి అన్ని ఖండాల్లోనూ యశోచంద్రికలను కురిపించిన సరస్వతీ పీఠమది.

ట్రెయిన్ గుంటూరు సీమను త్రొక్కింది. రాయలసీమ నానుకొని ఉన్నదే యీ సీమ! పదిహేడు తరాల క్రితం, తెలుగు శాతకర్ణులు శిల్ప కళకు సంస్కృతీ వికాసానికి శ్రీకారం చుట్టిన అమరావతి ఇచ్చటనే ఉంది. విక్టోరియా మహారాణి వెలుగు కంతకూ మూలకారణమై ఆమె స్వర్ణకిరీ

టంలో మెరిసే అమూల్యమైన కోహినూరు వజ్రం - యీ అమరావతీ వజ్ర ఖనిలో బయల్వెడలినదే!

ఈ అమరావతికి కొద్దిదూరంలోనే నల్లమల కొండలను ఛేదించు కుంటూ పొర్లే కృష్ణవేణమ్మ వొడిలో గోపాలునివలె నిద్రపోతున్నది - నాగార్జునం. సకలశాస్త్ర పారంగతుడైన నాగార్జునాచార్యుడు, ఇచటనే విశ్వవిఖ్యాత బౌద్ధ విశ్వవిద్యాలయాన్ని నెలకొల్పి బౌద్ధ సందేశాన్ని సముద్రాంతర ద్వీపాల వారికి కూడా ప్రసాదించాడు. ఇచటి నల్లరాళ్ళు తెలుగు శిల్పుల చేతిలో వెన్నలతరగలై కరిగిపోయాయ్. పారిజాతపు వనాలు అప్సరసాంగనలు, ఎందరెందరినో ఆ నల్ల రాళ్ళలో నేటికీ చూడ వచ్చు. తెలుగుతనానికి సాక్షిభూతములవి.

కృష్ణవేణికి యీవలగట్టున విజయవాడ ఉంది. ఒకానొకనాడు పాండవ మధ్యముడు పాశుపతాన్ని పొందిన కనకదుర్గకొండ యుందిచట. దాన్నికూడా దాటిపోయింది-ట్రయిను. ఆముష్కర శకటాన్నిగాంచి కృష్ణ వేణి సుందర వదనాన్ని నల్లని కురుల చాటున దాచేసుకొంది.

దారి కడ్డుగా నిలిచిన స్టేషన్‌లను ప్రక్కలకు విసిరివేస్తూ ట్రెయిన్ టకటకా గోదావరి వంతెనెక్కింది. అలా ఎక్కిన బండిలో ఓ పెట్టెనుండి బిక్షకురాలి గొంతొకటి వినిపిస్తున్నది. ఆమె చంకనో పసిబిడ్డ! ఆ బిడ్డ పాలకోసమే ఆమె యాచన. ఉండుండి ఆ గొంతు ఆగిపోయింది. ఓ సైని కుడు తన కామతృష్ణకు ఆ అభాగిని అంగీకరించనందున గొంతునొక్కాడు. రెండు కాళ్ళు ఆ పెట్టెలో విలవిల తన్నుకున్నాయ్. నేలపై పసిబిడ్డ కెవ్వుకెవ్వున విలపిస్తున్నది. వంతెన మధ్యకొచ్చింది-ట్రెయిను. దాని కిటి కీలగుండా రెండు శవాలు నదిలోకి త్రోసివేయబడ్డాయ్. దూరంగానున్న కాగితపు కర్మాగారం ఆ దురంతాన్ని గాంచి, ధూమాన్నెగజిమ్మి "బాయ్" మని గద్దించింది.

ట్రెయిను విశాఖహద్దుల్ని త్రొక్కింది. విశాఖ అనగానే మీకు క్షాత్రతేజానికి ప్రతిబింబాలైన విజయనగరం, బొబ్బిలి సంస్థానాలు గుర్తు కొస్తాయ్. ఫ్రెంచి మ్లేచ్ఛుల ఉచ్చులోపడి ఆ తెలుగురాజు లిద్దరూ కత్తులు దూసి, కుత్తుకల్ని కోసుకున్న దిచటనే. సీతారామరాజు పేరు చెబితే మన్యంలో గడ్డిపరకలుకూడా ఎట్లా పోట్లాడుకుంటాయో అలా బొబ్బిలి

వెలమవీరుల కథను ఎత్తుకుంటేచాలు, అచటశిలా పెంకులుకూడా కత్తులు నూరుకుంటాయ్!

అంతదూరం పోకుండానే, ట్రెయిన్ నర్సీపట్నం స్టేషన్‌లో ఆగి పోయింది. దానికి సుస్వాగత మీయడానికి అనేక శకటాలువచ్చి స్టేషను ముందు సిద్ధంగా ఉన్నాయ్.

ట్రెయిన్ నుండి పటాటోపంగా సైన్యాలు దిగాయ్. వారి దుస్తుల ఒరిపిళ్ళకు ఆయుధాల రాపిళ్ళకూ వెల్వడే ధ్వనుల్లో ఎవరిమాటలూ విని పించడంలేదు. ఆఫీసర్లు ఏవేవో పిచ్చి కేకలు వేస్తున్నారు. సైన్యాధికార్లు శాల్యూట్లనిస్తూ బొర్రలు విరుచుకొని బయటికొస్తున్నారు! వారి వెనుక వస్తున్న సైనికుల ఇనుపనాడాల బూట్ల త్రొక్కిళ్ళతో భూమి దద్దరిల్లి పోతున్నది.

బయట శకటాలుబారులుతీరి ఉన్నాయ్. దిగిన సైనికుల్ని ఎక్కించు కొని ఒక్కొక్క శకటమే ముందుకు దూసుకుపోతున్నది. ముక్కుపుటా లను బ్రద్దలుగొట్టే పెట్రోలు కంపు! క్షయరోగి కక్కిన నెత్తుటికళ్ళిలా ఆ దిగిన సైన్యమంతా మన్యంలోని నలుదిక్కులకూ విస్తరించింది.

29

అందుకోగలిగిన వానికి "విమర్శ" మెదడుకు ఎంతపదును పెడు తుందో, తినగలిగిన వానికి "చేదు" అంతగా శరీరకలుషాన్ని హరించి వేస్తుంది.

అది సీలేరుకూ చింతపల్లికి మధ్యనున్న అటవీ ప్రాంతం! చిరుత పులులు విచ్చలవిడిగా విహరించే క్రూరవిపినం. ఆ విపినంలో చొరబడ్డం సూర్యుని శక్యంకూడా గాదు. అడ్డుగా సెలయేరొకటి ప్రవహిస్తున్నది.లేత జంతువుల్ని తిని చిరుతపులులు దాహం తీర్చుకునే దిచ్చటనే! అలాగే మన్యం మూగజనాన్ని కొల్లకొడుతూ, ఆ దారినపోయే దొరలు తమసాయం ఆహారమైన "సప్పర్"కు ఇచటనే మజిలీ చేస్తారు. అందుకే ఆ ప్రాంతానికి "సప్పర్ల" అని పేరు వచ్చింది. ఏర్లు ఉన్నచోటనే గదండీ, ఊళ్ళు వెలి సినా, మజిలీలు ఏర్పడ్డానూ!

ఈ సప్పర్లకు యీవల ఓ కొండ సొరంగముంది. ఈ సొరంగం దాటి బయట పడగలిగితే కొద్ది దూరంలో రంపుల్ ఘాటీ తగులుతుంది. అది దిగితే పెదవలస! పోటరులైన పడాల్ వంశీయులకిది పట్టుగొమ్మ. ఈ సొరంగంలో సీతారామరాజు యోగనిష్ఠలో మునిగి ఉన్నాడు. దాని కావలనున్న కొండ గృహలో రత్తి, ఇరులవలె లలాటాన్ని కప్పుకున్న ముంగురుల్ని మాటిమాటికి ఎగద్రోచుకుంటూ పొయ్యి ఊదుతోంది. కను లనూ, గొంతునూ పొగగ్రమ్మి ఒకటే దగ్గు!

"లే లేలే పెట్టా! యీ పూటకు ఉడుకదు కూడు?" అని సరదాగా జెబ్బపట్టుకు లాగాడు గోవిందు. ఆ లాగడంలో యౌవ్వనం పెల్లుబుకు తున్న ఆమె చనుగుబ్బలపైని పైట సహం జారింది, ఆ జారిన పైటను సవరించుకుంటూ, గాజులు గలగలలాడ, విదళించుకుంటూ. పరిహాసం చేసింది.

"గొప్ప మగధీరుడవే, అంతా ఐనాక తగుదునమ్మా అని వస్తివి?"

చుట్టూ వున్న పితూరీదార్లంతా రత్తీ గోవిందుల సరసోక్తులకు విరగ బడి నవ్వుకుంటున్నారు.

ఉడుకుతున్నవి-వెదురుబియ్యం పెట్టిన ఎసరు వేపకషాయం! అదీ వారితిండి. ఆ తిండితిన్న వానికి విషజంతువుల భయముండదని ఉపదేశిం చాడు-మనరాజు.

ఆ కొండకొనపై కావలికాస్తున్న యోధుని కనులు విప్పారిత మయ్యాయ్. "గూడెం" వైపుగా అతడి దృష్టిసారింది. గజారూఢుడై ఎవరో వస్తున్న దృశ్యం! చిరుత పులులు విహరించే విపినంలో ఏను గులు అడుగు పెట్టడమేమిటి? ఎవరైనా వేటకు వస్తోంటే, ఆ ఏనుగుల వెనుక అశేషమైన జనమెందుకు! మునికాళ్ళపై లేచి మరీమరీ చూశాడు. ధ్వనైనా, అతడి చెవిని తప్పించుకోవడం చాలా కష్టం! ఆ వెనుక వస్తున్న వారిచేతుల్లో ఆయుధాలుకనబడ్డాయ్. తటాలున చంకనున్నశృంగం తీశాడు, పూరించాడు. ఆ నాదం కొండనూ, గృహనూ, మార్మ్రోగుతూ సొరంగంలోకి దూసుకుపోయి సీతారామరాజు చెవులబడింది. నిష్ఠభంగ మైంది. చర్రున లేచాడు. తన దారిలో సొరంగమే వెనక్కి నడుస్తున్నదో తనే ముందుకు నడుస్తున్నాడో తెలియనంత త్వరితంగా కొండ శిఖరాగ్రం

పైకి వచ్చాడు. "గూడెం" వైపు చూశాడు. వాళ్ళు మృగయావినోదార్థం వస్తున్న వారుగలేరు. మన్యం మధుకోశాన్ని పిండి, మనుష్యుల్ని వేటాడ వస్తున్న దురంతకుల్లా కనబడుతున్నారు. ఇటు పెదవలసవైపు హోరు వినిపించింది. తలత్రిప్పాడు. అతడి గిరజాలజుట్టు సింహంజూలులా కదలాడింది. ముఖం భీకరాకృతి దాల్చింది. కొండసానువుల్లో కొండ చిలువల్లా ఎగబ్రాకుతున్నారు దొరలు!

అటూ ఇటూ ఎటుచూచినా సైన్యాలు! ఆలస్యం అమృతం విషం. చరచరా నిటలాక్షుని ఢమరం ధ్వనిలా, దద్దరిస్తూ గృహచెంత కొచ్చాడు. ఆయన వచ్చేటప్పటికే పితూరీ దారంతా "వేపకూడు" తిని అభిమన్యు కుమారుల్లా ఆయుధ ధారులై ఒకే వరుసలో కత్తుల్లా నిలచి ఉన్నారు.

"మీరు వెంటనే రెండు దళాలుగా చీలిపొండి. గంటం! ఒక దళానికి నీవు నాయకత్వం వహించు! పడాలు! నీ వొక దళాన్ని తీసుకో! ఇచ్చట చిరుతపులులు మెండు! వెదురు పొదల వెనుక మాటేసి కొందరు పులుల్లా గాండ్రించండి. ఆ గాండ్రింపులకు హడలిపోయి చెదరిపోయే సైన్యంపై మీ కోదండ పాండితిని ప్రదర్శించండి. గుళ్ళవర్షం కురిపించి ఏనుగులను పడగొట్టండి. తెల్లవాళ్ళ పోరులో ఇంగ్లాండులోని తమ తాత ముత్తాతలను తలచుకోవాలి. ఆపైని దేవి మేలుచేస్తే యీ అటవిలోని చిరుతలు విజృంభించి వాళ్ళను చప్పరించనైనా వచ్చు; ఊ కదలండి" తన సహచరులను ఉద్రేకపరచి తాను రివాల్వరును చేతబట్టి బయలుదేర బోతుండగా రత్తి తారసిల్లింది.

"అయ్యో! నువ్విక్కడే ఉండిపోయావా తల్లీ? గోవిందూ! రత్తిని భద్రంగా గూడేనికి తీసుకుపో."

రత్తి అభ్యంతరం చెప్పింది.

"మీరు పోరుతుంటే, నేను వాళ్ళ కళ్ళల్లో కారం కొట్టడానికైనా పనికిరానా సామీ?"

"మేమింకా బ్రతికి ఉన్నామమ్మా"

బుజ్జగించి గోవిందును తోడిచ్చి పంపివేశాడు. కాలినున్న గజ్జలను విప్పివేసి, గోవిందుతో ఓ పొదమాటున మాయమైపోయింది - రత్తి.

వైరిమూకలు దగ్గర పడుతున్నాయ్. "గూడెం" వైపుగా వస్తున్న

ఘూకలో ఏనుగులున్నాయ్. ఒకనాడుసంస్థానాధిపతులను భూస్థాపితంచేసిన బ్రిటిషు దొరలు తన నెత్తికి ప్రత్యేకంగా ముళ్ళకిరీటం పెడతారని ఆశతో సిగ్గులేక జయపూర్ రాజా పంపిన ఏనుగులవి. వాటిపైని బ్రెమన్ హేర్ సౌందర్సులు అధిరోహించి అర్థచంద్రాకారంగా విరచుకు పడుతున్నారు! ఇటు పెదవలస నుండి బాష్టియన్ త్రోవచూపుతుండగా టాల్బర్ట్ అశేష సేనావాహినితో అతడూ అర్థచంద్రాకారంగానే చొచ్చుకువస్తున్నాడు. అలా ఉభయులూ, రంపుల్ ఘాటీని చుట్టుముట్టి, చక్రవ్యూహంలో పితూరీదార్ల నందర్నీ చిత్రవధ చేయాలని పన్నారు కుట్ర.

కొండను క్రమ్ముకున్నాయ్ - సైన్యాలు. రాజు కొండపై నుండి రివాల్వరును కాల్చాడు. అంతే ఆ కొండపై నున్న ప్రతి వెదురు పొదా, వారి పాలిటి ఒక్కొ యమకింకరుడై నిలిచింది. పొదల్లోంచి బయలు దేరింది - రొద. ఒక్కటే గాండ్రింపులు. ఆ గాండ్రింపులకు ఏనుగులు ఘీంకరించాయ్. మృగరాజులు కలలోకి వచ్చినంత మాత్రాన గుండెపగిలి చచ్చే గజరాజులు తొండాలెత్తి భయంకర ఘీంకారాలతో సైన్యాన్ని కల ద్రొక్కుతున్నాయి. ఏనుగులపై నున్న చెన్నపట్నం తెల్ల సేనానులు ఎముకలు విరిగి నేలపై పడ్డారు.

సైన్యంలో కలవరం హెచ్చింది. అదే అదునని, పితూరీదార్లు అమ్ములవర్షం కురిపించ నారంభించారు. మేఘనిర్ఘోషంలా ఒకటే ప్రళయ ధ్వని. పెనుతుఫాను వీచినప్పుడు సర్వీమొక్కలు రాగాలు తీసినట్లు అమ్ముల ఝూంకారాలు సైనికులు హాహాకారాలు, ఎందరు చస్తున్నారో ఎందరు తమ పెద్దల్ని తలచుకుంటున్నారో లెక్కకు అతీతంగా నేలనారిగి పోతున్నారు.

బాష్టియన్ టాల్బర్టుకు పితికిమందు పోశాడు.

"సీతారామరాజు వద్ద పరకాయ ప్రవేశవిద్య ఉంది. ఒక్కొక్క ప్పుడు పులిలా ఐపోతాడుకూడా."

"నాన్సెన్స్" గ్రుడ్లురిమాడు-టాల్బర్టు. ఆ మరుక్షణం ఓ చిరుతపులి వాడిపైకి దూకింది. ఉరిమిన గ్రుడ్లను తేలేసి నోరప్పళించాడు. వాడి తొడపట్టి యీడ్చుకుపోతోంది - ఎవడో పుణ్యంకట్టుకుని, గురిచూసి చిరుతను కాల్చాడుగాని లేకపోతే వాడి హతం తథ్యం!

ఆ ఘటన మరీ బీభత్సం గొలిపింది - ఆ కిరాయి మూకలో బ్రతి కుంటే బిచ్చలైనా తినొచ్చనుకున్నవాళ్ళు, నేలపై నూకలున్న వాళ్ళు కాళ్ళకు బుద్ధి చెప్పారు.

పితూరీదారుల రొట్టె నేతిలో పడింది. పీనుగుల పెంటగా తయారైంది - రంపుల్ ఘాటీ! మోయలేనంత మారణ సామగ్రి వారివశమైంది. చండభానునిలా, పితూరీదారుల మధ్యకు వచ్చిన సీతారామరాజు ఒక్కొక్క యోధునీ, తన విశాల వక్షస్థలానికి హత్తుకున్నాడు. రాజరాజేశ్వరీదేవి తన ముద్దుబిడ్డల ఘనవిజయానికి ముగ్ధురాలై ఆ రణభూమిపై గళ్ళుగళ్ళున గజ్జల నాట్యం చేసింది!

30

నర్సీపట్నమంతా సైనికాధికార్ల శకటాల సంచలనంతో సంచలంగా ఉంది. ఆనాడు కలెక్టరు కచేరీలో సైనికాధికార్ల సమావేశం. పితూరీదార్ల ధాటికి పిక్కబలం చూపిన వీరాధివీరులు కూడా అందున్నారు. కచేరీ ప్రాంగణంలో క్షత సైనికుల ఆర్తనాదాలతో అది ప్రారంభమైంది. దానికి ఆధ్వర్యం వహించింది - సైనిక వ్యూహంలో సిద్ధహస్తుడైన "నాఫ్."

బ్రేకన్ స్థానంలో జిల్లా కలెక్టరుగా అంత క్రితం గుంటూరుజిల్లాను వెలిగించిన రూథర్ ఫర్డ్ వచ్చాడు. అతడి కుటిల తంత్రంపై ఆశలుంచు కున్న బ్రిటిషు ప్రభుత్వం అతడికి కిరీటం పెట్టి మరీ పంపింది. పలనాటి ఉద్యమాన్ని కుట్రతో అణచి ఆ ఉద్యమ నాయకుడైన నూనూగు మీసాల కనెగంటి హనుమంత కుమారుని రాజీమర్మం పేరుతో పిలువనంపి హత్యా గావించిన కుటిలుడా రూథర్!

సమావేశాన్ని ప్రారంభించ లేచాడు - రూథర్. బయట టకటకా బూట్ల చప్పుడైంది; అంతా అటు చూశారు. భుజకీర్తుల్లా నక్షత్రాలు, ఆ పైన నానాదేశాలు సంచరించి వచ్చిన గుర్తుగా రంగుబిళ్ళలు ధరించి, ఠీవిగా వస్తున్నాడొక అధికారి. సమావేశంలో మర్మరధ్వనులు చెలరేగాయ్. అతడు లోనికి రాగానే "కమిన్ గూడాల్, కమిన్!" అంటూ రూథర్ కరచాలనం గావించి తన సరసన కూర్చోబెట్టుకొని, అతడి గురించి ఉపోద్ఘాతమిచ్చాడు.

"అతడు ప్రపంచయుద్ధంలో బ్రిటిష్ సామ్రాజ్య సైన్యానికి నాయకత్వం వహించి విజయాన్ని చూరగొన్న శూరుడు. పితూరీ నిర్మూలనానికి మన సైనికబలాలకు సారథ్యం వహించ హిజ్ ఎక్సలెన్సీ దిగవర్నర్ పంపిన మేజర్ జనరల్ గుడాల్!"

అందరు కరతాళ ధ్వనులు చేశారు. ఆ ధ్వనుల మధ్య వక్కాణించాడు– రూథర్ ఫర్డ్;

"మరువకండి! తెలుగుజాతి చచ్చేవరకూ సాధించాలన్న మొండి పట్టుగల జాతి. చురుకైన సాహసోపేతమైన తెగ! అటువంటి సాహసానికీ, మరాటీలకు మించిన మొండితనానికి మకుటమైన మన్యంలో రేగింది తుఫాన్. దీన్ని తేలిగ్గా అంచనా వేయడం తప్పిదమే కాగలదని రంపుల్ ఘాటీఘోరులో మనకు స్పష్టమైంది...." అంటూ ఏదో కొత్త సత్యాన్ని కనుగొన్నట్టు బల్లగుద్ది భుజాలెగురవేశాడు.

అతడి మాటలు పూర్తి కాకమున్నే నెక్టై సర్దుకుంటూ టకాలున లేచాడు గుడాల్;

"నాన్సెన్స్! పితూరీలేకాదు పెద్దపెద్ద రెబిలియనులనుకూడా పునాదుల్లోకి పెరికివేసిన బ్రిటిష క్రౌనుకి యీబోడితలలు లెక్కకాదు...."

ఆ మాటలకు లాంగ్‌లివ్ బ్రిటిష్క్రౌన్! అన్న నినాదాలు పైకప్పు ముట్టాయ్. రూథర్ ఫర్డుపై రోత గుడాలుపై ప్రోతా ఏర్పడిందా సమావేశానికి.

అతడి మాటల్ని శ్రద్ధగా ఆలకించ సాగారు.

"పుట్ట పడగొట్టినప్పుడే పాములు బయటికి వచ్చును. అప్పుడు వాటిని కాల్చివేయడం వెరీయీజీ. అందుచేత ముందుగా ప్రజలపైనే దాడి సాగించాలి. అందు నిమిత్తము చీఫ్ కమాండరుగా నేను మన్యంలో మార్షల్లాను అమలు జరుపబూనుకుంటిని.

కరతాళధ్వనులు, ఆ ధ్వనులమధ్య వినీవినబడనిగొంతు;

"బాగుంది సార్! లేకపోతే ఎవడ్ని తోవడిగినా — ముక్కుకు తిన్నగా పొమ్మనేవాడే సార్!"

"నెక్సెట్, ఎప్పటి వార్తలప్పుడు మన కందివ్వడానికి చెన్నపట్నం నుండి వైర్‌లెస్ సెట్లుకూడా వచ్చినవి. పితూరీలో పాల్గొన్న వారినల్లా

ఖైదుచేసి అండమాను దీవులకు పంపివేయుటకు విశాఖపట్నంలో అరంట్ న్యాయమూర్తిగా మిలిటరీ కోర్టును తెరచినది - దొరతనం."

అప్పుడే ఛార్జీ తీసుకున్న ఓ మిలటరీ ఆఫీసర్ మన్యం తిరుగుబాటుపై అంత కూలంకష పరిజ్ఞానాన్ని ప్రదర్శించ గలుగుతున్నందుకు అంతా అబ్బురపాటు చెందారు.

అధికార దురహం హద్దుమీరింది - వానిలో, రూథర్‌ను శాసిస్తున్నాడు;

"రూథర్! ప్రజలకు ఆశచూపి లొంగదీయాలి. సీతారామరాజును పట్టి అప్పగించినవారికిరివార్డును యాభైవేలకు పెంచిగిమని ప్రకటించుము. ఈ పితూరీ నణచడంలో తోడ్పడనిచో ముతాదారులను తీసివేసెదమని చెప్పుము. ఒక్క సైన్యమునకు దక్క ఏజన్సీలోని ఏ మనిషికి, బయట నుండి ఆహారం అందకుండా కట్టుదిట్టము చేయుము తెలిసినదా!"

హాలంతా అదిరేలా ధన్‌మని బల్లగుద్దాడు. రూథర్ అంతటి కుటిల వేత్త కూడా గుడాల్‌కు తలవొంచేశాడు. "యస్, సార్" అని.

ఆ సమావేశంలోని చావు తప్పి కన్ను లొట్టపోయిన ట్రుమన్ హేర్‌టాల్బర్టు. సాండర్సు లాంటి వారికి కూడా ధైర్య మొచ్చింది. వారితో పాటు అంతకు క్రితమే స్పెషల్ ట్రెయిన్‌లో అస్సాం, గుర్ఖా పటాలాలు కూడా దిగి ఉండడం వారి నమ్మకానికి మరింత ఊపిరిపోసింది.

అంతా కొన్ని క్షణాలు మౌనం దాల్చారు. ఆ మౌన సమయంతో బల్లపై నున్న బ్రాందీని గడగడ, రెండు గ్రుక్కలను పంపాడు గొంతులోకి గుడాల్!

బయట మోటర్ సైకిల్ ధ్వనైంది. అది తిన్నగా కచేరిముందు కొచ్చి ఆగింది. దాన్నుండి ఓ పైలట్ దిగి, నేరుగా లోనికొచ్చాడు. జిల్లా కలెక్టరు పేరనున్న ఓ ప్రత్యేక వర్తమానాన్ని అందజేశాడు. దాన్ని రూథర్, గుడాల్ చేతిలోనే పెట్టాడు. గుడాల్ కనుబొమలు పైకిలేచాయ్. సీసాలోనున్న బ్రాందీని పూర్తిచేసి, గొంతు సవరించుకొని, పటాటోపంగా ప్రకటించాడు.

"ఇక పితూరీని పసిఫిక్ సముద్రంలో కలిపివేయ వచ్చును. ఆఫ్రికా,ఏడెన్, ఆఫ్ఘన్, ఎడారియుద్ధాల్లో కాకలుదీరిన కవర్టు, హైటరులే

రేపు వస్తున్నారని వర్తమానం! వారి ధాటికి థౌజండ్ సీతారామరాజులు నిలువలేరు?"

బాష్టియన్‌కు మన్యసీమంతా కరతలామలకం. అతడి బుర్రలో ఓ ధర్మసందేహం మెదిలింది. దాన్ని పైకి అనకుండా ఉండలేక పోయాడు.

"సార్, కవర్లు, హైటరులు ఎడారి యుద్ధాలలోకదా కాకలుదీరినది?"

"యస్...."

"మరి ఇప్పుడు మనం చేయవలసిన యుద్ధం అడవుల్లో కదా సార్!"

గుడాల్ పంటి క్రింద రాయి పడ్డట్టయింది;

"ఓ, యూ ఫూల్...." అంటూ చేతిలోనున్న బ్రాందీ కాయను విసిరాడు. అది గురితప్పి కిటికీలోంచి బయటకు దూసుకుపోయింది;

"ఇక ఆలస్యము వద్దు - ఎవరిరంగానికి వారలు కదలండి. పితూరీ పేరు ఉచ్చరించిన వానినల్లా కాల్చి వేయుము. ఊ పుషాన్?" లేవబోయాడు.

ఓ బాణం రివ్వునొచ్చి టకీమని అతడిముందు బల్లపై గుచ్చుకుంది.

"వాట్?" నివ్వెరపోయాడు - గుడాల్.

దాన్ని ఊడబెరికి చదువసాగాడు రూథర్.

"రేపు ఉదయం చోడవరంపై దాడిచేస్తున్నాం చేవగలదేని వచ్చి ఎదిరించవచ్చు!

ఇట్లు

అల్లూరి సీతారామరాజు"

గుండె లదిరాయ్ గుడాల్‌కు. రూథర్ ముఖం వివర్ణమైంది. సైనికాధికార్ల ముఖాల్లో కత్తివేటుకు నెత్తురుచుక్క కనబడ్డంలేదు.

"వాట్ ఎ కరేజ్? వెదకుము - యీ అమ్ము వేసిన బందిపోటును!"

అందరూ నలువైపులకి వెళ్ళారు. కచేరీ వెనుకనున్న మర్రిచెట్టు ఊడ ఊగిసలాడుతూ కనబడింది. అటువైపునుండి శింగన్న వస్తున్నాడు. సందేహించి అడిగాడు బాష్టియన్;

"ఎక్కడ నుంచిరా చెవిటి వెధవ !"

"ఎవడో ఇటు వచ్చిన అలికిడై ఉంటే చూడ్డానికి వెళ్ళింటి దొరా?"

"ఎవడా బందిపోటు !"

"ఏమో నాకు తెలువదు దొరా !"

రిక్త హస్తాలతో అంతా మరల లోనికొచ్చారు.

"జాన్ ! ధైర్యవంతుడివి నీవు! సైన్యముతో చోడవరం పోయి ఆ దుండగుల నెదిరించుము! బ్రిటిష్ క్రౌన్‌కు కీర్తిని తెమ్ము, పొమ్ము?" గుడాల్ రెండుచేతులూ జోడించి గావు కేకలు పెట్టాడు.

కొద్ది నిముషాల్లోనే బయట శకటాల చప్పుడు. కుడి ఎడమల గుడాల్, రూథర్‌లు నిలచి ఉండగా మధ్య బొమ్మలాకూర్చొని ఉన్న "నాఫ్"కి ఆ శకటాల పోకడ కార్చిచ్చు క్రమ్ముకున్న కారడవిన అడుగిడు తున్నట్టనిపించి ఉంటుంది.

"ఓమైగాడ్" అని కుర్చీకి జేరబడిపోయాడు.

31

మన్యం దొరలు పెడుతున్న ముప్పుతిప్పలకు మూడు చెరువుల నీళ్ళు త్రాగి, దేవుడ్ని తలుచుకుంటున్నారు - సీమ దొరలు. డేగలై వారు తరుంతూంటే గువ్వల్లా మబ్బులచాటున ఎగిరిపోతున్నారు. జలగలై వారు వెంటాడుతూంటే, చేపలై అట్టడుగు నీటిలో యీదుకుపోతున్నారు - మన యోధులు. నింగినిడిచి నేలబట్టిన సూర్యరథంలా, విప్లవ మహారథం సాగి పోతూంటే, దారి ప్రక్కలను దేవదారు వృక్షాలుకూడా రెండుపాయలై హృదయాన్ని విప్పి వారికీ సుస్వాగత మిస్తున్నట్లు ఉన్నాయి. ప్రకృతి భూదేవి, వనదేవతలూ, అశ్వనీ కన్యలు అందరూ ఆ కొండ దొరల్ని ఆశీర్వదిస్తూంటే వారిని అణచడం ఈ ఇలాతలంపై ఎవరి తరం!

కాకపోతే ధారకొండ చెంతనున్న నర్సీపట్నం ఎక్కడ ? పాపి కొండలకు దగ్గరలోనున్న చోడవరం ఎక్కడ? ఈ మధ్య నున్నదంతా దుర్గమారణ్యమే?

కాని ఏడొంపుల ఘాటినుంచి, అడ్డుగా అడ్డతీగల అడవి బాటను

పట్టారు-పితూరీ దార్లు. ఏడొంపుల ఘాటీమొగలో రాజరాజేశ్వరీదేవి చిద్వి లాసమంతా కనబడింది. సీతారామరాజు వక్షం ఉబికింది. ఓ క్షణం రెండు కనులూ మూసుకున్నాడు. అతడి అంతర్వాణిలో దేవి ప్రవేశించి ఏదోచెప్పి నట్టుంది - చేతి ఐదు వ్రేళ్ళుముడిచి లలాటాన్ని తాకి, ముద్దు పెట్టుకొని కనులు తెరిచాడు. తెరిచినంతలో ఘాటీపైని మలుపులలో ఏవో బళ్ళచప్పుడు వినిపించింది. తన సహచరులను ఆదేశించాడు.

"చూడండా బళ్ళేమిటో తల్లి ఆదేశమైంది. అవి ఆహారపదార్థాల బళ్ళే ఐతే కొల్లగొట్టండి! దారి పొడుగునా ప్రజలకందరకూ పంచి బెడదాం!"

"సై!" అని సాగిపోయింది - దండు.

అడబోయిన తీర్థమెదురైనట్టు, రెండు మలుపులు తిరిగేటప్పటికి బళ్ళు ఎదురయ్యాయ్. సీతారామరాజు వాక్శుద్ధి మహిమా అన్నట్టు సైనికు లకు చేరవేసే ఆహారపదార్థాలతో ఆ బళ్ళు నిండి ఉన్నాయ్. మన్యం కడుపుమాడ్చి నోరుకొట్టి దొరలు సాగించే ఆ దురంతానికి మన్య వీరులంతా కుతకుతలాడి పోయారు. బండివాని నుద్దేశించి, గంటం ప్రశ్నించాడు.

"ఎక్కడికీ ఆహార పదార్థాలు?"

"కృష్ణదేవుపేట కచేరివద్దకు బా"

సీతారామరాజు కలుగచేసుకొని "దారిలో కోయదొరలు పట్టుకు పోయారని చెప్పండి" అని, తన వీరులను ఆజ్ఞాపించాడు. "ఊ ఖాళీ చేయండి బళ్ళను."

చిటికెల్లో బళ్ళన్నీ ఖాళీ అయిపోయాయ్. తలకోమూట భుజాన వేసుకొని ముందుకు పోతున్నారు - అడగని వానిది పాపం - కనబడిన వారికల్లా పంచివేస్తున్నారు - వాటిని.

ఘాటీదిగి కాకరపాడుమీదుగా ముషిణివనం చొచ్చారు. ఏవో కిట కిట కీటకాల చప్పుడు మినహా మరేమీ వినిపించడంలేదు కాశీమజిలీ కథల్లో కాకులుదూరని కారడవులు, చీమ దూరని చిట్టడవులంటారే సరిగ్గా అదే యిది. దారల్లా కారుచీకటి, నిర్జన ప్రదేశమేకాక క్రూరమృగ నివాస భూయిష్టమైనదికూడా. ఏ డొంక కదిపితే జంతువచ్చిపడుతుందేమో నన్న భయమే. అయినా రామదండులా విల్లమ్ములు సంధించి మరీ నడుస్తున్నారు.

గంటందొరకి బొజ్జిపడాల్‌కి నడుమ సీతారామరాజు నడుస్తూ;

"గంటం, యీ కీకారణ్యం శ్రీరామచంద్రుని కాలంనాడు ఎంత కంటకావృతమై ఉండేదోకదా? పాపం ఆనాడు సౌమిత్రినీ, సీతమ్మనూ వెంట పెట్టుకొని ఎన్ని అవస్థల పాలయ్యేడో తలచుకుంటే, పితృవాక్పరిపాలనలో ఆయన దీక్ష ఎంత కఠినమైనదో బోధపడుతున్నది సుమా?" అని ప్రశ్నించాడు.

"అంతకన్నా కఠోరమైనది - మీ దీక్ష, శ్రీరామచంద్రుడు తన తండ్రిమాట నిలబెట్టడానికే అన్ని అవస్థల పాలైతే మీరు కోటానుకోట్ల భారతీయుల బానిసబంధ విముక్తికై పడుతున్నారు - పాట్లు."

"అలా అనకు గంటం అలా అనకు! రామభద్రుడు ఒక్క తన తండ్రిమాట నిలబెట్టడానికి కాదు విశ్వమానవ కోటికే పితృవాక్పరిపాలన శిరోధార్యం సుమా అని బోధించడానికంత బాధపడ్డాడు!"

పడాలు కలుగజేసుకొని అన్నాడు:

"స్వామీ మీరు మాత్రం తక్కువ మహత్యం గలవారా? దేవి మీ అంతర్వాణిలోనే ఆవేశించుతున్నదే, కాకపోతే ఇంతకు మున్ను ఏడొంపుల ఘాటీపై వస్తున్న బళ్ళలో ఆహార పదార్థాలున్నట్టు ఎలా కనుగొనగలిగారు?"

కర్ణపేయమైన వారి మాటలు వినడానికి వెనుక నడుస్తున్న దండు చీమల బారులూ, పరిగెత్తుకుంటూ వస్తున్నారు. అలా దుర్గమమైన ప్రయాణాన్ని సుగమంచేసుకొని, అడ్డతీగల బాటపైకి వచ్చాడు - సీతారామరాజు అతి చురుగ్గా వెళ్ళగల ఎర్రేశును పిలిచి;

"నీవు ఇలా మర్రివీడు వెళ్ళి మునసబు రుద్రయ్యగారిని నేను రమ్మన్నానని చెప్పి, అడ్డతీగలకు తీసుకురా. మేము అడ్డతీగల చేరేసరికి, నీవు రుద్రయ్యతో అక్కడ సిద్ధంగా ఉండాలి సుమా!"

"ఓ, సైయ్యే!"

పాదరసంలా ప్రాకిపోయేడు-ఎర్రేశు.

అడ్డతీగల నిర్మానుష్యంగా ఉంది. సమాచారం సేకరించగా అంతకు ముందే గ్రామంలో సైనికులు ప్రవేశించి జనాన్ని చిత్రహింసల పాల్జేసి, చోడవరం బాటకు వెళ్ళిపోయారని తెలిసింది. పాము కలుగులో నుండైనా

ప్రాకి పోగల మూగడ్ని స్టేషనులో పోలీసు సిబ్బంది ఉందో లేదో చూచి రమ్మని పంపాడు. తాను తన దండును సిద్ధం చేసుకొని ఓ జువ్విచెట్టు క్రింద వేచి ఉన్నాడు.

మూగడు సహందారి లోంచి తిరిగి వచ్చాడు. ఆతృతగా సీతారామ రాజు అడిగాడు!

"ఏమైంది?"

"స్టేషనులో పోలీసు లుంటిరి. లోపల్నుంచి పెడ బొబ్బలు విని పిస్తవి."

"అయితే అందరూ అన్ని వైపులనుంచి కాల్చుకుంటూ స్టేషన్ను ముట్టడించండి!"

కదిలాయ్—కొదమ సింగాలు. ఆకాశం చిల్లులుపడుతున్నట్టు ధారా వాహికమైన తుపాకి గుండ్ల ధ్వని. స్టేషను ఎదుట కావలి ఉన్నది—మామూలు పోలీసులు కాదు. ఇద్దరు మలబారు సైనికులున్నారు. నరమాంస భక్షణకు కూడ ప్రసిద్ధివారు. కాల్పులు విని, తుపాకుల్ని పొజిషన్‌లోకి వాళ్ళు తెచ్చుకున్నారో లేదో, ప్రక్కగా మల్లు పడాల్ లొచ్చి, తుపాకి మడమల తిరగవేసి, కపాళాలు బ్రద్దలయ్యేలా రెండు బాదులు బాదారు. అంతే, వాళ్ళు నేల కొరిగిపోయారు.

నేరుగా దండు లోనికి వెళ్ళింది. లోపల అస్సాం సైనికులు, సీతా రామరాజు ఆచూకీ తమకు తెలియదన్న కొంతమంది జనాన్ని చిత్రహిం సలు పెడుతున్నారు. మన దండు వారిపై విరుచుకుపడి, ఒక్కొక్కడ్నే చావగొట్టి బయటకు విసిరివేస్తున్నారు. బయటో దండు ఉంది. ఆ దండు వారి నందుకొని నలుగు పెట్టి మరీ వాదులుతోంది!

"మన జనాన్ని చెరవిడిపించి ఆ చెరలో యీ సైనికుల్ని పారే యండి" ఆదేశించాడు, రాజు.

ధనామని చెర తాళాలు బ్రద్దలయ్యాయ్. బోయవాని వలలో పడ్డ పక్షులు బిల బిలా పైకివచ్చినట్టు, ఆ జనులు బయటకొచ్చి రాజుపాదాలపై పడ్డారు. చావగొట్టిన సైనికుల్ని చెరలో పడవేసి, మన్యందండు కూడా బయటకొచ్చి సీతారామరాజు చుట్టూ దడి గట్టింది.

చెరనుండి బయటపడ్డ వారిలో రుద్రయ్య ఉన్నాడు;

"రాజా! సమయానికొచ్చి రక్షించారు. మీ ఋణం ఎలా తీర్చుకో డమో!"

"లేదు రుద్రయ్యా జ్ఞాపకముందా! ఒకనాడు పైడిపుట్టలో ఫజు ల్లాఖాన్ మృతివార్త నందించినప్పుడు నీ ఋణం తప్పక తీర్చుకుంటా నన్నాను, ఆ ఋణాన్ని యిప్పుడు తీర్చుకున్నాను."

"ఆహా చిరంజీవిగా వర్ధిల్లునాయనా!" అందులోంచో కురువృద్ధుడు ఆశీర్వదించాడు.

"సంతోషం! మేమిక చోడవరం పోవాలి. ఈసారి సైనికులు పైబ డితే ఆత్మరక్షణ చేసుకోండి!"

వారికా సందేశమిచ్చి మరలింది-మన్యందండు!

"వినండి రాజా! రాతికొండల మీంచి వెళ్ళాలి మీరు! నాగుర్రాన్ని తీసుకుపోండి!" అంటూ రుద్రయ్య తనను బంధించినప్పుడు సైనికులు స్వాధీనం చేసుకొని స్టేషను చెంత కట్టిన గుర్రాన్ని తెచ్చియిచ్చాడు.

గుర్రం కళ్ళల్లో విద్యుత్కాంతు లీనుతున్నాయి. రాజు హస్తం పడేసరికి అది కాలుదువ్వి, సఖిలించి శిరస్సు వొంచింది—దీనికి పంచ కళ్యాణి రేఖలున్నాయి రుద్రయ్యా అని దాన్ని అధిరోహించాడు. అందరూ చేతులెత్తి నమస్కరిస్తుండగా కదిలిపోయింది—గుర్రం! ఆ వెనుక మన్యం వీరులు!

అక్కడికి సీతపల్లివాగు ఏడు క్రోసుల్లో ఉంది. ఆ బాటను వాళ్ళల్లా కళ్ళున్న దేవేంద్రుడు కూడా కనుక్కోలేడు. ఆ సీతపల్లికి చోడవరం రెండుక్రోసులు. రంప ఏజన్సీకి మకుటద్వారమైన గోకవరం సీతపల్లికి అయిదు క్రోసులుంటుంది. ఈ గోకవరాన్ని ఆనుకుని ఫజులుల్లాబాద్ ఉంది. సీతారామరాజుచే కొన్నాళ్ళు పైడిపుట్టలో వ్యవసాయం చేయించ గలిగిన డిప్యూటీ కలక్టరు ఫజులుల్లాఖాన్ ఇచ్చటనే తాను తురుష్కుడైనా హైందవ దేవాలయాన్ని కట్టించి, కొంత మాన్యాన్నిచ్చి హృద్రోగంతో చనిపోయాడు. అతడి పేరు మీదనే ఆ గ్రామం వెలసింది.

జాన్ తన సేనలతో చోడవరం చేరాలంటే గోకవరం మీంచి రావాలి. చోడవరం స్టేషన్ను కొల్లగొట్టాలన్న సంకల్పంతో సితూరీదార్లు అతడికన్నా ముందుగానే వచ్చి ఆకలిగొన్న పులుల్లా సీతపల్లి వాగుచెంత

మాటువేశారు. నిప్పులుగ్రక్కుతున్న వారికళ్ళు సైనిక గమనాన్ని పసిగడు తున్నాయ్; గోకవరం వైపుగా కోలాహలం వినిపించింది.

"ఊ పగ్గాలు పట్టి చెట్లెక్కండి!"

దండును ఆదేశించి తను పడాల్ గంటం మరికొందరు వీరుల్ని తీసుకొని ఓ కొండ పణుకు వెనుక స్థానాన్ని తీసుకున్నాడు రాజు.

జాన్ గుర్రం నురుగులు గ్రక్కుతూ, డొక్కలెగరవేస్తూ వస్తున్నది. ఆ వెనుక సైనికులున్న కొన్ని గుర్రాలు! వారిని చూచి, పంచ కళ్యాణి సకిలించింది. ఆ సకిలించింది తమ గుర్రమే ననుకున్నారు—మూర్ఖులు! ఆ సకిలింపు వినగానే సీతారామరాజు గాలిలోకి రివాల్వరు పేల్చాడు. సైనికుల గుర్రాలు మునిగాళ్ళపై లేచాయి. ఆ వెంటనే చెట్లపై నుండి పగ్గాలు పడ్డాయి. ఆ పగ్గాలలోపడి గింజుకుంటున్నారు-సైనికులు. వారిని విడిచి గుర్రాలు పరుగెత్తబోతోంటే, పితూరీదార్లు ఆ గుంపును ముట్టడించారు. మాటుకాచిన దండు బరిమీద కొచ్చింది. భీమసేనుని గదా దండంచూచి వొడలెల్ల కంపించిన సైంధవునిలా "జాన్" పగ్గంలో బిగిసి కొట్టుకుంటున్నాడు. వానిచెంత కొచ్చి నడుంపై చేతులాన్చి సీతారామరాజు హితోపదేశం చేస్తున్నాడు.

"మూర్ఖుడా! శిక్షించగలిగి కూడా క్షమించి విడిచి పెడుతున్నా, అలాగే భారతీయులు మీ దోపిడీని దగ్ధం చేయగలిగికూడా సహించి ఊరు కుంటున్నారు. పో! మీ దొరకు తెలియజేయి-మా భారతీయుల ఔదార్యం! నీతి ఉంటే మాదేశాన్ని వొదలి పొమ్మను."

నోరెత్తలేదు-జాన్. ప్రాణాలు దక్కినందుకు నిట్టూర్చాడు.

"పగ్గాలు విప్పి వీరిని విడిచిపెట్టండి!" ఆదేశించాడు రాజు. వారి దొండాకు పసరు క్రక్కించాలని కారాలు మిరియాలూ నూరుతున్న కోయ దొరలకు ఆశాభంగమైంది.

సైనికులకు క్షమాదానం చేసి, వారి గుర్రాలపై తామెక్కి అరవిడి చిన అమ్ముల్లా చోడవరానికి దూసుకువచ్చారు. అచటిక ప్రతిఘటనే లేదు. స్టేషన్ రికార్డును ధ్వంసంచేసి, ఆయుధాలను వశపరచుకొని ప్రక్కనే ఉన్న "రంప" కొండపై వెలసిన రామభద్రుని మనసారా కొలిచారు.

ధైర్యానికి మేరువు, శక్తికి సింధువు అనుకున్న జాన్ సేనాని

లాంగుబాటుతో గంగవెఱ్ఱులెత్తిన ప్రభుత్వం నాటినుండి తమ రికార్డుల్లో "రంప పితూరీ" ని రాసుకోసాగింది. ఎచ్చటో మూలనున్న ఒకానొక రంపను ఇంగ్లండు దేశంవరకూ ప్రాకించి, అలా సార్థకం చేశారు - మన యోధులు.

32

పరాభూతులైన దొరల గుండెలు కాష్టంలా కాలుతున్నాయ్. చిత్త కార్తి కుక్కల్లా చెచ్చరిల్లి ఒక్కొక్క పితూరీ స్థావరాన్నే ముట్టడించి ఫిరంగులతో ప్రేల్చివేయాలని సంకల్పించారు.

గాము కొండపై సీతారామరాజు శింగన్నకోసం నిరీక్షిస్తున్నాడు. ఈసారి పోరు భీషణంగా జరుగుతుందని అతడి అంతర్వాణి ధ్వనిస్తున్నది. అది ఎచట జరుగుతుందో, ఆ దేవికే ఎరుక.

ధారకొండను ఆనుకొని ఉంది - గాముకొండ. ఆ రెండు కొండలు కలిసినచోట ఒకే కొండ రెండు చెక్కలైనట్టనిపిస్తుంది.

"అడుగో! చినుకూ చినుకూ చీల్చుకు పోగలిగిన సహదేవుని కత్తిలా శింగన్న ఎలా వస్తున్నాడో చూడండి!" అని గాముకొండ పాదాల చెంత నున్న నిమ్మగడ్డ గ్రామంలోంచి చొచ్చుకొని వస్తున్న శింగన్నను సీతా రామరాజుకు చూపించాడు పడాల్.

"రానియ్! అతడు గావించిన సాహసానికి దొరలంతా నిర్విణ్ణులై పోయారట. కొత్తగా దిగిన కవర్టు హైటరుల ఉదంతం అతడినుండి విందాం!"

కొండపైకి చురుగ్గా ఎగబ్రాకి వస్తున్న శింగన్నకు చేయందించి హృదయానికి హత్తుకున్నాడు పడాల్.

"నర్సీపట్నంలో అతిచాకచక్యంగా మిరపకాయ టపావేసి తప్పించు కున్న నీ చతురతకు...." అని హార్దికతను వెల్లడించ బోతున్నాడు-రాజు. దాన్ని త్రుంచి, ఆత్రుతగా హెచ్చరించాడు - శింగన్న;

"రాజా! నర్సీపట్నం సంగతటుంచండి! మీ మెరుపుదాడులను త్రిప్పి

కొట్టగల హేమాహేమీలు దిగారు. వాళ్ళు అస్సాం సిపాయిలను వెనకేసు కొని మీ కోసం గాలిస్తున్నారు."

"కవర్టు హైటరులా?"

"అవును" అని శింగన్న అనేలోగా ప్రళయధ్వానంతో ఫిరంగి గుండు ప్రేలింది. గుర్రం సకిలించింది. "మీ రిక్కడే ఉండండి!" అంటూ క్షణకాలంలో రాజు గుర్రంపై కొండశిఖరాగ్రానికి వచ్చి క్రోధారుణ నేత్రాలతో చుట్టూ పరికించాడు.

అడకత్తెర వ్యూహంలో ఇద్దరు ఆజానుబాహులైన సైనికాధికారుల నాయకత్వాన స్టెన్‌గన్‌లు చేతబట్టి, సైన్యం విరుచుకు పడుతున్నది. గుర్రాన్ని "చక్" మని తమ స్థావరం చెంతకు మళ్ళించాడు. ఆ సావరాన్ని పట్టుకోవడం సూర్యునితాక ప్రయత్నించడం లాంటిది. అలా ప్రయత్నించిన హనుమంతుడి మూతే రెండు చీలికలై క్రిందపడ్డాడు-ఇక యాతుచ్ఛుల తరమా? ఏమైనా ప్రమత్తత పనికిరాదు. తనువుల్నే తృణప్రాయంగా పణమిదవలసిన తరుణమిది. ఆ నరభక్షకులైన కవర్టు హైటరులను యమపురి కంపగలిగారా ? అర్కచంద్రులు ఆకసంపై రాజ్యమేలునందాక, "పితూరీ" ని భారతజాతి స్మరిస్తుంది.

స్థావరం చెంతకు ఒక్క ఊపులో దివినుండి భువికి దిగిన చండభానునిలా వచ్చాడు. అప్పటికె ఫిరంగిధ్వనికి రోషాక్రాంతులై జేపురించి ఉన్న పితూరీ దార్లను పురిగొల్పాడు;

"సహచరులారా! కొండను ముట్టడించారు శత్రువులు. మన్యం సంపదను తెగమెక్కి క్రైపెక్కి మనల్ని హతమార్చాలన్న దుష్టబుద్ధితో బయలుదేరింది తెల్లదండు! సూర్యచంద్రులు గతులు తప్పినా, మనచేతిలో వారి వధ తప్పకూడదు. ఈనాటి విజయంపై కొన్ని తరాల భారత భవిత ఆధారపడి వుంటుంది. తెలుగుజాతి తెల్లదొరలను వధించారన్న ఘనకీర్తి మనకు దక్కాలి. కంఠ కొన ప్రాణం ఉన్నంతవరకూ పోరాడి మరీ విజయాన్ని సాధించాలి. లెండి! ధనస్సులు-సంధించండి! తుపాకు లెక్కుపెట్టండి. జై రాజరాజేశ్వరీదేవికి—"

"జై!" అనే సింహనాదం చేశారు-వీరులు. కొండ స్థావరమంతా

చలదుత్తేజమైంది. అవతల ఎచటనుంచో వీరయ్యదొర దూసుకువచ్చాడు. అతడి వక్షం చెమర్చి ఉంది.

"చాలా సైన్యముంది రాజా. మహాప్రవాహంలా ముంచుకొస్తోంది"

ఆ మాటకి ఆయుధపాణులైన యోధులు తోక త్రొక్కిన తాముల్లా లేచారు. గంటం ఉద్రిక్తుడై ఉన్నాడు.

"రాజా త్వరగా ప్లాను చెప్పు!"

"పదండి కొండపైకి!"

బయలు దేరింది దండు! ఫిరంగిధ్వనులు మిన్నుముట్టుతున్నాయ్. ఆ ధాటికి కొండ అదిరిపోయింది. పాము మెలికల్లా, కొండను శత్రు సైన్యాలు ముట్టడిస్తున్నట్టు కనిపించింది-గోవిందుకు.

"వాళ్ళటు పోతున్నారుగా?"

"అటు చూడు!

ఆ పొదలకు పాగాలున్నాయ్." అందరూ ఆశ్చర్యపోయారు. రాజు గర్వంతో ఉప్పొంగిపోయాడు.

"సెభాష్, వీరయ్యదొరా! చతురతలో శివాజీని మరపించావ్. ఒక నాడు శివాజీకూడా ఇలాగే పొదలకు పాగాలు చుట్టి, అదొక పొంచివున్న గెరిల్లా దళంగా, శత్రువులను మభ్యపరచి, మట్టుపెట్టాడు. ఆ శివాజీగాని బ్రతికివుంటే, నిన్ను చూచి రొమ్ము విరుచుకొని ఉండేవాడు!"

గంటం చకితుడై అన్నాడు. "ఇంత ఘటికుడవనుకోలేదు వీరయ్యదొరా?"

"ఘటికుడేకాదు. తన ప్రతిభద్వారా ఇప్పుడు మనకో కొత్త మార్గాన్ని చూపించాడు. ఇక వినండి! ఆ పాగాలను చూడగానే సైన్యాలు కంగారుపడి వెనక్కి వస్తాయ్. ఆ సైన్యాలను నేనీ లోయవైపుగా మళ్ళిస్తాను. అదుగో, శింగన్న చెప్పిన కవర్టు హైటరులు వాళ్ళే ఐవుంటారు. పడాలూ! వాళ్ళపని నీవూ, గంటం పట్టండి? అలా ఎప్పుడైతే జరిగిందో వాళ్ళలో ముసలం పుడుతుంది. ఆ సైన్యాలు బెదిరి, చెదిరి పోతాయ్.... ఇదిగో ఇలారండి!" అంటూ వారిని ప్రక్కనే ఉన్న కొండపణుకు వద్దకు తీసుకెళ్ళాడు.

"వీరయ్యదొరా, నీవూ, మూగడు, ఎఱ్ఱేశు, యీ పణుకు ప్రక్కమాటేసి, ఆ వైగే సైన్యాలను కాల్చండి! మీకు అండగా మన కోయ, చెంచు రేచులుంటాయి. వాళ్ళు తిరుగుముఖం పట్టే త్రోవలో నేను కాసి, వాళ్ళను నేరుగాయమపురి కంపుతా. అంతకి దాటిపోతారా?ములూ,గోవిందూ! మీరు ఆ కొండ శిఖరంపై కాయండి! పారిపోతున్న సైన్యాలపైకి బండలను దొర్లించండి! వాళ్ళ పుర్రెలు పుచ్చకాయల్లా పగిలిపోవాలి. జాగ్రత్త! ఇక చెదిరిపోండి. ప్రతి గుట్టకీ, పుట్టకీ, చెట్టుకీ, ఒక్కొక్కడుగా ఆవహించండి! అటూ ఇటూ ఎటుచూసినా మనమే కనబడాలి. సీమదొరల కళ్ళు చెదిరిపోవాలి. కడకు ఆకాశాన్నైనా మీ విశాలమైన బాహువుల్ని చాపి, ఆవరించండి! అవసరమైతే, మన మాతృదేశ విముక్తికి మన శిరస్సులను త్రుంచి పుష్పాలుగా సమర్పిద్దాం." అని పిడికిలి బిగించాడు-సీతారామరాజు!

దిశలెల్ల దుంధుభులు ధంధణా కొట్టినట్టు అల్లూరి సీతారామరాజుకీ జై. అని భువనఘోష చేశారు-మన్యం వీరులు.

"ఇక కదలండి నేను శృంగనాదం చేయగానే కాల్చండి" అంటూ రివ్వున పంచకళ్యాణి నెక్కి అందరూ చూస్తుండగానే అదృశ్యుడై రెండు చెక్కలైనట్టున్న శిఖరంపైని కాలిబాటలో ప్రత్యక్ష మయ్యాడు - రాజు. అప్పటికే భూకంపం పుట్టినట్టు, ఫిరంగిమోతలతో కొండ దద్దరిల్లిపోతున్నది. అగ్నిపర్వతాలు రాపాడగా వెల్వడే నిప్పురవ్వల్లా గుండ్లవర్షం జ్వాలలు క్రక్కుతున్నది. పెళ్ళపెళ్ళన వృక్షాలు విరిగిపడ్డట్టు, అడవి మృగాలన్నీ ఒక్కపెట్టున ఘూర్ణిల్లునట్టు, భీకరధ్వనులు వినబడుతున్నాయి. సకిలిస్తున్న అశ్వంపై ఎఱ్ఱటికాంతుల్ని వెళ్ళగక్కుతున్న రాజు మన్యం యోధుల మేనులెల్ల పులకరించ శృంగనాదం చేశాడు. అంతే ధారావాహికంగా మేఘపటం గర్జించినట్టు అమ్ములధ్వని, తుపాకీ గుండ్ల ప్రేలుళ్ళు.

ఆ కదనరంగంలో గుఱ్ఱం విచ్చలవిడి విన్యాసం జరుపుతోంది. రాజు స్వారీచేస్తూనే వొంగొంగి, ఒక్కొక్క వీరుడ్నే భుజంతట్టి ఉద్రేక పరుస్తున్నాడు;

"ఊ. సీమదొరల గుండెల్లో చిచ్చులపిడుగులై ప్రేలండి! ముష్కర నివహాల్ని ముంచివేయు పెన్నిధులై పొంగండి. కుప్పించి దూకండి. ఆంగ్ల సీమ వొణకాలి, తెలుగుల పేరిన్న సీమదొరలు చావాలి."

వీరులు సవ్యసాచుల్లా పోరుతున్నారు. గ్రుక్క తిరక్కుండా కొడుతున్నారు. కవర్టు ఫైటర్లు ఎన్నెన్నో యుద్ధాలు చూడవచ్చు. జయించవచ్చు. కాని దేశం, ప్రజలు, జీవితంపై విశ్వాసమున్న వారితో పోరి ఎరుగరు. వాళ్ళ నరాలు పట్టుతప్పాయ్. కాళ్ళు తేలిపోతున్నాయ్. ఓకొండ పణుకు తగిలి ముందుకు తూలారు. తూలి తమాయించుకొని ఎదురు చూడగానే ఓ అమ్ము రివ్వునవచ్చి వాళ్ళ కాళ్ళముందు నేలను గ్రుచ్చుకొంది. దాని ధాటికి ఓ బెల్లుపైకి లేచిపోయింది. కంపించి పోతున్న చేతులతో అమ్ములాగారు, దాని మొనకో మిరపకాయవుంది, ఆ చివర ఓ చీటి; విప్పి చూశారు.

అడుగు ముందుకు వేశారా, మీ ఆయుష్షుసరి! అని ఉందా చీటిలో. కోపమొచ్చింది—దొరలకి. కాల్చుకుంటూ ముందుకు దూకారు; వాళ్ళకు పాతిక బారలదూరంలో ఓ మద్దిచెట్టు ఉంది. ఆ చెట్టు వెనుకనే గంటం, పడాల్‌లు మాటుకాశారు. ఊఁ కాల్చండి! అని ఆదేశ చిహ్నంగా మద్దిచెట్టుమానులో అమ్ము గ్రుచ్చుకుంది. దాన్ని చూచి తడబడ్డారు దొరలు! ధనామని రెండు తుపాకు లొక్కమారు ప్రేలాయ్. అంతే టపీమని ఆ దొరల రెండు కళేబరాలూ, లోయలోపడి దొర్లిపోయాయి. నిజంగా ఆంగ్ల సీమ వాణికింది.

తుపాకుల్ని ముద్దుపెట్టుకొని పడాల్, గంటం, ఇందొరులు గాఢంగా కౌగలించుకున్నారా విజయానికి.

దొరలెప్పుడైతే కూలిపోయారో, ఆ చెదిరిపోయిన సైన్యంపై శరవర్షం కురుస్తున్నది. బండలు దొర్లుతున్నాయ్. పుర్రెలు పగులుతున్నాయ్, హాహాకారాలు మిన్నుముడుతున్నాయ్. యముడే తన లోకం నుంచి దిగివచ్చి, తన ఇనుప గిట్టల దున్నపోతును వారి శిరస్సులపై నాట్యం చేయిస్తున్నట్టుంది. వాళ్ళకిప్పుడు తెలుస్తున్నది - తెలుగు తడాఖా. స్వతంత్ర కాముకుల సత్తా.

చావుదెబ్బ కొట్టేంతవరకూ ధనస్సు క్రింద పెట్టకూడ దన్నంత వేడితో రాజు ఎటుచూచినా తానై, రుద్రుడు, కాల భైరవుడై కాలుస్తున్నాడు. భీకర సంగ్రామం చెలరేగుతున్నది. పడమటి కొండలు ఎర్రబారు

తున్నాయి. కారు చీకటి ఆవరిస్తున్నది. కాగడాల కాంతిలోనే పోరు జరుగుతున్నది.

సామ్రాజ్యాన్ని వెలిగించిన దొరలు వొరిగి పోయారు. వారి శవాల నైనా ఎత్తుకు వెళ్ళాలి. పిచ్చికుక్కలైపోయారు. సర్వం అర్పించి గూర్ఖా పటాలాలు పోరుతున్నాయ్. అస్సాం సిపాయిలు పారిపోయారు.

బళ్ళున తెల్లవారింది. మరికొన్ని సైన్యాలను తోడ్తెచ్చుకున్నారు. ఆ సైన్యాలకు అధిపతులు, చెన్నరాష్ట్ర పోలీసు ఇనస్పెక్టరు జనరల్ ఆర్మిటేజ్, అతనికి సహాయకుడు సూపరెన్టెంటయిన కేన్. వాడో కాల భైరవుడైతే వీడో కాలకింకరుడట. ప్రాణాలను ఫణమొడ్డి శవాలకై పోరు సాగించారు;పద్దెనిమిది దినాలు పద్దెనిమిది అక్షౌహిణీల సేనతోసంకులసమరం సాగిన కురుక్షేత్ర రణరంగాన్ని మరిపిస్తున్నదాపోరు. తెలుగుయోధులకు అన్న పానీయాలు లేవు; నిద్రలేదు. వారినో అజ్ఞాత శక్తి నడిపిస్తున్నది. చేవతరగని క్షాత్రతేజంతో, సమధికోత్సాహంతో, విజృంభిస్తున్నారు. వారినారి మ్రోతలకు వియత్తలం వీణానాదం చేస్తున్నది - కొండపణుకులు తునాతునకలై త్రుళ్ళిపోతున్నాయి. ఆకలి మంటల మలమలమాడే అభాగ్యు లంతా ఏకమై ఎదురు తిరిగితే, ఎనభైలక్షల మేరువులైనా చూర్ణంకాక తప్పవ్. చీకటి పడింది. ఆ శవాలకు మరి కొందరిని బలిచ్చి, వెన్నిచ్చి వెనుదిరిగారు - పెద్దదొరలు!

మూడవనాడు-మరో తెల్ల సేనాని "స్టీఫర్డు" దిగాడు. బంతినెంత గట్టిగా నేలకు కొడితే అంత గట్టిగా మరల తన నుదుటికే తగుల్తుందన్న నగ్న సత్యాన్ని గమనించిన తెలివైన పిండమది! తెల్లజెండా ఎత్తి ఆ లోయలో చొరబడ్డాడు. కాల్పులు ఆగిపోయాయ్. మిరపకాయ మొననున్న ఓ అమ్ము వచ్చి శవాల మధ్య గ్రుచ్చుకొంది. దాన్ని తీసి, చివర కట్టిన చీటిని చూశాడు.

"శవాలపై కాదు మా యుద్ధం-మీ లొంగుబాటు చూడ్డానికి! ఇక తీసుకుపోవచ్చు.

ఇట్లు

అల్లూరి సీతారామరాజు"

శవాల్ని తీసుకుపోయి నర్సీపట్నంలో సమాధి చేసిన పిదపగాని వారు ఊపిరి పీల్చుకొనలేక పోయారు. అప్పుడు కలిగింది వారికి మరో జన్మ ఎత్తినంత ఊరట.

33

పుచ్చపువ్వులా విరిసిన వెన్నెల, నిర్మల గంగా ప్రవాహంలా కొండ దొరల దండు సాగిపోతోంది. తెలుగుజాతికి శాశ్వత కీర్తిని ఘటింప జేసిన మహత్తర విజయచిహ్నంగా సత్యన్నారాయణస్వామిని సందర్శిద్దామని పవిత్ర అన్నవర క్షేత్రానికి వారి పయనం!

తెల్లవారుసరికల్లా, సీతారామరాజు తన ఉపనాయకులతో, సహ యోధులతో అన్నవరానికి వేంచేస్తున్నాడన్న వార్త నలుమూలలకూ, తెరలు తెరలుగా అలుముకొంది. సూర్యుడు వహ్నికిరీటం దాల్చి, ఆకాశం పైని అవతరించిన శుభోదయవేళ ఆ దండు అన్నవరం చేరుకుంది. చేరీ చేరగానే పంపానదిలో స్నానమాచరించి, సత్రంలో అడుగుపెట్టారు. సత్రానికి ముంగిట సనకసనందనుల్లా ఇరుపార్శ్వాల గాము సోదరులు కావలి ఉన్నారు.

అప్పటికే తండోపతండాలుగా అచటజేరిన జనసమూహానికి, గంటం దొర సమాధానమిస్తున్నాడు.

"దేవీస్తోత్రం పూర్తయినగాని రాజు బయటికిరారు. కొద్దిసేపు ఓపిక పట్టండి!"

ఇంకనూ ప్రభలు కట్టుకొని బిడ్డలను చంకనిడుకొని, ప్రజలు వస్తూనే ఉన్నారు. మూలనున్న ముసలమ్మలుకూడా వచ్చి వేచి ఉన్నారు.

సహయోధుల బృందమొకటి, పోలీసు స్టేషనుపైకి దాడికి వెడలింది. ఆ బృందాన్ని చూడగానే పోలీసులు తుపాకుల్ని వారికప్పగించారు. వాటిని పట్టుకొని పడాల్ కూడా బయటనే నిలబడి ఉన్నాడు.

నిష్ఠలోంచి లేచాడు - సీతారామరాజు. స్వామి దర్శనానికి బయలు దేరాడు. అప్పుడే బయట త్రొక్కిసలాట ప్రారంభమైంది. కావి వస్త్రాలు ధరించి, చేత పేకబెత్తం పట్టుకొని శాక్యమునిలా ప్రజలముందు ప్రసన్న దయ్యాడు.

తొలికానుకగా తుపాకుల మోపును పడాల్ ఆయన పాదాలచెంత నుంచాడు. "సరే, వీటిని భద్రపరచండి? పోలీసులకు కృతజ్ఞతచెప్పండి!"

ముందు కెడుతున్నాడు. ఓ తల్లి తన బిడ్డను పాదాల ముందు పడవేసింది. రాజు ఆప్యాయంగా ఆ బిడ్డను అందుకొని ముద్దాడి మందహాసంతో "నీ బిడ్డడు అదృష్టజాతకుడౌతాడమ్మా." అంటూ ఆ తల్లి చంక కందించారు.

"సీతారామరాజుకీజై" అని పెద్ద పెట్టున జయధ్వానాలు చేస్తూ అందరూ ఆయన పాదాలకు ప్రణమిల్లుతున్నారు. కొందరు ఫలహారాలు సమర్పిస్తున్నారు. వాటిని గాముసోదరు లందుకొని తమ భుజాలనున్న సంచులలో వేస్తున్నారు.

నడివయస్కుడైన ఓ దే[illegible], రాజును మధ్యలో ఆపి, ప్రశ్నించబోయి ఆయన వర్చసు[illegible]ంచి కనులు మిరుమిట్లు గొలిపి ఆగిపోయాడు.

"ఏం అడగిబోయి ఆగిపోయారు?"

ఇంకా అతడి కళ్ళు తెరుకోలేదు. మరల రాజే ప్రశ్నించాడు.

"మీ పేరు"

"చెరుకూరి నరసింహమూర్తి"

"ఊరు?"

"రామచంద్రాపురం తాలూకా దంగేరు"

"గోదావరి రక్తం మీలో ప్రవహిస్తుండికూడా ప్రశ్నడగడానికి సంకోచమెందుకు?"

"ఏమిలేదూ....ఏం సాధించాలని మీరీ పితూరీని లేవదీశారా అని."

"అదా?...." కట్టె విరిచినట్లు పెళ్ళున సమాధానమిచ్చాడు-రాజు, "ప్రజాస్వాతంత్ర్యం కోసం!"

"ఏ సాధనంవల్ల?"

"ఏ సాధనంవల్ల తెల్లవాళ్ళు మన జాతిని పారతంత్ర్యంలో ఉంచగలిగారు?"

ఆ ఎదురు ప్రశ్నకు తెల్లబోయి అడిగాడా వ్యక్తి;

"గాంధీ దౌర్జన్య రాహిత్య సిద్ధాంతంపై మీకు నమ్మకం లేదన్న మాటేగా?"

రాజు కోపంతో సూటిగా చెప్పాడు.

"లేదు, ముమ్మాటికీలేదు. తమను పెట్టిన చిత్రహింసల్ని సహించ లేక ప్రజలుద్రేకులై ఎక్కడో పోలీసుల్ని చంపితే, ఆ పాపానికి దేశం మొత్తం పైనే ఉద్యమాన్ని నిలిపివేసిన ఆ సిద్ధాంతంపై నాకు నమ్మకం లేదు."

ఆ వ్యక్తిని విడిచి చురుగ్గా ఓ అడుగు ముందుకేశాడు. మరో వ్యక్తి "నమస్కారం స్వామీ!" అని రాజుకు అడ్డు తగిలాడు. అతడు ధరించిన ఖాదీదుస్తులను గాంచి, ఏవగింపు కలిగి అన్నాడు;

"నేను స్వామినికాదు. మీలాంటి ఒక దేశభక్తుడ్ని"

ఆ మాటన్నప్పుడు రాజు ముఖంలో ప్రస్ఫుటించిన నిగర్వానికి ముగ్ధుడైపోయి ప్రాధేయపడ్డాడు.

"నన్ను మీ ఉద్యమంలో కలుపుకోండి."

"నాది గాంధీ అహింసా ఉద్యమంకాదే?"

"కాదని తెలిసే అడుగుతున్నాను. ఇంతకు ముందు మీరు నుడివిన మాటలు యథార్థమని, గాంధీ ఉద్యమంలో పాల్గొని వచ్చిన ఓ యువకునిగా నమ్ముతున్నాను"

"నీ పేరు!"

"వేగిరాజు నారాయణరాజు"

"ఊరు!"

"కుదరవల్లి, కృష్ణాజిల్లా?"

"కఠినాతికఠినమైన మా పోరులో వెన్నివ్వనని ఒప్పుకోగలవా?"

"తప్పకుండా"

రాజు పాదాలుపట్టి ప్రమాణం చేశాడు. ఇంతలోకి జనంలో, అల జడి. ఓ పెద్దసేన అచ్చటకు వచ్చిపడుతున్నదని పుకారు పుట్టింది. వర్షం పడ్తుందనగా జనం చెదరిపోయినట్టు, తలోదారీ పరుగిడుతున్నారు! మిగి లింది-తనూ, తన దండూ, నారాయణరాజునూ. అప్పుడు అతడి భుజం చరిచి పడాల్‌కి అప్పగించాడు;

"పడాలూ! నేటినుండి యీ యువకుని మన దళంలో కలుపుకో."

పరివారంతో కొండపైకి బయలుదేరాడు. సత్యనారాయణస్వామిని సందర్శించాడు. అర్చకుడు జేగంట వాయించి, రాజు శిరస్సుపై శఠగోప ముంచి దీవించాడు.

"విజయీ భవ."

విజయాశీస్సులందుకొని దూరదూరంగా నిలిచిన ప్రజలవద్ద సెలవు పుచ్చుకున్నాడు - సీతారామరాజు. సడలని అతడి గుండె దిటవు వారిని సమ్మోహితులను గావించింది; మురళిని చేతబట్టి ఆ మోహన మురళిలో చతుర్దశ భువనాల్నీ మైమరపించే కృష్ణభగవానునిలా చేతబెత్తం పట్టుకొని సీతారామరాజు ముందు నడుస్తూంటే, ఆ వెనుక పంచపాండవులూ, వారి పరివారంలా సాగిపోయారు-మన్యం వీరులు. వారలా పంపా సైకత శ్రేణులపై అడుగిడి మటుమాయం కాగానే అన్నవరంలో మిగిలింది శూన్యం! మన్యం దండంతా దొరికిపోయినట్టే నన్న రక్తదాహంతో దాన్ని ముట్టుపట్టి అయిదువందల సేనతో వచ్చిన జిల్లా కలక్టరు రూధర్ - ఆ శూన్యాన్ని గాంచి ఖిన్నుడై పోయాడు.

34

ఆశ్వయుజమాసం వచ్చింది. ఆ మాసం నుంచి మాఘం వరకూ అడవిరాజుల పండుగ చేసుకుంటుంది - మన్యం. లవకుశులు అడవిలో పుట్టారుగదూ? ఆ బాలరాజులే అడవుల్లో నివసించు తమను జంతు వాత పడకుండా రక్షిస్తూ ఉంటున్నారని వారి నమ్మకం. అప్పుడు పల్లెల్లో బృందనాట్యాలు జరుగుతాయ్. ఆ నాట్యాల్లో స్త్రీ పురుష వివక్షత ఉండదు. యువకులు అస్త్రవైదుష్యంలో పోటాపోటీలు పడతారు. అందు వైషమ్యానికి తావులేదు. కుటుంబాలకు కుటుంబాలే పట్టువస్త్రాలు ధరించి, ఏ కొండ కోనకోపోయి, వేటలేసుకొని కడుపార భుజించి, ఆ పైన మద్యం సేవించి మైమరచిపోతారు.

అది నడింపాలెం. సందె చీకటి, ఊరు మాటుమణిగి ఉంది. ఒక వ్యక్తి తూలుతూ వచ్చి ఓ గుమ్మం ముందు ఆగాడు. ఆ తలుపుపై ఓ

నోటీసు అంటించబడి ఉంది. ఆ నోటీసులో మల్లుదొరనుపట్టి అప్పగించిన వానికి పదివేలు యీనాం, అని ఉంది. దాన్నతడు చూడకుండానే తలుపును తట్టుతున్నాడు. ఆ ధ్వని విన్నంతనే లోపలనుంచో స్త్రీ వచ్చి తలుపు తెరచింది. నిద్రకళ్ళతో ఉందేమో, పైట నేల జీరాడుతూ, చనుకట్టు బహిర్గతమై ఉందని కూడా ఆమె గమనించలేదు. కా[illegible], ఎదుటనున్న వ్యక్తిని చూసేసరికి ఆ నిద్రమత్తు వొదిలిపోయింది. గుండె బాదుకొని నెత్తి మొత్తుకుంది;

"అయ్యో, మామోయ్! సర్కారోడు మీ కొసమని గాలిత్తుండగా ఇట్టా వచ్చుంటివేంటి? పో మామా పో."

"ఉష్—వల్లకోవే పెట్టా. నీమీద మనసుపోయి రాజుగారికి సెప్పకుండా యీ గంటుండి పోదమని వస్తే ఎంటంటే గడిబిడి!" అని ఆమె నోరుమూసి వెనక్కి త్రోసి, తలుపులు మూసివేశాడు.

ఆమె అతడి కాళ్ళబడి ఘోషిస్తున్నది.

"నాకు భయమేస్తుంటిది మామా, మిమ్మల్ని పట్టుకునోళ్ళకు యీనాం లిత్తమంట్రి దొరలు. వెళ్ళిపో మామా లేక్షపోతే పెమాదం."

నిషా తలకెక్కి, కామం కళ్ళకొచ్చి, ఆమెను తన హస్తాల్లో నొక్కివేశాడు....

గోడలకు కళ్ళొచ్చాయ్. అతడా యిం[illegible]చ్చిన దృశ్యాన్ని కళ్ళల్లో వొత్తులు వెలిగించుకొని అందుకోసమే ఎదురు చూస్తున్న ముఠా దారు లింగన్న చూశాడు. చర్రున పరుగెతాడు....

భళ్ళున తెల్లవారింది. [illegible] తెరిచేసరికి "వీడే మల్లుదొర పట్టుకోండి!" అని [illegible]కలు వినిపించాయ్. నిర్ఘాం[illegible] పోయాడు—మల్లుదొ[illegible]ుక కీరన్స్ నాయకత్వాన వచ్చిన రెండు వందల[illegible] ఉంది.

"ఓరి లింగన్నా? ఎంత ద్రోహం చేస్తివిరా?" పళ్ళు పటపటా కొరికాడు మల్లు. గుడిసెచుట్టూ సైనికులే! తప్పించుకోడానికి శతవిధాల ప్రయత్నించాడు. సాధ్యం కాలేదు. తన భార్య చేతికందించిన రోకలి పుచ్చుకున్నాడు. తొడచరిచి బరి నురికాడు. అడవుల్లో మానులు రాపాడుకుంటున్న ధ్వనులు విస్తరిల్లాయ్. కీరన్స్ పెద్ద పెట్టున కేకలు పెడుతూ

హుంకరిస్తున్నాడు. కాని సైనికులు మల్లుదరిని చేరలేకపోతున్నారు. అంతలోకి మల్లు భార్య కారంముంత పట్టుకొని మహాకాళిలా రంగం మీదికొచ్చింది. పులినోట తలదూర్చైనా బయట పడవచ్చునేమోగాని సైన్యంచే ముట్టడించబడి తప్పించుకోవడం అసాధ్యంకదా?

వొంటిని ఓపికున్నంత వరకూ గుండెలో దమ్మున్నంత వరకూ పోట్లాడారా దంపతులు! కడకు సైన్యం సాహసించి, గాలిలోకి తుపాకులు కాల్చుకుంటూ, మల్లును బంధించివేసింది. తటాలున అడ్డువచ్చిన మల్లు భార్యను కీరన్స్ జుట్టుపట్టి, ఓ ప్రక్కకు విసిరేశాడు. ఆ దృశ్యంగాంచి ఉద్రిక్తుడైన మల్లు తాను బంధీకృతుడై ఉన్నా విజృంభించి గర్జించాడు;

"ఓరి వెధవ నాయాళ్ళారా? ఆడదానిమీద కాదురా సాము! నన్నువొదిలి ఒక్కొక్కడే రండిరా, అప్పుడంలా నలిపి వేస్తును."

అంతే, టపీమని తలపై బలమైన తుపాకి మడమ దెబ్బ! దానితో అతడి నరాలు స్తంభించాయి. గొంతుక చద్దుమణిగింది. శకటంపైకి గిరాటు వేసి, కృష్ణదేవు పేట దారిపట్టారు.

కృష్ణదేవుపేట అక్కడికి రెండు క్రోసులు. సైన్యం కృష్ణదేవు పేట నుంచి బయలుదేరగానే, ఆ సైన్యం కళ్ళ దుమ్ముకొట్టి ఆ కబురుచేరవేయ శింగన్న అడ్డుదారిన నల్లగొండకు పరుగెత్తాడు. ఆ స్థావరంలోనే సీతారామ రాజు ఉన్నాడు. అతడ్ని చూడగానే ఆతృతగా ఎదురు వెళ్ళి విశేషాల్ని అడిగాడు రాజు.

"ఇంకేముంది మల్లుమామను పట్టుకోడానికి నడింపాలెం వెళ్ళింది దొరలదండు!"

"మల్లుదొరనా? అతడిక్కడే ఉండాలే?" వెనుదిరిగి పడాలు వొంక చూశాడు–రాజు. అతడి మొహంలో కళాకాంతులులేవ్. జంకుతూ చెప్పాడు:

"ఓ సై [illegible]...!"

అగ్గిపై గుగ్గిలంలా మండిపోయాడు రాజు.

"—పంపించావు కదూ, హు! పెళ్ళాం! చావు బ్రతుకుల పోరాటంలో ఒక స్త్రీ ప్రణయం ప్రధానం కావచ్చునా పడాలూ!"

నారాయణరాజు పిడుగులా లేచాడు!

"ముందు నడింపాలెం పోయి, మల్లును దక్కించుకుందాం పదండి రాజా!"

"పదండి"

లేచారంతా, నల్లగొండకు నడింపాలెం క్రోసుడు దూరమే. తీరా వెళ్ళేసరికి బావురుమని ఏడుస్తూ మల్లు భార్య రాజు పాదాలపై బడింది;

"ఎత్తుకు పోయింర్రు సామీ నా మామను."

సీతారామరాజు చలించాడు;

"విన్నావా పడాలూ? ఇది మన్యానికే మచ్చ. కరకు కత్తులపై నడక లాంటి స్వతంత్ర పోరాటంలో దుర్వ్యసన కారణంగా పట్టుబడ్డం ఎంత తలవొంపు!"

మన్యవీరులంతా నాలుకలు కొరుక్కున్నారు. రాజు మౌనం వహించాడు. ఆ మౌన మనోదర్పణంలో అతడి కేవేవో అపశకునాలు పొడగడుతున్నాయ్.

"అవును. వర్షర్తువు గతించింది. వైరి మూకల్ని అడుగడుక్కీ నిలవరించిన ఆ వాగులూ, వరదలూ తిరోగమించాయ్. అందుకే విజృంభించారు—సీమదొరలు. ఇక రానున్నవి పితూరీకి పరీక్షా దినాలే" అనుకున్నాడు.

35

మనం రామాయణ కాలంలోని మారీచ సుబాహు ఖర దూషణాదుల దుశ్చర్యలను విన్నాం. వారు తాపసుల్ని హింసించారు.యజ్ఞాలను ధ్వంసం చేశారు. కాని నేడు బ్రిటిషు ప్రభుత్వం గుప్పెడు మన్యంలో ప్రజలనే చిత్రహింసలు పెడుతున్నది. పల్లెలకు పల్లెలనే దగ్ధం చేస్తున్నది.

రాజవొమ్మంగికి కొద్ది దూరంలోనున్న 'కొండపల్లి'ని దగ్ధంచేయబోతున్నట్టు వర్తమాన మందుకున్న రాజు క్రోధావేశుడై కొండపల్లికి దండును రెండుదారుల నడిపించాడు.ఒక దారినపోయే దళంలో నారాయణ రాజు, ఎర్రేశు, మోదిగాడు, మూగడు మరికొందరు ఉన్నారు. ఇంకోదారిన పోయే దళానికి తను నాయకత్వం వహించాడు. ఈ దళంలో గంటం,

వీరయ్యదొర, బొజ్జీపడాల్, శరభన్న పడాల్, బాలయ్య పడాల్, కొత్తన్న పడాల్ తదితరులున్నారు.

నారాయణరాజు దళం కారడవినబడిపోతున్నది. కటికచీకటి. అచ్చటచ్చట కిరకిర లాడుతున్న మిణుగురు పురుగుల కాంతితప్ప మరేమీలేదు. నట్టడవిన ప్రవేశించేసరికి ఓ గుడ్లగూబ గ్రుడ్లు మిటకరించి, పెద్దపెట్టున అరచింది. ఆ వెంటనే తాము వెడుతున్న దారిలో కాస్తముందు వెదురు పొదల్లో చప్పుడైంది. ఓ మద్దిమాను వెనుకనక్కి ఆ చప్పుడును పరిశీలించాడు - నారాయణరాజు, గుడ్లగూబ అరుపునకు గుండెజారి పెద్దత్రోవనుపట్టి వస్తున్న సైనిక దళమొకటి కనబడింది. ఆయుధాలు మద్దిమాను తొర్రలో పెట్టి నారాయణరాజు ఆదేశాన్ననుసరించి కూలీలుగా మారి పోయారంతా.

"పదండా సైనికులకు ఎదురు!"

"ఎదురుగానే?" ఎర్రేశు ప్రశ్నించాడు.

"నాయకుడిమాట కెదురాడవద్దని మన రాజుగారు చెప్పింన్రదే?" మోదిగాడు ఎర్రేశును హెచ్చరించాడు.

"పదండహే, వాళ్ళేంచేత్తురు?" అని మూగడు మీసాలు త్రిప్పాడు.

అంతా ముందుకు నడిచారు. సైనికులు ఎదురుపడ్డారు. నారాయణ రాజు దళాన్ని కళ్ళెదుటే కావాలని పెడమార్గం పట్టించాడు.

ఆ సేనలో అధికారి ఒకడు "ఏయ్!" అని పిలచాడు. దురహంకార పూరితమైన ఆ కంఠధ్వనికి రెచ్చారు-మనవీరులు అయినా తమాయించుకొని అగారు.

"ఎవరు మీరు?" అధికారి మళ్ళా ప్రశ్నించాడు.

"కూలోళ్ళం బా!" నారాయణరాజు సమాధానమిచ్చాడు.

"అయితే మా సామాన్లు ఎత్తుకోండి!"

ఎర్రేశు అరికాలుకెక్కింది మంట. అది కనిపెట్టి నారాయణరాజు, అతడి కాలిమడమను నొక్కి అధికారితో అన్నాడు.

"అంటి బా, పొద్దుపొడిచినాక నడక మొదలెడ్తిమి. ఇంకో జాము క్కాని గుడిసె ముఖం చూడమే, మధ్య మళ్ళీ పనేంటి బా?"

"ఏయ్!" అదమాయించి "ఎత్తండి వెధవల్కి!" అని ఆజ్ఞాపించాడు అధికారి. సైనికులు సామానునేగాక చంకనున్న తుపాకుల్ని కూడా వాళ్ళ నెత్తినే పెట్టారు.

"ఊ, పదండి!"

"ఎటు బా?"

"లాగరాయి ఎటు?"

ఆ ప్రశ్న వినేసరికి ఏవూరు ఎటువుందో వాళ్ళకే తెలీదని అర్థమై పోయిందీ - పితూరీదార్లకు. "లాగరాయి" కొండపల్లి దారిలోనే ఉంది. బహుశా ఈ సైనికులు మంపనుండి బయలుదేరి ఉండవచ్చు. కొండపల్లిని దగ్ధంచేసే సైనికుల పటాలాన్ని చేర సంకల్పమై ఉండొచ్చు. తటాలున అన్నాడు నారాయణరాజు;

"ఇటు!"

పెడదారిని పట్టించాడు - వారిని. కొద్ది దూరం వెళ్ళగా విశాలమైన పచ్చిక బయలు కనిపించింది. పైన నక్షత్రాలూ, క్రింద వెలుతురుగాంచి, డస్సిఉన్న సైనికులు ఆ రేయచట మజిలీచేయ నిశ్చయించుకున్నారు. కూలీలచే గుడారమేయించారు. ఆ గుడారంలో సామానుసంతా ఓ మూల పెట్టి బిచాణాలు పరచి, వాటిపై కళేబరాన్ని వాల్చారు. అలసట చెంది ఉన్నారేమో నిద్రాదేవి ఇట్టే ఆవహించింది-వారిని. ఆవలింతలు తీస్తూ సైనికాధికారి అన్నాడు;

"ఇక మీరు పొండిరా?"

ఏరు దాటి తెప్పను తగలబెట్టే ఆ దొర నిరంకుశానికి శాస్తిచేసి తీరాలని పట్టుదల వహించాడు - నారాయణరాజు;

"ఇంత నిశిరేతిరిలో పోడం మాచెడ్డ కట్టందొరా. యిక్కడే మేను వాల్చి పొద్దు పొడిచాక పోతము."

ప్రొద్దు పొడిచాక తాము మరల సాగించే ప్రయాణానికి కూలీల కొరత ఉండదని భావించి, ఆ అధికారి మెత్తబడ్డాడు.

అప్పటికే సైనికులు గుర్రుపెట్టారు. ఆ ప్రక్కనే పితూరీదార్లు గుర్రుపెడుతున్నట్లు నటిసున్నారు. ఇక తమ పని ముగించుకోవడం మంచి

దనుకున్నాడు - నారాయణరాజు. పితూరీదార్లందరికీ సైగచేశాడు. అంతే- మూలనున్న మూటలు, తుపాకీలు, ఒక్కొక్కటే వారి భుజాలను ఆవిష్కరించాయ్.

"మీరు పదండి!" అని సైగచేశాడు. పితూరీదార్లు కదిలిపోయారు. ఆ పచ్చిక బయలు నానుకొని ఉన్న చింతల తోపువద్దకెళ్ళి, ... ఎరిగి చూసేసరికి పెద్దమంట! సైనిక డేరా తగులబెట్టి రివ్వున ... తన సహచరులను కలుసుకొని "వెధవలు ఆ మంటల్లోపడి ... మాడిపోతారు. వేగంగా పదండి!" అని పితూరీదార్లను త్వరితపంచాడు నారాయణరాజు.

ఆతడి చర్యకు ఆనందం పట్టలేకపోయాడు - ఎర్రేశు.

"ఓహో నీవు నారాయణరాజువి కాదు, అగ్గిరాజువి."

"సరే, పొగడ్తలు తర్వాత! ముందు పదండి!"

గాలి కెరటాలకు ప్రజ్వరిల్లి ఎగసే అగ్నిశిఖల్లా అగ్గిరాజు దండు సాగిపోతున్నది. వెనుక మండుతున్న డేరాకాంతులు, వారి శిరస్సుల నలంకరించిన అగ్ని కిరీటాల్లా ధగధగ లాడుతున్నవి. కత్తివేటు వేగంతో కొండపల్లి పొలిమేర త్రొక్కింది - దండు. చూసేసరికి కొండపల్లి దగ్ధమౌతున్నది. అగ్నిజ్వాలలు మిన్నంటాయ్. ఆ జ్వాలల్లోంచి, ఆర్తనాదాలు వినిపిస్తున్నాయ్. పల్లెకు నిప్పుపెట్టి ఆ వేడుకను అనుభవిస్తున్నట్టు బయట నిలిచి సైనికులు వికటాట్టహాసాలు గావిస్తున్నారు.

"ఊఁ, కాల్చండి! కిరాతకుల్ని." ఆజ్ఞ... అగ్గిరాజు

పితూరీదార్ల తుపాకులన్నీ ఒక్కసారి... పేలా... మ బాణానికి తలలు తెగి నేల దొర్లాడే రాక్షస కళేబరాల్లా ఒక్కొక్క సైనికుని కళేబరమూ, నేలపడి నెత్తురు మడుగుల్లో దొర్లాడుతున్నవి. దూసుకు వెళ్ళాయి మన యోధులు.

"శత్రు సంహారంకన్నా, ప్రజా సంరక్షణ ప్రధానం. ముందు మంటల్లో మాడిపోతున్న ప్రజల్ని కాపాడండి" అగ్గిరాజు ఆదేశించాడు. కాల్చు లాపుజేసి, మంటల్లో దూకారు. కుక్కిమంచంలో పడి ఉండి, అగ్నిసెగకు కుతకుతలాడిపోతున్న ఓ అవ్వను, నిప్పంటుకొని బొగులా మాడిపోయిన ఓ బాలుని మృతదేహాన్ని బయటకు తెచ్చారు.

అదే అదునని సహంమందిని పోగొట్టుకొని పారిపోయిన సైని కులు పైబడి కాల్చసాగారు. బాలుని మృతకళేబరాన్ని తెచ్చి దించుతున్న ఎర్రేశుకో గుండు తగిలి వెంటనే బరి నొరిగిపోయాడు. మోదిగాడు, మూగడూ తదితరులూ రెచ్చి బరిమీదికొచ్చారు. కుంకుడు చెట్లనుండి అగ్ని వర్షం కురిపించసాగారు. సైనికులు సాహసించి ఎగబడుతున్నారు.

"వెనక్కి తగ్గండి!" అగ్గిరాజు హెచ్చరించాడు. చెట్ల చాటునుండి మన్యం వీరులు వెనక్కి పరుగెత్తారు. సైనికులు ధారావాహికంగా కాలుస్తూనే ఉన్నారు. అగ్గిరాజు మోకాలికో గుండు దెబ్బ తగిలింది. పడిపోయి కదల్లేకపోయాడు. ముందు పోతున్న పితూరీదార్లు పరుగున పోయి, ఓ కొండ గుట్టన చేరి వెనక్కి చూడగా గుండె వ్రక్కలయ్యే దృశ్యం వారి కన్నుల బడింది. సైనికులు అగ్గిరాజును బంధించి తీసుకుపోతున్నారు. అతడ్ని విడిపించ సాహసించారా సర్వనాశనం తథ్యం! చేయునది లేక జ్వలించే హృదయాన్ని అణుచుకోలేక ఆ కొండగుట్ట చాటునే కొయ్యబారి పోయారు.

అగ్గిపిడుగులాంటి అగ్గిరాజును చూస్తూ విడిపించుకోలేని ఆ వీరుల నిస్సహాయస్థితికి ప్రకృతంతా మూర్ఛిల్లినట్టు, అంతవరకు భీకరకాల్పులతో భయంకర జ్వాలలతో పెళపెళలాడిన ఆ ప్రదేశమంతా చద్దుమణిగింది.

36

మీరెంతగానో ఆందోళన చెందుతుంటారు - పితూరీకి జీవకళా లనదగ్గ ఎర్రేశు హతమైయ్యాడే? అగ్గిరాజు బంధీకృతుడయ్యాడే? రెండో దారిన కొండపల్లికి వెడలిన సీతారామరాజు ఎక్కడ? - అని.

క్రిష్ణదేవుపేటకు ఎదురుగా కొద్ది దూరంలోనే ఉంది–ఎద్దుమామిడి. సీతారామరాజు దళం కొండపల్లికి ఆ పల్లెమీదుగానే బయలుదేరింది. ఆ గ్రామంలో ఓ పూరింటి తలుపును గోవిందు తడుతున్నాడు.

"రత్తీ....?"

రత్తి ఆ తలుపు చప్పుడు విని, ఆ పిలిచిన గొంతును పసిగట్టి

చోళ్ళు చెరుగుతున్నదల్లా అపుచేసి, మునివ్రేళ్ళపై మెల్లగా తలుపు చాటు కొచ్చింది.

ఆమె శరీరం ఖారంగా ఉంది. చెక్కుళ్ళు తెల్లబడ్డాయి. చను మొనలు నల్లబడ్డాయి. ఓ నూతన మానవుడు ఆమె గర్భవాసంలో పెరుగు తున్నాడు.

"రత్తి....?" మళ్ళీ పిలిచాడు గోవిందు. ఆ గొంతులో మార్దవం తొణికిసలాడింది.

"ఇపుడెందుకొస్తివి....?"

"అబ్బ తలుపు తియ్యవే! రాజుగోరు వచ్చేస్తురు. మళ్ళా సు దండుతో వెళ్ళిపోదునూ!"

ఆ మాటలు వినగానే, తటాలున తలుపుతెరిచి ప్రక్కకు కొంది. లోనికివచ్చి గోవిందు పంచపాళీలో కొచ్చాడు. తలుపు చాటునే పెదముఖం పెట్టి ఉంది-రత్తి.

"రత్తీ! ఏటా పెదమొహం."

"ఏంలేదు!"

"నన్ను చంపుకుతిన్నట్టే—సెప్పకపోతే?"

కోపమొచ్చింది...."మరి పగలు చేలంటవ్. పొద్దుగూకాక పితూరీకి పోదునంటవ్, ఇంటికా డెప్పుడుండవేం?"

"అదా ఇటుచూడు రత్తీ? ఆ పితూరీ ఉండబట్టే తెల్లవాళ్ళు చెర బట్టిన భూదేవిని విడిపించుకున్నాం. ఆ పంటరాల్చుకొని ఇంట వేసుకో గల్గుతున్నాం...."

అతడి చేయి, ఆమె భుజంపై పడగానే రత్తిలో మార్పు వచ్చింది. ఏమైనా జవరాంధ్ర కోపం క్షణికమే గదా? అయినా మురిపిస్తున్నది రత్తి;

"నాకు తెల్దంటివా? ఓ పొద్దిక్కడుండి వెళ్ళమంటుంటినిగాని?"

"ఉంటే పెద్దనట్టం రత్తీ!"

"అయితే పో మామా?" అని చక చకా, హంస నడకతో లోని కెళ్ళ బోయింది. ఆమె చెంగును పట్టుకున్నాడు గోవిందు.

"రత్తీ! నన్ను తూలనాడకు! నీవంటే నా కెంత మనసో తెలుసా? చేలపై ఎవరు పోలికేకవేసినా, ఆ కేకలో తియ్యటి నీ గొంతే నన్ను

పిలుస్తున్నట్టుంటది. ఏ నడిజాములోనో ఏ పటాలంతోనైనా నాకు పోరు సంభవించిందా? నిన్ను తలచుకుంటే చాలు నాకు ఏనుగుబలమొచ్చేస్తుంది. ఇదిగో చూడు!" చేయి పట్టుకోబోయాడు. విదళించుకుంది. ఇప్పుడు గోవిందుకు కోపమొచ్చింది. చరా చరా నడుస్తూ—

"అయితే నేను వెళ్ళిపోదునులే...."

"ఆ ఆ....మామా! పోకు మామా!"

"అయితే పెడముఖ మెందుకు పెట్టివో చెప్పు?"

"సెప్పనా?"

అతడి చిటికెనవ్రేలు పట్టుకొని పెరటి గుమ్మంలోకి తీసుకెళ్ళింది, అది వసంతమేమో - ప్రకృతి శోభాయమానంగా ఉంది. చిటారుకొమ్మల చిగురుటాకులు, వసంతభానుని లేతకిరణాలు పడి మిలమిలా మెరుస్తున్నవి. కాలం సొగసునంతా ఆ మామిడితోపు తన నీలి నీడలలో లీనం చేసుకున్నట్టుంది.

"గుబురు గుబురుగా పెరిగిన ఆ చెట్టుచూడు మామా! ఎంత ముచ్చటగా ఉండిందో? ఆ పాకిపోవు పలవలు, ఆపలవల్లో చంటిబిడ్డ వ్రేళ్ళలా చిలవలు ఆ చిలవల్ని కుందనం రేకుల్లా సిగుళ్ళు....ఎంత సింగాతంగా ఉంటివి మామా?"

"అవును వసంతకాలం - చెట్లు చిగురుస్తవి!"

"చెట్లేగాని మనుషులూ, పక్షులూ, సిగర్చరా? వెనుదిరిగి తటాలున అతడి చాతీపై చేయివిసిరింది. ఆ చేయిపట్టుకొని మెల్లగా తన సందిటలోకి లాక్కున్నాడు, ఆసందిటలో ఉండే రత్తి చూసింది.

"చూడు మామా ఆ గుబురుగా ఉంటిదే. ఆపలవ సందునా ...."

"అదా పక్షిగూడు!"

"అందులో ఏముంటది?"

"అయితే?"

తటాలున అతడి సందిటనుండి దూరంగా తప్పుకొని రెండుచేతులా సిగ్గులు వారుతున్న ముహాన్ని మూసుకొని,

"మామా, నీ కంతా సెప్పాలి సిగ్గువిడిచి"

అప్పటికి అర్థమైంది - గోవిందుకు;

"ఓ! రత్తి తల్లి కాబోతున్న దన్నమాట!"

పకపకా నవ్వులు వెన్నెల్లా విరిసాయ్. సిగ్గుతో ఎర్రబడి కలువ పూవులా ఉన్న ఆమె ముహాన్ని తన రెండు చేతుల్లోకి తీసుకొని చంచలంగా ఉన్న ఆమె కనుల్లోకి చూసి,

"అయితే మనబుజ్జోడికి రాజుగారి పేరు పెట్టుకుందుము రత్తీ"

"అలు చూలూ లేదు అప్పుడే పేరు పెడుతుంటివే?"

గుమ్మంలో చప్పుడైంది - రాయిపడ్డ నీళ్ళలా ఇద్దరూ త్రుళ్ళారు. వారిముందు గంటం ప్రత్యక్షమయ్యాడు.

"గోవిందూ, మన్యం మన్యమంతా ఉడుకెత్తిపోతోంటే శత్రు సైన్యాలు పల్లె పల్లెనీ ముంచెత్తివేస్తోంటే నీకోసమై మన దండు దండంతా ఊరి వెలుపల కాచుకొని కూర్చుంటే, నీకిక్కడ ప్రేమకలాపాలా? ఇలా కలాపాలు సాగించ వెళ్ళి మల్లుదొరే మయ్యాడో మరచిపోయావా? రాజుగారో యువతిని ప్రేమించి, ఆమె పేరును తన పేరులో కలుపుకున్నాడు గాని ఎన్నడైనా ప్రేమకలాపాలు సాగించారంటావా!"

"ఆయన నిజంగా ఓ అగ్నికణం!"

"ఇప్పుడలాంటి అగ్నికణాలు అనేకం కావాలి. అవి రాజేజ్వాలగా మారిపోవాలి పద వెంటనే!"

గంటం మాటకిక గోవిందు ఎదురు చెప్పక "పదమామా" అంటూ అతడి వెంట కదిలాడు.

అవును! ఒకనాడు ఆలుపిల్లలతో అరణ్యాలపాలై కూడా పద్దెనిమిదేండ్లు ఏకధాటిగా మొగల్ స్సామ్రాజ్యాన్ని ఎదుర్కొన్న రాణాప్రతాప్‌ను పోలిన వాడతడు. దొరలు తన ఆస్తిని స్వాధీనం చేసుకున్నా, భార్యనూ, కూతుర్నీ అడవుల పాల్జేసినా పోరు మానలేదు.

బయట ఏదో సంచలనం వినిపించి గుమ్మంలోంచి చూసింది— రత్తి. ఓ మూలనుంచి అడవిని దహించుకుంటూ వస్తున్న దావానలంలా శత్రుమూకలు ఎగబడుతున్నాయ్. తటాలున తలుపుల్ని మూసేసింది:

"గంటం మామా, మీరీ దొడ్డిదారిని పొండి. సైన్నెలు విరుచుకుపడుతుంటివి!" అని చేయి అడ్డుపెట్టింది.

"ఎక్కడైనా వాళ్ళను ఎదుర్కోవడం తప్పదు. ఆ పని ఇక్కడే చేస్తాం, నువ్వు తప్పుకో!"

గంటం రెండు కాళ్ళను పట్టుకొంది - రత్తి;

"వొద్దుమామా! అటుపోవద్దు. చచ్చి నీకడుపున పుడతా, దొడ్డిదారిన వెళ్ళిపొండి!"

పిడుగుపడ్డట్టు రెండు తలుపులూ బళ్ళున విడిపోయి వారిపై పడ్డాయి. నిండు చూలాలు రత్తి మూర్ఛపోయింది. వెంటనే ఆమెను ప్రక్కకు నెట్టి గగనాన్ని తాకిన నగంలా కదిలాడు గంటం, మెరుపు కత్తిలా దూకాడు గోవిందు. ద్వారబంధాన్ని రక్షణ శ్రేణిగా చేసుకొని కాల్పులు సాగించారు. ఎదుట వాకిలిలో ఫిరంగీ నోరప్పళిస్తున్నది. చెట్ల చాటున చెట్టు చెట్టుకి సైనికులు పొదలచాటున పొద పొదకి పోలీసులు, ఉక్కిరి బిక్కిరిగా కాల్పులు. సీతారామరాజు ఆ గుడిసెలో ఉన్నాడని వారి భావన. కుద్ది క్షణాల్లో గుడిసె, చిన్నాభిన్నమైపోయింది.

నేలను ప్రాకుతూ, మిడినాగుల్లా గంటం, గోవిందులు వాకిట్లో కెళ్ళి రెండు మామిడి చెట్లచాటున రక్షణ తీసుకొని కాల్చసాగారు. పోరాటం చరమస్థాయి నందుకొంటోంది. తాడోపేడో తేల్చుకోవాలని వీరద్వయం నిప్పులు రువ్వుతున్నది.

సైన్యం చెమట్లు గ్రక్కుతున్నది. ఆ వీరుల చేతిలో తుపాకు లున్నంతవరకూ, మిన్నురాలినా మేరువ్రుక్కుంగినా, వారి నణచడం అసాధ్య మని తేలిపోతున్నది.

విధి వికృతరూపం దాల్చింది. గోవిందు తుపాకిలో గుండ్లయి పోయాయి. వెంటనే గంటం తన చేతిలోనున్న తుపాకిని గోవిందు కందించాడు. తాను క్షత్రియుణ్ణన్న వానినల్లా సంహరించిన పరశు రామునిలా పరశువును తీసి విజృంభించాడు.

ఫిరంగి శకటంచాటున బాష్టియన్, తన ,రొట్టె నేతిలో పడ్డట్టు పళ్ళికిలించి "ఊ ప్రేల్చండి" అని హుంకరించాడు.

అంతే ఫిరంగిగుండు గంటం వక్షంలో నేరుగా దూసుకుపోయింది. మన్యం బాధను తన బాధగా చేసుకొని, మన్యం మానసాన్ని మూర్తీభ వించుకున్న ఓ మహా కొండ కూలిపోయింది.

గుడిసెలో మొండిగోడ చాటున కెవ్వుమంది- రత్తి. ఆమె నేత్రాలా దృశ్యాన్ని చూడలేక పోయాయ్. గుండె దడదడా కొట్టుకుంది. చప్రున లేచింది. కాళ్ళు గజ గజ లాడిపోతున్నాయ్. పెరటి దారిన ఆ వార్త నందించ ఊరిశివారుననున్న సీతారామరాజువద్దకు పరుగెత్త బోయింది.

బాష్టియన్, అది గమనించి పెరటిదారిన పోయిన ఆమెను అడ్డగించాడు;

"చెప్పు ఎక్కడికి?"

"ఎక్కడికి లేదు దొరా—"

"ఓసి నంగనాచీ, నావద్ద బొంకుతున్నావే చెప్పు, రాజెక్కడ?"

"ఏ రాజు దొరా?"

"ఇంకే రాజు యీ మన్యానికి చక్రవర్తిని చేద్దామనుకున్నావే ఆ బందిపోటు."

"ఏమో దొరా?"

చెళ్ళున కొట్టాడు. ఆ దెబ్బకు ఇరువురు కెవ్వుమన్నారు. రత్తి, ఆమె కడుపులో బిడ్డానూ.

"ఊ గుడ్డలూడదీకండి, ముండవి!"

రెండు చేతులూ అడ్డు పెట్టుకుంది రత్తి. ఒకని తుపాకీ మడం ఆ చేతులపై పడింది. ఆమె ముంజేతుల గాజులు ఛళ్ళున బ్రద్దలయ్యాయ్. కనుల కన్నీటి బిందువుల్ని రాల్చింది. కలకంఠి కన్నీటిని లేత ఇల్లాలి ముంజేతి గాజుముక్కల్ని కళ్ళచూసినవాని జీవితం కాలదోషానికి దగ్గర పడ్డట్టేనని ఆ మూర్ఖుడికి తెలీదు.

పిశ్శి తాకబోయాడు. కాని ఒకనాడు చింతపల్లి ఘాటురోడ్డుపై ఆమె పైటలాగి పుట్టపై విసిరినంత మాత్రాన బుసలు గొడుతూ పైకి వచ్చిన నాగేంద్రం ఇంకా వాడి నల్లగుండెల్లో పడగ నాడిస్తూనే ఉంది. భయపడ్డాడు.

"మై కర్తాహుఁ సాబ్!" అంటూ అగ్గిదొర సాహసించాడు: అవును,

ఆడదాని వొంటిపై చీరలాగడమంటే నల్లత్రాచు పడగపై మణిలాగడం వంటిదని వాని ఖురాన్‌లో వ్రాసిలేదు.

కెవ్వుమంది రత్తి.

దొరలు వికటాట్టహాసాలు చేస్తూ "ఖబడ్దార్" అని తూలుతూ ముందు కెళ్ళారు.

మానాన్ని, వక్షాన్ని అరచేతుల్లో దాచుకున్న ఆ మగువలో కనక దుర్గ ఆవహించింది. ఆమె కళ్ళు వహ్నిగుళికల్లా ప్రకాశించాయ్. మూల నున్న గండ్రగొడ్డలి తీసి, పోతున్న అగ్గిదొరపై ఒక పెట్టు పెట్టింది. "దొరోయ్" అని అరిచి వాడు బాష్టియన్ చంకలో దూరాడు. వెంటనే బాష్టియన్ వెను దిరిగి గుమ్మంలోంచి కాల్చాడు. ఆమె కడుపులోవున్న బిడ అరుపు కెవ్వున వినిపించింది. ఆ తల్లి నేల నొరిగిపోయింది.

అంతే రత్తి మౌళిచుట్టిన మల్లెపూలసరుల నేలల్లా చెదిరిపోయాయి. కాంతులీనే ఆమె కళ్ళు గాజు పెంకుల్లా మారిపోయాయి. నిగనిగలాడే శరీరకాంతి నల్లబడిపోయింది.

ఆహా, కొన్ని క్షణాలకు ముందు సోనసోనలుగ నవరసాలొలికించిన మధుభాండ మామె జీవితం! అంతలోనే ఘనీభవించి బిగుసుకుపోయిన నల్లరాయి! మానవులకు మృత్యువును రాసిపెట్టిన ఆ బ్రహ్మ బుద్ధి ఎన్ని పుటాలు పెడితే మారుతుంది? అక్కడికీ లోకం అతడి గుడిగోపురాల్ని నిషేధించిందే!

ఏడీ గంటం? ఏడీ గోవిందు? చూసి చూసి కనులు కాయలు కాసి, సందేహం శరీరమల్లా కాల్చుకు తికగా ఎక్కడోనున్న ఊరి చివర నట్ట డివి నుండి నేరుగా రత్తి ఇంటికొచ్చాడు సీతారామరాజు. పెనుగాలికి క్రిందపడ్డ పక్షిగూడులా ఉంది కొంప, వాకిలల్లా స్మశానవాటికగా మారి పోయింది. ఆ వాటికలో పెనవేసుకొని ఉన్న గంటం గోవిందు మృత దేహాలు !

సీతారామరాజు నిస్తేజుడై స్తంభించిపోయాడు. ఆయన వెనుకనే వస్తున్న వీరయ్యదొర, బొజ్జిపడాల్, మిగిలిన వీరులంతా ఒక్కుమ్మడిగా అయ్యో గంటం అని అచ్చటే కూలబడిపోయారు, సంక్షుభిత మనస్కుడై రాజు లోనికెళ్ళాడు. నక్షత్రాల్లా నేలల్లా చెదిరిన మల్లెపూల మధ్య ఆకాశా

నికి అతుక్కుపోయినట్టున్న రత్తి మృతదేహాన్ని గాంచాడు. జలజలా అతడి కనుల కన్నీటిబిందువులు రాలాయ్. అతడి అశ్రునయనాలు వాకిలిలో గోవిందు మృతదేహాన్నీ వంటింటిలోని రత్తి మృతదేహాన్నీ పిచ్చిపిచ్చిగా చూశాయ్.

"అయ్యో తల్లీ! ఇంతటి సౌందర్యాన్నీ, గుణగణాల్నీ శౌర్యాన్నీ నీలో కుప్పపోసి స్త్రీ ప్రపంచానికే మచ్చుతునకగా సృష్టించిన బ్రహ్మకు నీ నుదుట అల్పాయుష్షు రాయడానికి చేతు లెలా వచ్చాయమ్మా? ఎంత ఘోరం జరిగిపోయింది తల్లీ...."

ఎచటనుండో గుండెలు కవికిపోయేలా పరుగెత్తుకొచ్చి సంక్షుభితుడై ఉన్న రాజు ప్రక్క నుంచోని, పొంగులు వారుతున్న దుఃఖం గుండెల్ని కోసుకొని ఉప్పొంగగా శింగన్న బావురుమన్నాడు.

"అంతకన్నా ఘోరం జరిగిపోయింది, రాజా?"

"ఎవరూ, శింగన్నా?"

"అవును, రాజా? మన్యం మంచిముత్యాల దండే తెగిపోయింది."

"ఏం జరిగింది. త్వరగా చెప్పు శింగన్నా?"

"ఎర్రేశు హతమైపోయాడు...."

చలించి, కంఠమెత్తి నుదుటపై అరచేయి నొక్కి వెనక్కి వాలిపోయాడు రాజు.

"అంతేకాదు. నారాయణరాజు పట్టుబడిపోయాడు."

"ఇంకాపు శింగన్నా! నా గుండెలో పిడుగుల్ని ప్రేల్చకు."

"రాజా! మీరు వెంటనే కొండపల్లి కోనకు వెళ్ళకపోతే మరీ ఘోరం జరిగిపోవును. మన మోదిగాడు, మూగడూ ఉన్న దండును మట్టుపెట్టటానికి అస్సాం సిపాయిలను వేసికొని గుడాల్ గాలిస్తున్నాడు."

"వెడతా! శింగన్నా వెడతా! వాళ్ళ బ్రతుకుతారంటే సప్తసముద్రాలైనా క్షణంలో దాటి వెడతా!"

వాకిలిలోకి వచ్చాడు; ఎదుట చెట్లచాటున ఎవరో తప్పుకున ్టు

సీడ ఋళ్ళింది. అతడి దృష్టి శింగన్నపై ప్రసరించింది.

అశ్రురుద్ధ కంఠంతో శింగన్న అడిగాడు.

"అదేమి రాజా....?"

దుఃఖాన్ని సందేహాన్నీ లోలోన దిగమ్రింగుకొని "ఏమీ లేదు, శింగన్నా! మన మృతయోధుల దేహాలకు యీ పెరటిలోనే దహన క్రియలు జరపండి; పడాలూ నీవూ, వీరయ్యదొర, శింగన్నకు తోడుగా ఉండండి! అతడి కే ఆపదా రాకుండా కాపాడండి! శరభన్నా! మీరు నా వెంటరండి!" అని ఆదేశించి చంద్రహాసం చర్రున లాగి దక్షాధ్వరధ్వం సిలా సిగలు కదలాడ ముందుకు సాగిపోయాడు.

37

అది గొలుగొండ. ఆ తాలూకాకు కేంద్రం; ఆకాశం మేఘావృతంగా ఉంది, నేల పగుళ్ళు వారింది. ఏ క్షణంలోనైనా చిలికి చిలికి గాలివాన రావచ్చు. కచ్చేరి ఆవరణలో రూధర్‌ఫర్డ్, బాస్టియన్‌తో ఏదో సమాలోచనలు సాగిస్తున్నాడు. ఆవరణకు అవతలనుండి మానవరక్తంతో క్రీడించే ప్రళయాంతక వికటాట్టహాస పదఘట్టనలు వినిపిస్తున్నాయ్.

దూరంగా చింతతోపులోంచి చెమటల్ని గ్రక్కుతూ శింగన్న వస్తున్నాడు. అతడ్ని చూసి ఒకడు రూధర్‌ఫర్డ్ చెవి ప్రక్కకు చేరి ఆ చెవిలో పోశాడు - విషం! ఎద్దుమామిడిలో రత్తి వాకిలి ఎదుట చెట్ల చాటున తారాడిన నీడకూ ఆ వ్యక్తికి పోలికలున్నాయి. రూధర్‌ఫర్డ్ చేతులు చరిచాడు. నలుగురు నీగ్రోలాంటి మలబారు సైనికులు ముందుకొచ్చారు.

"పట్టుకోండి! ఆ వచ్చే ముసలినక్కలను!"

శింగన్న గుండె గుబిల్లుమంది, ఏదో మోసం జరిగిపోయిందని కంగారుపడ్డాడు.

రూధర్‌ఫర్డ్ బాస్టియన్‌పై విరుచుకుపడ్డాడు.

"చూసావా? యింతకాలం పిల్లిని చంకనెట్టుకు తిరగావ్!"

"ఎంత మోసం చేశాడు?" అని బాస్టియన్ ఒక్కగంతున వస్తున్న శింగన్నపైకి దుమికి జుట్టుపట్టుకొని, నేలకు వంచి—

"చెప్పు! ఎక్కడ కెళ్ళావ్? ఎప్పుడెళ్ళావ్? ఎంతకాలం కప్పావురా మా కళ్ళు?" బూటుతో తలను తొక్కాడు.

"అమ్మా!"

"అమ్మకాదురా, అమ్మమ్మను తల్చుకుంటావ్. హు! మన్యానికే రాజులై పోదామనుకున్నారే?" అని పిళ్ళె ఎదుట కొచ్చి శింగన్న రొమ్ముపై పొడిచాడు, గుండె గొంతుకలో కొచ్చింది. అలా డొక్కల్ని పట్టుకొని పడిపోయాడు శింగన్న.

భూదేవి తప్ప శింగన్న నచట ఆదుకునే దెవరు?

"ఏమిరా, మాట్లాడవేం?"

శ్వాసపీల్చి శింగన్న అడిగాడు;

"దేని గురించి దొరా?"

"కవర్టు హైటరుల ఆగమన వార్తను ముందుగా చేరవేశావు కదూ?"

"నాకు తెలదు దొరా!"

"నర్సీపట్నంలో మిరపకాయ టపాను వేసింది నువ్వు కదూ?"

"నాకు తెలదు దొరా!"

"ఈ నాయాలకి ఇలా కాదుసార్, ఉడంబి శుద్ధిచేయాలి సార్!"అని పిళ్ళె ఒత్తు ఎగదోశాడు.

"ఊఁ కానివ్వండి"

అందరూ ఒక్కుమ్మడిగా కాలికొచ్చినంత,చేతి సత్తువకొద్ది చావగొట్ట సాగారు. రూథర్‌ఫర్డ్ పిల్లీపిల్లీ తగవు కోతి తీర్చిన విధంగా ఏమీ తెలియని వానిలా వచ్చి "కొట్టకండి చెప్పివేయును............జాష్టియన్ ! టెంట్‌లో నా సంచిని తెమ్ము!" అని ఆజ్ఞాపించాడు. సంచి వచ్చింది. అందులో రూకలు గళ్ళు గళ్ళు మన్నాయ్ "ఏమిరా, చెపితివా యీ ధన మంతయూ నీదే! ఏమంటావ్?" అని ఆ సంచిని శింగన్న ఛాతి పైకి విసిరాడు.

"రూకలు నాలుక నడ్డం తిప్పునా దొరా"

ఆ మాట రావటమే తడవుగా రూథర్‌ఫర్డ్ మండిపోయి చాచికొట్టి ఆ వూపుకు వెనక్కితూలి కుర్చీలో కూలబడ్డాడు.

శింగన్న రక్తం స్తంభించిపోయింది. కనులు చీకట్లు గ్రమ్మాయి. భూగోళం సూర్యునిచుట్టూకాక, అతడిచుట్టూ తిరిగింది— ఆ క్షణంలో.

గుండె నిబ్బరానికి పరాకాష్ట — ఆ పరీక్ష! అందులో శింగన్న నెగ్గాడా? - ప్రపంచమే అతడి చరితను డైరీలో రాసుకొని నిత్యపారాయణ చేసుకోవచ్చు.

"థింక్ ఎగైన్? నీ తలదన్నిన పితూరీ నాయకుల తలలు కొట్టి వేసితిమి....బాష్టియన్ వీడు శిఖండిలా ఉన్నాడు. గోళ్ళసందున సూదులు గ్రుచ్చుము," అని టేబిలుపైనున్న బ్రాందీని గడగడా త్రాగివేశాడు.

కర్మకాండ శృతిమించింది-శింగన్న పంచప్రాణాలూ త్యాగాగ్నికి ఇంధనమై ఇగుర్చుకుపోతున్నవి. గోళ్ళనుండి నెత్తుటిధార, మాతృనామ స్మరణ చేస్తూ ఆ బాధను ఓర్చుకుంటున్నాడా-నిండు మానవుడు.

వెకిలిగా నవ్వుతూ రూధర్ అరిచాడు;

"వేగం చేపుము, లేదా, అటు చూడుము, ఆదేగతి నీకూ పట్టును."

శింగన్న అటు చూశాడు. రాక్షసులుకూడా చేయ సాహసించని దారుణ హింసాకాండ అచట జరుగుతున్నది. మానవులు చూడ శక్యం గాని భయానక దృశ్యమది.

ఆవరణకు అటుప్రక్క పెద్ద వటవృక్షం, ఆ వటవృక్షం రెండు పలవలకున్న త్రాళ్ళను రెండు బలమైన మత్తేభాల తొండాలకు కట్టారు. సైనికులు పెద్దపెద్ద అరుపులతో ఆ ఏనుగుల్ని అదళించారు. అవి ఘీంక రిస్తూ ఆ రెండు పలవలనూ దగ్గరకు లాగాయ్. అలా దగ్గరైన పలవలకు ఆ వృక్షం క్రిందనే ఉన్న ఓ కోయవాడ్ని తల్లక్రిందులుచేసి అతడి రెండు కాళ్ళనూ కట్టారు. ఇద్దరు సైనికాధికార్లు తమ పిస్టల్స్‌తో ఆ త్రాళ్ళను కాల్చివేశారు. రెండు త్రాళ్ళూ ఒక్కసారిగా తెగిపోయాయ్. రెండు పల వలూ పటాలున త్రుళ్ళిపోయాయ్. ఒక నిండు జీవం సగానికి చీలిపోయి ఆ చీలికలనుండి నేలపై కుండపోతగా నెత్తుటిధార.

కఠోరమైన ఆ దృశ్యం గాంచి కెవ్వున అరిచాడు శింగన్న. రూధర్ రాక్షసునిలా వికటాట్టహాసం చేసి;

"రెనగేడ్! ఊ, వీనినికూడా తల్లక్రిందులుగ వ్రేలగట్టుము!" అని హూంకరించాడు.

ఇరువురు ముష్కరులు శింగన్న రెండు దండలనూపట్టి యీడ్చుకు పోతున్నారు! అదే సమయానికి సరిగా రెండు అమ్ములు రివ్వునొచ్చి ఆ యిద్దరి ముష్కరుల జీవాల్నీ అమాంతంగా ఎత్తుకుపోయాయి. గుండెలు దిగజారాయి - దొరలకు! మేఘపటలం పెళపెళా ఉరిమింది. ఉల్కలు రువ్వుతున్నట్టు ఓ ప్రక్కనుంచి పడాల్, మరో ప్రక్కనుంచి వీరయ్య దొర కాల్పులు సాగిస్తున్నారు. సైనికులు చెల్లాచెదరౌతున్నారు.

"ఊ, ముట్టించండి!" సైనికుల్ని ఆజ్ఞాపిస్తున్నాడు రూధర్.

"రండిరా, మీ ప్రతాప మీ పడాల్ వద్ద చూపండి! మీ కిరాతక దుష్కృత్యాలికపై సాగవు. మన్నూ మిన్నూ ఏకమైనా మీహతం తథ్యం"

శత్రుమొగ్గరంలోకి దూసుకెళ్ళాడు పడాల్. అతడ్ని వెన్నంటి మరో నలుగురు యోధులు మాత్రం ఉన్నారు.

అదొక భీషణ సమరం . ప్రళయాగ్నులు ప్రజ్వరిల్లుతున్న పడాల్ ముఖాన్ని వైరిమూక కన్నెత్తి చూడలేక పోతున్నది. వీరయ్యదొర, భగ దత్తునిలా విరుచుకుపడ్డాడు. ఆ మధ్యకు సైనికుల్ని సమీకరిస్తూ మెల్ల మెల్లగా అర్థచంద్రాకారంగా చుట్టు ముడుతున్నారు. వాళ్ళు తమను కప్పి వేయకుండా పడాలు, వీరయ్య దొరలు, ఒక్కొక్క అడుగే వెనక్కి వేసు కుంటూ అద్వితీయ పరాక్రమానికి పతాకలుగా పోరాడుతున్నారు. శత్రు వుల కళ్ళు చెదిరిపోతున్నాయి. ఆ వెనుక నుండి గమనిస్తున్న రూధర్ నిలువు గ్రుడ్లువేశాడు.

"వాట్ ఎ ఫైట్! చూసినారా. వారలు నిజముగా టైగర్స్" అని ప్రక్కనున్న జాన్, టాల్బర్ట్‌లను రెచ్చగొట్టాడు.

ఎప్పటినుండో పరాభవాగ్నితో దగ్ధమౌతూ;సమయం వచ్చినప్పుడు పగ దీర్చుకో జూస్తున్న ఆ సేనానులు కదిలారు, సైనికుల్ని మరింత పురిగొల్పారు.

గొలుగొండనుండి ఆ పోరు పాదరసంలా ప్రాకుతూ ప్రక్కనే ఉన్న లింగాపురం కొండచరియల చెంతకొచ్చింది. అచట ముమ్మరంగా జరుగుతున్నది సమరం! మన్యం యోధులను ముట్టడించ వాళ్ళతరం కాకపోతున్నది. పడాల్, తన ప్రతిభనంతనూ వాళ్ళకు చవిచూపిస్తూ సవ్య

సాచిలా మెరుపుయుద్ధం చేసి వీరయ్యదొరతో, మిగిలిన వీరులతో హఠాత్తుగా మటుమాయమైపోయాడు. కారుచీకటి క్రమ్మినట్టయింది; చుట్టూవున్న అడవిని శోధిస్తున్నారు! అదైనా వాళ్ళ దగ్గర పెట్టుకునే?

ప్రక్కనే ఉందోకలువ. ఆ కలువలో చప్పుడైంది. సైనికు లొక్కమారుగా కలువ ముఖంలో అడుగు పెట్టారు. కలువలో దాగిఉన్న వీరులు మొలలనున్న బాకులను గురి చూసి విసిరారు. అంతే ముగ్గురు మూటకట్టుకుపోయారు; పోతూ వాళ్ళు పెట్టినకేక సైన్యం చెవిలో పడింది. తటాలున అచటకు విరుచుకుపడ్డారు.

తెల్లదొరలకు తెలుసు - ఆ కొండలో నున్నది ఎలుక కాదని అతడ్ని తాకడమంటే నిప్పుల్లో పిక్కలేరడం వంటిదని.

"ఊ శతఘ్నులు బారుచేయండి! కొండను పిండిచేయండి!" ఎటు నుండో సాధికార కంఠధ్వని వినిపించింది. సైనికులు తప్పుకున్నారు. శతఘ్నులు త్రోసుకెళ్ళాయ్. అగ్నిగోళాలను వెళ్రగక్కుతున్నాయ్.

కొండ పిండైపోతున్నది. కలువలో హాహాకారాలు! కొద్దిసేపటికి అటువైపునున్న కొండబిలం నుండి శరీరమల్లా తూట్లుబడి రక్తసిక్తుడైన ఒక యోధుడ్ని భుజంపై వేసుకొని వీరయ్యదొర బయటికొచ్చాడు.

ఎవరా భుజంపైనున్న యోధుడు?

వీరయ్యదొరతడ్ని కొండ చెరియ చెంత దించాడు. కన్నీళ్ళతో ఆ వీరుని రక్తాన్ని కడిగి, బావురమని ఏడ్చాడు.

ఇక అరి భయంకరుడైన పడాల్ దూరమైనట్టేనా?

ఎలా దూరమైపోతాడు? ఆకాశంలో అరుణతారై మిలమిలా మెరుస్తాడు. అజరామరుడై ఆంధ్రగడ్డ నలుమూలలా తారాడుతాడు. అతడి నెత్తుటి బిందువులు కలిసిన లింగాపురం కోనేటిలో ఎఱ్ఱకలువలు పూయక మానవ్.

38

చంద్రహాసం చర్రున దూసి చంచలుడై సాగిపోతున్న సీతారామ రాజులో రాజరాజేశ్వరీదేవి ఆవహించింది. జడలు క్రింద కొట్టి వీరభద్రుని

పుట్టించిననాటి నిటాలాక్షుడై గాలిని దూసుకుంటూ, గుట్టమిట్టలను అణగ ద్రొక్కుతూ, ముందుకు దూకుతున్నాడు. అతడి శిరః కంపనంలో మేఘాలు పగులుతున్నాయి. శైలశృంగములనెక్కి తన వీరుల జాడకోసం శృంగనాదం గావిస్తోంటే కొండ గుహల్లోనున్న మృగరాజులు సైతం భయభ్రాంతమై పరుగులిడుతున్నాయి. పుట్టలను మెట్టి దిగుతున్నప్పుడు ఆ పుట్టలనుండి వెల్వడే ఫణీంద్రములుకూడా ప్రక్కకు తప్పుకుంటున్నాయి. ఆకాశమంత ఎత్తున ఘీంకరిల్లే మదకరీంద్రంలా విజయమో వీరస్వర్గమో? అని వివశుడై పోతున్న ఆ క్షాత్రవమూర్తి మనోపథంలో తన వీరులూ శత్రువులూ తప్ప మరెవ్వరూ మెరవడంలేదు. ముఖమంతా కందిపోయింది. శరీరమల్లా స్వేదసిక్తమైంది. ముంగురులు పక్షిరెక్కల్లా ముఖాన్ని కొట్టు కుంటున్నాయి.

దండు కొండపల్లి దాపులోనున్న తాళ్ళపాలెం త్రొక్కింది. అల్లంత దూరాన కాల్పుల ధ్వనులు వినిపిస్తున్నవి. పంచకళ్యాణి కాలుదువ్వి సకిలిస్తున్నది.

"శరభన్న పడాలూ, మీరంతా ఆ కనబడుతున్న చేలను సమీపించండి!"

తాను దట్టీకట్టిన జెట్టీలా గుర్రంపైకి కుప్పించాడు. అలా కుప్పించి నప్పుడు అతడి కుండలాల కాంతికి గగనతలమంతా దీప్తివంతమైంది. కళ్ళల్లోంచి కత్తుల్ని విసురుతూ గుర్రాన్ని అదళించాడు. దుమికిందిగుర్రం. ఓ కొండ శిఖర మెక్కింది; అక్కడికి మిన్నంటుకున్న పొగలు కన బడ్డాయి. అక్కడేదో ప్రళయం జరుగుతున్నట్టు భావించాడు — సీతా రామరాజు.

"ఓరీ ముష్కరులారా! ఒక్కొక్కరినే పట్టి ఇంకా ఎంతమందిని మట్టుపెట్టగలరో చూస్తా!" పళ్ళు పటపటా కొరికాడు. గుర్రం అటు పరు గెత్తింది.

జొన్నచేలు దగ్గరౌతున్నవి. అస్సాం సిపాయిలు విచ్చలవిడిగా కాల్పులు సాగిస్తున్నారు. పొదల్లోంచి ప్రాకి మోదిగాడు, మూగడు మరి కొందరు యోధులూ బయట పడుతున్నారు.. వారి శరీరాలు తూట్లుపడి నెత్తురులు చిందుతున్నాయి.

"నిలండి వీరులారా! ఆ దుష్టులు కిచటే శాస్తి చేద్దాం!"

ఎవరిదా గొంతు? మండుటెండలో ఒయాసిస్‌లా వొలికిన ఆ వాక్సుధా ధార లెవరివి? ప్రాణాలు లేచివచ్చాయి వారికి. సింధూరం కొట్టి నట్టు వొడళ్ళు పులకరించాయి, తమ గాయాలకు, బాధలను మరిచిపో యారు. ఓహో సీతారామరాజు!

"అవును, నేనే మీ అన్నను." గుర్రందిగి తటాలున వారిని గుండె లకు గాఢంగా హత్తుకున్నాడు. తల్లిపాలు త్రాగినంత శక్తి వచ్చిందివారికి.

"రాజా! ఎర్రేశును చంపివేసింద్రు. అగ్గిరాజు...."

"అంతా నాకు తెలుసు. అందుకే నేను వచ్చాను. మీ వొంటినుండి రాలిన ప్రతి నెత్తుటి బిందువుకీ బరినొరిగిన మన ప్రతి వీరునికీ పరిహారాన్ని తీసుకుందాం."

"గుడాలట యమునిలా ఉంటిడి. అస్సాం దండుతో రెండు దినా లుగా మమ్మల్ని వెంటాడుతుండు."

"మరేం భయంలేదు. ఆ యముడ్ని రౌరవనరకానికి పంపుదాం."

ఇంతలోకి శరభన్న పడాల్, కొత్తన్న పడాల్, బాలయ్యపడాల్‌లు వచ్చారు. మామా, అన్నా అంటూ పరస్పరం ఆలింగనాలు చేసుకున్నారు.

"సరే, లేవండి!"

వీరులంతా లేచారు. చేలలోకి కదలబోయారు. చుట్టూ సిపాయి మూకలు వారిచేతుల్లో మారణాయుధాలు? చరచరా చూపుల్ని చుట్టూ పరి చాడు - రాజు! నాల్గు వైపులా ఫిరంగి శకటాలు.

"ఊ, కాల్చండి!"

మన్యవీరుల తుపాకులన్నీ ఒక్కసారిగా ప్రేలాయి. సిపాయిలూ సిద్ధంగానే ఉన్నారు. బాహాబాహి పోరాటం సాగుతున్నది, నలువైపులకీ వీరులు చెదరిపోయారు. భూమిపై ఆకాశంపై ఎటుచూచినా వారై రేచుల్లా పోరుతున్నారు.

అదో సంకుల సమరం, ఫిరంగి శకటాల పెడబొబ్బలకు కొండ లదురుతున్నాయి. రోదసీ గహ్వరంలో గోళాలు కోరాడుతున్నట్లు ఆకసం ఘూర్ణిల్లుతున్నది.

"రాజా!" అని దీర్ఘ ఆక్రందనం వినిపించింది. శరభన్న పడాల్ పరుగున వచ్చి "రాజా! మూగడు బరి నొరిగిపోయాడు." అని చెప్పాడు. ఆ మాటలు ఒక చెవిని విన్నాడు. ధణధణా కాల్చాడు. నలుగురు సిపాయి లొక్కసారిగా నేలకొరిగారు. వెంటనే గుడాల్ రివాల్వరును రాజుకు గురి పెట్టాడు. ఎచటినుంచో కాల్చాడు - మోదిగాడు. ఆ రివాల్వరు ఎగిరి పోయింది. రంకెలేస్తూ అస్సాం రక్కసులు మీదికి దూకుతున్నారు. కాల్చుకుంటూ మన వీరులు వెనక్కి తగ్గుతున్నారు.

"రాజా!" హాహాకారం.

శత్రువులు మన యోధులకు పదంతలున్నారు. ఆయుధ బల మపారంగా ఉంది. పై బడుతున్నారు.

మరల హాహాకారం - "రాజా!"

తనను వెన్నంటి వస్తున్నాడు-శరభన్నపడాల్, కాస్త దూరంతో మోదిగాడు కనబడుతున్నాడు.

"ఎవరివా హాహాకారాలు - శరభన్నా!"

గద్గద కంఠ స్వరంతో చెప్పాడు - శరభన్న.

"నాతండ్రి, పినతండ్రులు - బాలయ్య, కొత్తన్న పడాల్‌లు."

"అయ్యో! ఎంత ఘోరం జరిగిపోయింది శరభన్నా!"

రెండు పర్వతపంక్తుల మధ్య సెలయే రొకటి ప్రవహిస్తున్నది. ఆ ఏటికి అటుప్రక్క మన వీరులున్నారు. ఇటు ప్రక్క నుండి శత్రువు ముందు కొస్తున్నాడు. ఇక ఇప్పుడా గతజల సేతుబంధన సంభాషణ వ్యర్థం.

"శరభన్నా, పరిస్థితి చేయిదాటిపోయింది-నీవూ, మోదిగాడూ, యీ కొండల్లో మటుమాయం కండి."

దుఃఖం పెల్లుబుకుతుండగా, శరభన్న సీతారామరాజు హస్తాన్ని గాఢంగా చుంబించాడు.

"వెళ్ళు శరభన్నా, మనది ధర్మయుద్ధం! ధర్మానికి జయంతథ్యం" అని చేయిని మెల్లగా తీసుకొని గుర్రాన్ని అదలించాడు. ఇక పంచకళ్యాణి వారవళ్ళు త్రొక్కింది. ఫిరంగులు దాన్ని వేటాడుతున్నాయి. అది కూలిన చాలు రాజు హస్తగతమై తీరుతాడని గుడాల్ భ్రమ. అది మెట్టిన ప్రతీగుట్టా పిండై పోతున్నది; ఆ అగ్ని గోళాలనుండి అతి మెలకువగా

గుర్రాన్ని తప్పిస్తూ తాను తప్పుకుంటూ సుడిగుండంలా దూసుకు పోతు న్నాడు సీతారామరాజు.

మంప ఫిరంగిగ్రేటు దూరంలో ఉంది. ఆ ఫిరంగిగ్రేటుకే పంచకళ్యాణి సకిలిస్తూ, కాళ్ళను గిజ గిజా తన్నుకుంటూ, ఏటివొడ్డున కూలిపోయింది. దాని చిక్కని నెత్తురు ఏటిలో కలిసి ఏరంతా ఎర్రబడి పోయింది.

సంధ్య వాలుతోంది! చండభానుడు పడమటి కొండల్లో ఇంకా మండిపోతూనే ఉన్నాడు ! సీతారామరాజు తన వొంటిపై కావివస్త్రాన్ని తీసి, పంచకళ్యాణిపై కప్పి ఆ అశ్వరాజానికి శ్రద్ధాంజలి ఘటించి మంప వచ్చాడు.

ఏరు గలగలా పారుతోంది. ఏటి మధ్య ఓ కొండపణుకు ఉంది. ఆ పణుకు వెనుక మొలలోతు నీటిలో మునిగి, సంధ్యార్కునికి అర్ఘ్యం పడుతున్నాడు.

చుట్టూ విచ్చుకత్తులు, ఫిరంగి శకటాలు చలించలేదు - సీతారామ రాజు. మౌన గంభీరమూర్తియై మోమెత్తి వారి నొక్కొక్కరినే చూస్తూ న్నాడు. అతడి చూపుల్లోంచి వింతకాంతులు ప్రజ్వలితమౌతున్నాయ్. సిపాయిలు భయభ్రాంతమౌతున్నారు.

తాకారా భగ్గున మండిపోతారు. అడుగు ముందుకు పడిందా? అతడి హృదయంలోంచి పొంగే సుడిగుండం మకరిలా వాళ్ళను లాక్కు పోతుంది. గుడాల్ రివాల్వర్ చేతబట్టి వికటంగా నవ్వి హుంకరించాడు.

"ఊ, బంధించుము!"

వాడి మూర్ఖత్వానికి సమాధానంగా రాజు పెదవులపై ఓ చిరునవ్వు మొలచింది;

"హు, సంధ్య వార్చుకునే పవిత్ర సమయంలో ఒకానొక నిరాయు ధుణి బంధిస్తావా?"

"బందిపోటువు గనుక !"

చివుకుమంది - రాజుకు.

"ఏమన్నావ్? దేశంకాని దేశంలో పుట్టి, దేశంకాని దేశం మెట్టి, దేశదేశాల్ని కొల్లగొట్టే గజబందిపోట్లు మీరే. ధర్మ పన్నాలు చెప్పి

186

నిలువు దోపిడీలు చేసే పయోముఖ విషకుంభాలు మీరు, నా జాతటు వంటిదికాదు........"

తటాలున వెనుకవైపునుండో మూకొచ్చి, అతడి రెండు చేతులనూ విరిచికట్టారు.

"ఊఁ; తీసుకొని రమ్ము!"

పశుబలంతో ఆ కర్మవీరుని బంధించి తీసుకెడుతున్నారు. మంపలో కొయ్యూరులో దారికిరువైపులా భారమైన హృదయాలతో ఆబాలగోపాలం కన్నీటి కడవలను వొలికించారు.

అర్ధ రీధి వచ్చింది. సీతారామరాజు వర్చస్సులో కాగడాపట్టిచూచినా ఓటమితత్వం కనిపించడం లేదు. అతడి ధైర్యస్థైర్యాలు చేవ తరగడం లేదు.

"దాహము తీసుకొనునేమో, తెచ్చియిమ్ము!" అని గుడాల్ తన తాబేదారును పంపాడు.

సీతారామరాజు పెదాలు కదపలేదు. తాబేదారు కమండలంతో పాలు తెచ్చి యిచ్చాడు! చూశాడు రాజు! ఆ పాలు పొంగులు వారుతున్నవి. మరుగుతున్న పాలిచ్చి ప్రాణాలు తీయాలన్న గుడాల్ కుటిలబుద్ధికి చెంప పెట్టుగా కమండలమెత్తి గడగడా త్రాగివేశాడు రాజు!

గుడాల్ నోరు పడిపోయింది-గుండెల్లో జెర్రెలు ప్రాకాయ్. "కట్టి వేయుము ఆ చెట్టుకు!" అని హూంకరించాడు.

"ఎందుకని?" కనులెర్రజేశాడు రాజు.

"పారిపోదువు కాబట్టి!"

కెరలే సముద్ర కెరటంలా ఉవ్వెత్తుగా పాదాలపై లేచి;

"ఏమికూశావ్? నేనా పారిపోయేది? రక్తంలోనే పిరికితనం ప్రవహించే పందా? దొంగచాటుగా నన్ను బంధించినది పిరికితనంతో కాదటరా? రాజీకని పిలిపించి మా పలనాటి హనుమంతుని హత్యచేశారే. అది పిరికితనంతో కాదటరా...."

గుడాల్ హడలిపోయాడు.

"టేక్ పొజిషన్స్ ఊఁ...ఫైరాన్"

రెచ్చిపోయాడు సీతారామరాజు. అతడిలో శివసముద్రం పొంగింది. సేతువునుదాట మహోగ్రరూపం ధరించిన హనుమన్నలా;

"భీరుడా, రమ్మను? మీ కళ్ళెదుటే పగులగల మహోష్ణ భీకరజ్వాలా జ్వలిత మహాగ్ని పర్వతాన్ని తట్టుకోగల శక్తుంటే కాల్చమను. ఇది ప్రళయ కాల రుద్రకీల అగ్నిగోళనేత్రంరా, ఇది తెరువబడిందా? నిన్నూ సముద్రాంత రావలనున్న నీ కుక్కగొడుగు సింహాసనాన్నీ భగ్గున మండిస్తుంది—" అని కుప్పించి విజృంభించాడు.

పెళ పెళా పెరంగులు విరుచుకుపడ్డాయ్. మిన్ను విరిగి పడ్డట్టు భీకరధ్వనులు పిక్కటిల్లాయ్. రుధిరమెల్లెడల త్రుళ్ళ, వ్రక్కలైన వక్షాన్ని పట్టుకొని ఘోషించాడు—రాజు;

"ఎంత క్రౌర్యానికి పూనుకున్నారురా మానవరూప రాక్షసుల్లారా, పసుబలంతో నా భరతజాతిని బానిసత్వంలో ఉంచగలమని భ్రమపడకండి. మీరెచ్చటనున్ననూ సరే సముద్రాలుదాటి లండన్ నగరవీధుల్లో తలదాచుకున్ననూ సరేసముద్రగర్భాల్లో దాగినా సరే, దుర్గమారణ్యాల నక్కినా సరే బ్రతగ్గలమని భావించకండి—"

ధారావాహికంగా దంఢణా కాల్పులు! భువి దద్దరిల్లిపోయింది. ప్రేగులు బయటపడ్డాయి, రక్తపు ముద్దయిన కడుపును పట్టుకొని, తూలిపోతూ పలువరించాడా—తెలుగుబిడ్డ.

"వందేమాతరం—!"

ఇక తెలుగుసింహుని అచట ఉంచలేదు. క్రిష్ణదేవుపేటకు వెన్వెంటనే తీసుకుపోయి దహించి వేశారు. ఆకసమెల్ల అల్లకల్లోలమెత్త కావు కావున అరిచాయ్ పక్షులన్నీ! చుట్టూవున్న వృక్షజాలమంతా జలజలా కన్నీళ్ళలా రాల్చాయి తమ పద్మపత్రాల్ని!

"బాబూ!—" అంటూ భూదేవిలా తన ముద్దుబిడ్డకై గుండె బాదుకొని వస్తున్న నారాయణమ్మ ఆ చితాభస్మాన్నెగురబోస్తూ ఎంతగానో దూరపిల్లింది.

భారత బానిస సంకెళ్ళను త్రెంచ, కొన ప్రాణమున్నంతవరకూ పోరిన సీతారామరాజు అనుపమ త్యాగాన్ని స్తుతిస్తూ నీలకంఠేశ్వరుని దేవళంలో జేగంటలు ధ్వనించాయి.

అల్లూరి సీతారామరాజు
ఏకపాత్రాభినయం

అల్లూరి సీతారామరాజు

ఏకపాత్రాభినయం

(విల్లమ్ములతో సీతారామరాజు)

ఎంత దారుణం? ఎంత క్రౌర్యం? తరతరాలుగా హాయిగా మన్య వాసులు అనుభవించే అడవులను సర్వేచేయించి అందులో అడుగుపెట్టిన అమాయక మానవులను క్రూరమృగాలకుమల్లె వేటాడుతారా?- ఈ నికృష్ట బ్రిటిషు కిరాతకులు? స్వేచ్ఛగా పశువులు మేసే బీళ్ళకు కంచెవేయించి, అటు పశువులు ప్రవేశిస్తే బందెల దొడ్లలో బంధిస్తారా కర్కశులు? తమ కండబలంతో బండలను సైతం బ్రద్దలుకొట్టి, ఎండకు నడినెత్తి కరుగుతున్నా, ములుకుల్లాంటి రాళ్ళకు పాధాలు పగులుతున్నా, కొండలపై రోడ్లువేసే అమాయకులపై అత్యాచారమా? బట్వాడా అడిగితే చెట్లకు మానవులను కట్టి చర్మాలు తీస్తారా? మర్మస్థానాల్లో కారాలుకొట్టి హింసిస్తారా? ఎంత పైశాచిక కృత్యం?

ఒకనాడు పచ్చగావున్న మన్యమంతా ఈ సీమదొరలు పెట్టిన ముఠాదారీ విధానానికి మాడిపోయి, చింతంబలి త్రాగి పాదపారాణి కూడా ఆరని పసికాంతలే వల్లకాటికి చేరిపోతున్నారే?

ఎంతకాలం సాగాలీ ఆగడాలు? నీడను దేవతగా పూజించే అరమరిక లేని జాతిపై ఇంతటి రాక్షస హత్యాకాండా?

ఎవడిచ్చాడు దొరలకీ హక్కు! తన గడ్డకాని గడ్డపై అడుగుపెట్టి

కలిన దౌర్జన్యానికి దిగిన ఈ దొరతనాన్నిక దగ్ధంచేసి తీరకపోతే మన్యానికి బ్రతుకులేదు.

అదే బానిస విముక్తి! స్వాతంత్ర్య స్వశక్తి! బానిసగా నిత్యం చచ్చే కన్నా, వీరునిగా పోరాడి చావడం ముక్తి.

బ్రిటిషు నిరంకుశులపై తిరుగుబాటు, పరపీడన ప్రభుత్వంపై విప్లవం ప్రతి మానవుడి జన్మ హక్కు?

ఈ సీతారామరాజు ఒక్కడే కాదు. మన్యం వీరుల కంఠ కొన ఊపిరున్నంత వరకూ, సీమదొరల శబ్దం, భరత ఖండంలోనే వినిపించ వీలులేదు. సింహాలు విహరించే మన్యసీమలో నక్కలకు స్థానముండరాదు.

పులినైనా పిలిచి చంపగల మన్యం జాతే తలచుకుంటే, ఈ దొరలకు తృటిలో మతులూ గతులూ లేకుండా చేయగలదు.

మల్లూ! గంటం! పడాలూ! అశేషమన్యం అసహాయ శూరులారా! కరిపైకి లంఘించే కొదుమసింగములారా! కదలండి! కదనానికి!

మూపున మూడునెలల బిడ్డను కట్టుకొని, స్వతంత్ర పోరాటం సల్పిన ఝాన్సీలక్ష్మియే మనకు విప్లవజ్యోతి! ప్రేగులు ప్రోగులైనా వెన్నిచ్చి ఎరుగని తెలుగు బాలుడు మనకు వెలుగుబాట! ఆ జ్యోతి కాంతిలో, ఆ వెలుగుబాటలో సాగిన వానికి సాధ్యం కానిదిలేదు. అతడసాధ్యుడు! అజేయుడు!—నరుడు తలుచుకుంటే నళ్ళురాళ్ళేకాదు, ఉక్కు పర్వతాలైనా చెక్కముక్కలై తీరుతాయి. పదండి వీరులారా! విజయం మనదే.... (వెళ్ళబోతూ, అటుచూసి)

అరుగో? సింగన్న చెప్పిన కవర్టు హైటర్లు వాళ్ళే ఐవుంటారు. మన్యం సంపదను తెగమెక్కి క్రైపెక్కి ఎలానడుస్తూ వస్తున్నారో చూడండి! వాళ్ళనూ, వాళ్ళ సైన్యాన్ని నేనీపక్క వాగులోకి మళ్ళిస్తా. మల్లూ! నీవూ, గంటం ఆ తెల్ల ముష్కరులను చంపండి. వాళ్ళెప్పుడైతే చస్తారో అప్పుడు వాళ్ళ సైన్యంలో ముసలం పుడుతుంది. బెదరి చెదరి పోతారు. పడాలూ! నీవు, వీరయ్య దొరా అదిగో! ఆ కొండప్రక్క పొదలో మాటేసి కాల్చండి. షమసని శౌర్యంతో, సమరోత్సాహంతో చిందులుత్రొక్కే మన కోయ,చెంచు,రేచులు మీకుఅండదండగా వుంటాయి. వాళ్ళు తిరుగుముఖంపెట్టే త్రోవలో నేను గాచి అమ్ముల వర్షంతో కూల్చి

వేస్తా. ఆ చివర కొండకావలనున్న గోవిందు దళం ఆ కొండపై నుండి పెద్దపెద్ద బండలను దొర్లించి వాళ్ళ పుర్రెలు పుచ్చకాయల్లా పగిలేలా చేస్తుంది! అంతే జాగ్రత్త!

ఈరోజు ఆంధ్రజాతి చరిత్రతో భారత స్వాతంత్రేతిహాసంలో సువర్ణ ఘట్టం కావాలి. మాతృగద్దకోసం ఆత్మ బలిదానమిచ్చిన బెంగాల్ బెబ్బులులు, మహారాష్ట్ర మత్తేభాలు, పంజాబ్ సింహాలు, తెలుగు వీర తురంగాలు తలపుకు రావాలి. (ముందుకువచ్చి) వెళ్ళండి ! వృధాగా ఒక్క తూటాకూడా కాల్చవద్దు. ఒక్కొక్క తూటా మన కొక్కొక్క వీరుడు సుమా! అటూ ఇటూ ఎటుచూసినా మనవాళ్ళే కనబడాలి.

తెల్లవాళ్ళ కళ్ళు చెదిరిపోవాలి. సాధ్యంకానిది సాధ్యం చేయగలిగితేనే మానవుడసాధ్యుడౌతాడు. సరే! మీరిక ఎవరి స్థానాల్లో వారు సర్దుకోండి! నే వెళ్ళి ఆ మృగాలనావాగులోకి రప్పిస్తా జాగ్రత్త! ఒకడికి పదిమందిని పరిహారం తీసుకోవాలి. శత్రువును గ్రుక్క తిరక్కుండా కొట్టాలి.

(దొరల నుద్దేశించి) ఓ తెల్లకిరాతకుల్లారా! మానవరూప మ్లేచ్ఛుల్లారా! సర్వదేశాలను కబళించి రత్నరాసులతో తులతూగుతున్నామని విర్రవీగు ఓ నరభక్షకులారా! మరతుపాకులతో మందుగుండు సామగ్రితో మీ సైనిక పశుబలం సిద్దంగా వుందని గర్వపడకండి! మీ రెచ్చటనున్ననూ సరే, సముద్రాలకు సముద్రాలు దాటి మీ లండన్ నగర వీధుల్లో తలదాచుకున్ననూ సరే సముద్ర గర్భాంతరాళాల్లో సేదదీర్చుకున్నాసరే, దుర్గమ కొండలు దాటి కారడవుల పుట్టల్లో నక్కినాసరే, మీరు బ్రతగ్గలరని అనుకోకండి! ఈ సీతారామరాజు మిమ్ములను క్షమించడు! సహించడు!

(నే ప థ్యం లో)

"ప్రచండ సమరం సాగింది. నరభక్షకులని పేర్గాంచిన కవర్టు హైటరులు హతమయ్యారు. మన్యం అగ్ని కొండల్లో బ్రిటిషు సైన్యం దగ్ధ పటలమైంది. సీమలోనున్న దొరతనం కొత్త పన్నాగాలకు పూనుకొంది. రూథర్ ఫర్డుదొరను మన్యానికి పంపింది. సీతారామరాజు ఏ ప్రజల స్వేచ్ఛా సుఖాలకోసం పోరుసాగించాడో అవి నెరవేరుస్తామని రాజీ సంప్ర

చింపులకోసం రమ్మని, రూథర్ మన సీతారామరాజును తనవద్దకు రప్పించాడు. ఇక చూడండి—ఆ అంతిమ ఘట్టం!"

[సీతారామరాజు బ్రేటుతిన్న బెబ్బులిలా వచ్చాడు]

ఏమిటి ? రూథర్! ఇంత రాక్షసమా? రాజీకని రప్పించి మరఫిరంగులతో, మారణాయుధాలతో స్వాగతమిస్తావా?

ఆ! ఏమన్నావ్? నేను బందిపోటునా? దేశంకాని దేశంలో పుట్టి దేశంకాని దేశం మెట్టి దేశదేశాల్ని కొల్లగొట్టే ఆ గజబందిపోట్లు మీరే! ధర్మపన్నాలుచెప్పి సిలువు దోపిడీలుచేసే పయోముఖ విషకుంభాలు మీరే! నేనంటావా. కొడితే ఏనుగు కుంభస్థలాన్నే కొట్టాలన్న తెలుగుజాతి బిడ్డడ్ని గగనాన్ని తాకిన నగం ఢీకొన్నా మరఫిరంగై ప్రేలగల జాతి నాది. కదనంలో నెత్తుటేరులు పారినా మృగేంద్రంగా పోరగలదు, భీకర తుఫానును సైతం దూసుకుపోగల మెరుపుకత్తది - పోటెత్తిన పెన్నిధులే నాజాతి. బడబాగ్ని ముందు మండిపోతాయ్ జాగ్రత్త!

ఏమి కూసావ్ రూథర్! మేమూపిరికి వాళ్ళం? రాజీకని రప్పించి కాల్చడానికి తయారవుతున్నావే అది పిరికితనం కాదా? రా! ధైర్యముంటే కాల్చు! కాల్చరా నీచుడా! పల్నాటి వీరహనుమంతును రాజీకని పిలచి చంపిన ఓ నరరూప రాక్షసుడా! కాల్చు. నీవు కాల్చిన కాల్పులకు నా గుండెల్లోంచి చిందే ప్రతి రక్త బిందువూ మీ మృత్యువును కోరే కోటానుకోట్ల అల్లూరి సీతారామరాజులై వెలుస్తాయ్. ఆ వెలసిన వీరుల కత్తిదెబ్బలను కాచుకో! కాల్చరా జటుడా! ఇదేరా తెలుగుబిడ్డ గుండె! ఇదేరా సీతారామరాజు గుండె!

రక్తంలోనే పిరికితనం ప్రవహించే ఎలుగా! జాతిలోనే నీచత్వం కరుడుగట్టిన లుబ్ధా! నీ రాజకీయాల్లో ధర్మమే వుంటే, నీ గుండెల్లో వేడి నెత్తురేవుంటే రారా యుద్ధానికి! రా....రారా రూథర్! ఇది ప్రళయకాల రుద్రకీల, భద్రకాళి, అగ్నిగోళనేత్రం, ఈ నేత్రం తెరువబడిందా, నిన్నే కాదు, సముద్రాంతరాల కావలదాగియున్న నీ కుక్కగొడుగు సింహాసనాన్ని సైతం అగ్నిపిక్తంచేసి భగ్గున మండిస్తుంది. భీరుడా! శక్తుంటే కాల్చు (కోపంతో) నీ కళ్ళెదుటపగిలే మహోష్ణభీకర జ్వాలజ్వలిత మహాగ్నిపర్వతాన్ని తట్టుకోగల శక్తుంటే కాల్చు!

అడుగడుక్కీ రుధితర్పణ చేసి, శతపోరు సాగించిన మా కట్టబొమ్మ నాయకుని కత్తివేటులు అప్పుడే పాతబడి పోయాయా? మొక్కవోని క్షాత్ర తేజంతో రణంచేసి, కనబడిన మీ సీమదొరనల్లా తెగనరికిన మా కోయ రాముడు, మీ ముప్పేటదాడులనుండి మూడురోజులు హోరాహోరీ పోరు సల్పి, మీ చివరి నెత్తుటిచుక్కను కూడా చవిచూచిన మా ద్వారబందాల చంద్రయ్య, మీ శిరస్సుల త్రుంచి నిజాం నవాబుకు కానుకగా, పళ్ళెరము లలో పెట్టి పంపిన మా తెలంగాణా వెంకటయ్యలను అప్పుడే మరచి పోయావా రూధర్; ఎవరు పిరికివాళ్ళు?

(రూధర్ కాల్చాడు రాజుకు గాయమైంది)

ఆ!....ఓరి నీచుడా! ఎంతకు తెగించావురా? నేను చనిపోయినా! నా అంతరాత్మ చనిపోదు. అది నిత్యమై, నిరాకారమై మీ అంతాన్ని ప్రబో ధిస్తూనే తిరుగుతుంది. రేపు ముక్కోటి సీతారామరాజులు తన నలుబదికోట్ల తమ్ములతో మీపై పగసాధిస్తారు. భరతగడ్డనుండి సమూలంగా మిమ్ము తుడిచివేస్తారు. అప్పుడు నాదేశం స్వాతంత్ర్యం అవుతుంది. (బాధతో) అమ్మా! భారతీదేవి! నేను విడిచిన కార్యాన్ని నా అనుంగు తమ్ములు నెర వేరుస్తారు! నీకు దాస్య విముక్తి చేస్తారు. కర్పూర నీరాజనాలతో నీకు హారతులిస్తారు. తల్లీ.... నన్ను నీ ఒడిలోకి చేర్చుకో....జననీ........ వందేమాతరం....వందేమాతరం !

[రాజు వొరిగిపోయాడు.]

★